# તત્ત્વમસિ

### ધ્રુવ ભટ્ટ

પ્રાપ્તિસ્થાન

## ગૂર્જર સાહિત્ય ભવન

રતનપોળનાકા સામે, ગાંધીમાર્ગ, અમદાવાદ 380 001
ફોન : 079-22144663, 09227055777    e-mail : goorjar@yahoo.com

## ગૂર્જર સાહિત્ય પ્રકાશન

102, લેન્ડમાર્ક બીલ્ડીંગ, ટાઇટેનિયમ સિટીસેન્ટર પાસે, સીમા હૉલની સામે,
100 ફૂટ રોડ, પ્રહ્લાદનગર, અમદાવાદ-15 ફોન : 26934340, મો. 9825268759
ઇમેલ : gurjarprakashan@gmail.com

**TATVAMASI**

*By Dhruv Bhatt*

Published by Gurjar Granthratna Karyalay, Ahmedabad-1

પુનર્મુદ્રણ : 2025

પહેલી આવૃત્તિ : 1998

પુનર્મુદ્રણો : 2001, 2003, 2005, 2007, જાન્યુ. 2012,
મે 2012, જુલાઈ 2015, મે 2018, ડિસેમ્બર 2018,
જૂન 2019, 2020, 2021, 2022, 2023, 2024

© દેવવ્રત ભટ્ટ / શિવાની ભટ્ટ

ISBN : 978-81-19174-33-1

પૃષ્ઠ: 8+184

નકલ : 1750

કિંમત: ₹ 250

શબ્દથી સંસ્કાર સુધી

પ્રકાશક

**ગૂર્જર ગ્રંથરત્ન કાર્યાલય**

અમરભાઈ ઠાકોરલાલ શાહ : રતનપોળનાકા સામે, ગાંધીમાર્ગ, અમદાવાદ-380001

ફોન : 079-22144663, 09227055777 E-mail : goorjar@yahoo.com

ટાઇપસેટિંગ : **શારદા મુદ્રણાલય**

201, 'તિલકરાજ', પંચવટી પહેલી લેન, આંબાવાડી, અમદાવાદ-380006

ફોન : 079-26564279 E-mail: sharda.mudranalay@gmail.com

મુદ્રક : **ભગવતી ઑફસેટ**

સી/12, બંસીધર એસ્ટેટ, બારડોલપુરા, અમદાવાદ-380004

M. 9825326202 E-mail : bhagwatioffset@yahoo.com

ભારતવર્ષના ઉત્તર અને દક્ષિણ ભાગને
સાંધતી-બાંધતી, ઉભયાન્વયી,
ભુવનમોહિની મહાનદી

# નર્મદાને....

# આ લખાણ વિશે

નદીઓમાં નર્મદા મને સર્વાધિક પ્રિય છે. આ લખાણમાં મેં પરિક્રમાવાસીઓ, નર્મદાતટે રહેનારાં – રહેલાં ગ્રામજનો, મંદિર-નિવાસીઓ, આશ્રમવાસીઓ પાસેથી સાંભળેલી વાતો અને મારા થોડા તટભ્રમણ દરમિયાન મને મળેલી વાતોનો, મારી કલ્પના ઉપરાંત, સમાવેશ કર્યો છે. સાઠસાલીની વાત પશ્ચિમ આફ્રિકાની ડૉગૉન નામની આદિવાસી જાતિની માન્યતાઓ પર આધારિત છે.

આ દેશને, તેની પરમસૌંદર્યમય પ્રકૃતિને અને તેનાં માનવીઓને હું અનહદ ચાહું છું. હું આ દેશનું, મારી ઇચ્છા છે તેટલું અટન – દર્શન કરી શક્યો નથી. જેટલું ફર્યો છું એટલા-માત્રમાં પણ મને માણસે-માણસે જીવનના જુદા-જુદા અર્થો મળ્યા છે. બીજા દેશો મેં જોયા નથી. જોયા હોત તો ત્યાં પણ આવો જ અનુભવ થાત તેવો વિશ્વાસ ઊંડેઊંડે છે.

કિશોર-અવસ્થાથી મને બે પ્રશ્નો મૂંઝવતા આવ્યા છે :

જે માનવીઓ કદી પણ શાળાએ કે ગુરુ પાસે ગયા જ નથી તેમણે જ ભારતીય જ્ઞાનનાં આધારરૂપ મનાતાં લખાણોને સર્જનબળ પૂરું પાડ્યું હોય અને તેને જીવંત રાખવામાં સિંહભાગ પણ તેમનો જ હોય તેવું મને કેમ લાગે છે ?

અલગ ભાષા, જુદા રીતરિવાજો, જુદા ધર્મો અને બીજી અનેક ભિન્નતાઓ વચ્ચે પણ આ દેશની ભાતીગળ પ્રજામાં કંઈક એવું છે જે દરેક માણસમાં સરખું જ જડે છે. તે શું છે ? – આનો ઉત્તર મને કદીક, ક્યારેક તો મળશે...... કદાચ મારી આ જિજ્ઞાસા આ લખાણનું નિમિત્ત બની હોય.

આથી વધુ આ લખાણ વિશે નથી મારે કંઈ કહેવાનું, નથી કોઈ પાસે કંઈ કહેવરાવવાનું.

ધ્રુવ ભટ્ટ

# ઋણસ્વીકાર...

મારા આ લખાણને ધારાવાહિક-સ્વરૂપે પ્રકાશિત કરનાર 'નવનીત-સમર્પણ', ભારતીય વિદ્યાભવન તથા શ્રી દીપક દોશીને આ પળે યાદ કરું છું.

શ્રી મહેદ્ર ચોટલિયાએ સાથે બેસીને, ચર્ચા કરીને મારા લખાણને મઠારવામાં એટલો મોટો ફાળો આપ્યો છે કે તેનો સમાવેશ સર્જનપ્રક્રિયામાં થઈ શકે.

શ્રી નરેશભાઈ વેદ અંગત રસ લઈને મને માર્ગદર્શન આપતા રહ્યા છે. તેમનાં સૂચનો મને ઘણાં ઉપયોગી થયાં છે.

શ્રી અંજનીબહેન નરવણે, જેમણે મારા અગાઉના લખાણ 'સમુદ્રાન્તિકે'નો મરાઠી અનુવાદ કર્યો છે, તેઓએ આ લખાણ 'નવનીત-સમર્પણ'માં વાંચીને, પૂનાથી પત્રો લખીને મને ઉપયોગી માહિતી અને સૂચનો આપ્યાં છે.

મારાં અંગત સ્વજનો શ્રી રેખાબહેન મહેતા, શ્રી જયંતભાઈ ઓઝા, શ્રી અશોકપુરી ગોસ્વામી મારી કૃતિઓ વાંચી-સાંભળીને મને પ્રોત્સાહન આપતાં રહ્યાં છે.

આ પુસ્તકનું મુખપૃષ્ઠ તૈયાર કરવા માટે ફોટોગ્રાફર શ્રી સુરેશ પારેખ તથા અક્ષરાંકન કરનાર શ્રી કનુ પટેલનું હું આદરથી સ્મરણ કરું છું.

ગૂર્જર ગ્રંથરત્ન કાર્યાલય વતી શ્રી મનુભાઈ શાહે તથા શારદા મુદ્રણાલય વતી શ્રી રોહિતભાઈ કોઠારીએ મને ઘણી સહાય કરી છે.

કૃતિ કોઈ એક વ્યક્તિનું સર્જન ગણાય તે સાથે હું સહમત થઈ શકતો નથી. એક માણસને મળેલા જાણ્યા-અજાણ્યા માણસો, તેના કામ માટે બળ પૂરું પાડતા પ્રસંગો અને અન્ય કેટલાંય પરિબળોની અસર તળે કૃતિનું પોત બંધાય છે.

આ રીતે આ લખાણ પણ એક સહિયારું સર્જન છે.

ધ્રુવ ભટ્ટ

## ધ્રુવ ભટ્ટનાં પુસ્તકો

1. અગ્નિકન્યા
2. સમુદ્રાંતિકે
3. તત્ત્વમસી
4. અતરાપી
5. કર્ણલોક
6. અકૂપાર
7. લવલી પાન હાઉસ
8. તિમિરપંથી
9. પ્રતિશ્રુતિ
10. ન ઈતી
11. ગાય તેનાં ગીત
12. ધ્રુવ ગીત – યુટ્યૂબ (દશ્ય-શ્રાવ્ય ક્યૂઆર કોડ સાથે)
13. અરણ્યાગ્નિનો સાધક
    (અકુપાર, અગ્નિકન્યા, અતરાપી નાટકો)

# તત્ત્વમસિ

●

## ધ્રુવ ભટ્ટ

## તત્ત્વમસિ

જોઉં છું મને સતત...

પારદર્શક પવનના અગોચર આયામની જેમ
ફેલાતી જાય છે તું
અનંતમાં.
દશ્ય-અદશ્ય તરંગલીલામાં
લહેરાઈ-લહેરાઈને
સર્જન-વિસર્જન પામતાં
અસંખ્ય રૂપ-સ્વરૂપોમાં જોઉં છું
પણ ઓળખી શકતો નથી.
પાંપણની પાછળ ઊઘડતી અજાણભૂમિ પર
શુભ્રતમ પુષ્પો ને અશ્રુતપૂર્વ અવાજોની
ગૂઢ વનરાજિમાં
પીછો કરું છું તારો.
દોડું છું, ઊંડું છું, તરું છું
થઈ પાષાણ ઊભો રહું છું
ને કોઈ દિવ્ય પળે
વેરાઈ જાઉં છું રેત બની.

ઊપસે પગલાંની છાપ, લાગે હજુ ભીનો ભાર
પણ પકડી શકતો નથી એક પણ તાર.
કણકણમાં ઊઘડે છે કથાનું એક પડ
ને અક્ષરે-અક્ષરે ઊછળે છે એ જ તારું જળ,

**મહેન્દ્ર ચોટલિયા**

'લે, ખાઈ લે.'

સાવ નજીકથી જ અવાજ સંભળાય છે. કોઈ સાવ પાસે બેસીને મને કહે છે. હું ગાઢ નિદ્રામાંથી જાગતો હોઉં કે તંદ્રામાં હોઉં એમ સ્વર અને શબ્દ ઓળખવા પ્રયત્ન કરવો પડે છે. 'લે, ખાઈ લે.' નિર્જન વનો, નિઃશબ્દ ટેકરીઓ પર ઝૂકેલા નીલાતીત આકાશને પેલે પારથી આવતા હોય તેવા ઝાંખાપાંખા શબ્દો સ્ત્રીસ્વરના છે એટલું જાણી શક્યો.

મેં પ્રયત્નપૂર્વક આંખો ખોલી. રેતાળ, પથરાળ નદીતટ પર તે મારી જમણી તરફ બેઠી છે. લાલ રંગનાં ઘાઘરી-પોલકું પહેરેલી તે ગોઠણભેર બેસીને મારા પર નમેલી છે. કહે છે, 'લે, ખાઈ લે.' તેના નાનકડા હાથમાં પકડેલો મકાઈનો ડોડો તેણે મારા મોં પાસે ધરી રાખ્યો છે.

મહામહેનતે હાથ ઊંચો કરીને હું તે મકાઈ લઉં છું. ધીમે-ધીમે મારી સ્થગિત ચેતના જાગ્રત થાય છે. ધીરજપૂર્વક મકાઈનો એક દાણો ઉખેડીને હું મોંમાં મૂકું છું.

કેટલા સમયથી અહીં પડ્યો છું તે યાદ નથી. પરંતુ એક વાત નિઃશંકપણે યાદ છે કે અત્યારે સાંભળેલો 'લે' શબ્દ મારા કાને પડ્યો ત્યાર પહેલાં મેં છેલ્લે સાંભળેલા માનવસ્વરના શબ્દો હતા : 'આપી દે.'

'આપી દે' અને 'લે' વચ્ચે કેટલો સમય પસાર થયો હશે? એક થાકેલો, બીમાર માનવી ખાલી પેટે જીવતો રહી શકે એથી વધુ તો નહિ જ. છતાં આ બંને શબ્દોને સાંકળવા બેસું છું તો સમય અમાપ બની જાય છે. વર્ષો, સદીઓ, મન્વન્તરોની આરપાર એનાં મૂળ ફેલાયેલાં દેખાય છે.

પરંપરા, સંસ્કૃતિ અને સમયને સાંકળતા અંકોડા જેવા આ શબ્દો હવે બે-ત્રણ શબ્દો ક્યાં રહ્યા છે? એ તો બની ગયા છે ભાષ્ય. અનાદિ-કાળથી અઘોર અરણ્યો, નિર્જન વગડાવાટ અને કાળમીંઢ પથ્થરોની પાર વહી રહેલા આ પરમ પારદર્શક જળની જેમ જ આ બે શબ્દો સનાતન કથા બની વહેતા રહ્યા છે.

કિનારે ઝૂકેલી વનરાજિ, રંગબેરંગી પાંચીકા જેવા ગોળ પથ્થરોથી છવાયેલો કિનારો અને સૃષ્ટિના સર્જન-સમયથી અબોલ ઊભેલી ટેકરીઓ

વચ્ચે અવિરામ વહી રહેલાં આ નિર્મળ જળ - આ બધાંની સાક્ષીએ, જેને આદિ નથી, અંત નથી તેવી કોઈ મહાકથાની જેમ આ શબ્દો 'આપી દે' અને 'લે' અનાદિ, અનંત બની આટલામાં જ ક્યાંક વહેતા હોય છે.

મેં મકાઈ પરથી ધ્યાન ખસેડીને તે આપનાર તરફ નજર કરી. કોણ હશે આ વનકન્યકા? બોલવાનો પ્રયત્ન કરું છું તો ગળું ભરાઈ આવે છે, સાથે-સાથે આંખો પણ.

ઝળઝળિયાં પાછળ આછાં દશ્યો દેખાય છે. વીગત સમય જાણે પુનર્જીવિત થતો હોય તેમ બધું જ ફરીથી ભજવાતું જોઈ શકું છું. જીવન કેટલી ટૂંકી અને સાંકડી કેડી પર ચાલ્યું જાય છે તેનો અનુભવ આ કાળાન્તરોથી વહી રહેલા મહાજળપ્રવાહ પાસે પડ્યો-પડ્યો કરી રહ્યો છું.

બંને શબ્દોને સાંકળતા સમયને લયબદ્ધ કરવા પ્રયત્ન કરું છું તો હજી ગઈ કાલે જ બનેલા બનાવોની જેમ બધું જ નજર સમક્ષ આવીને ઊભું રહે છે...''

આટલું વાંચીને ડાયરી બંધ કરું છું તો થોડી વાર વિચારમાં પડી જવાય છે. આ નિર્જન, પથરાળ કિનારા પર પોતાની રહીસહી મૂડી મૂકતો હોય તેમ થેલીમાં લપેટીને સપાટ પથ્થર પર તે આ ડાયરી, થોડા પત્રો અને ફોટાઓ મૂકીને ચાલી નીકળ્યો. તેણે જેનો ત્યાગ કર્યો તેને સ્વીકારીને સાચવવાની મને આજ્ઞા છે. ઋણાનુબંધને કોઈ નામ નથી હોતું : તેનું હોય છે માત્ર ઋણ. પરાપૂર્વથી ચાલી આવતી આ રીતે આ ઋણ મારે નિભાવવાનું છે. આ માટે હું રોજ સવારે અહીં બેસીને આ ડાયરી, પત્રો, ફોટોગ્રાફ વાંચીને, જોઈને 'આપી દે' અને 'લે' વચ્ચેના સમયનો એકાદ તંતુ સાંકળી આપવાનો પ્રયત્ન કરીશ.

તેણે પોતાનું નામ આ ડાયરીમાં ક્યાંય લખ્યું નથી, નથી આ પત્રોમાં ક્યાંય તેનું નામ. મેં તેને જોયો જરૂર છે. છેક છ-સાત વરસનો હતો અને પુલ પરથી પસાર થતી ટ્રેનની બારીમાંથી ડોકિયાં કરતો હતો ત્યારથી તેને હું ઓળખું છું. વચ્ચે ઘણાં વર્ષો તે વિદેશ રહ્યો, તે આ ડાયરી પરથી જાણ્યું. તે પાછો ફર્યો ત્યારે ટ્રેન, બારી અને તેની જિજ્ઞાસુ આંખો - બધું પહેલાં જેવું જ મેં જોયું. હા, તેની મુખરેખા, વાત કરવાની, સમજવાની રીત અને વર્તનમાં મને ઘણો ફરક લાગ્યો. એક પળ તો મને એવું લાગ્યું કે વતનમાં પાછા ફરવું તેને ગમ્યું નથી. પણ એ બધી વાત છોડીએ. મારે તો તમને લઈ જવા છે ડાયરીનાં પાનાંઓ વચ્ચેના એક અજાણ્યા પ્રદેશમાં :

''...તે રાત્રે હું અઢાર વર્ષે આ દેશમાં પાછો ફરતો હતો; પરંતુ આટલા

લાંબા સમયે સ્વદેશ પાછા ફરનારને થવી જોઈએ તેવી લાગણી મને થતી ન હતી. પ્રોફેસર રુડોલ્ફે આદિવાસી સંસ્કૃતિના અભ્યાસ માટે જ્યારે મારું નામ સૂચવ્યું ત્યારે મને જરા અણગમો થયેલો. યુનિવર્સિટીની જિંદગી કે લ્યુસીનો સાથ બંનેમાંથી એક પણ છોડવું તે મારે મન સજા જેવું હતું. વગડામાં જઈને રહેવું એ કાંઈ રુચિકર કામ તો ન જ કહેવાય.

'ખરેખર તો આ પ્રોજેક્ટ તુષારને સોંપવો જોઈએ. હજી પણ તેને સોંપાય તો સારું. મને નહિ ફાવે.' મેં દલીલ કરી જોઈ. વર્ષોથી વિદેશમાં વસ્યો હોવા છતાં તુષાર અંદરથી દેશ તરફ ખેંચાણ અનુભવતો તે મને ખબર હતી. મારા મતે આવું કંઈ થવું તે લાગણીવેડા હતાં. હું તો માનવ-સંસાધન-વિકાસનો પ્રખર હિમાયતી. માણસની ખૂબીઓ પારખીને તેનામાંથી મહત્તમ ઉત્પાદકતા સિદ્ધ કરવી એ મારું કામ. આદિજાતિઓ પાછળ કે બીજી કોઈ શોધખોળ પાછળ ભટકવું તેમાં ઉત્પાદકતા સિદ્ધ થતી હોય એવું મને ન લાગતું. હા, લ્યુસીને આવું બધું બહુ ગમે; પરંતુ તેના લેખો છપાય કે શોધખોળનો રોમાંચ અનુભવાય તે મજા પૂરતું જ, એથી વધુ નહિ.

'ફાવશે, તને ફાવશે જ.' પ્રોફેસરે મારી દલીલોને તોડી પાડતાં કહેલું, 'મને બરાબર ખબર છે કે મારે તને જ મોકલવો છે, તુષારને નહિ – તને જ, બરાબર ?'

'સર,' મેં બને તેટલી નમ્રતા દાખવતાં કહેલું, 'તમે આવું માનો છો તેનો મને આનંદ છે; પરંતુ જન્મે ભારતીય હોવા છતાં હું ભારતમાં બહુ રહ્યો નથી. એમાંય આદિવાસી વિસ્તારમાં તો હું ક્યારેય ગયો પણ નથી.'

બૂઢા પ્રોફેસરે પોતાને વિશ્વાસ ન આવતો હોય તેમ મારા સામે જોઈને માથું ધુણાવતાં કહેલું, 'એ જે હોય તે, પણ તું જાય છે. ચિંતા તારે કરવાની નથી. મેં સુપ્રિયા ભારતીયને બધું સમજાવ્યું છે. તું એક વાર તેની પાસે પહોંચી જા.'

છેલ્લા છ માસથી ભારતની કોઈ સુપ્રિયા ભારતીયના પત્રો આવતા. એકાદ વખત કમ્પ્યુટર ફ્લૉપી પણ આવેલી. આટલી વાતથી પ્રોફેસર રુડોલ્ફ ભલે સુપ્રિયાથી પ્રભાવિત થઈ ગયા હોય, મને બહુ આશા ન હતી. આદિવાસી કલ્યાણ કેન્દ્ર ચલાવતી સુપ્રિયા ભારતીય એટલે ખાદીનાં કપડાંથી લદાયેલી, સાઠ-પાંસઠ વર્ષની ચશ્માંધારિણી, સ્વયંસેવકોથી વીંટળાઈને, ગાંધીબાપુને નામે ભાષણો આપતી સ્ત્રી. આ મારા મને દોરેલું સુરેખ ચિત્ર અને તે સાચું હોવા વિશે મને રજમાત્ર પણ શંકા ન હતી. રુડોલ્ફનું મન ન દુભાય એટલા ખાતર હું કંઈ બોલ્યો નહિ. પણ મેં પૂછ્યું તો ખરું જ, 'સુપ્રિયા સાથે કામ

કરવું જરૂરી ગણાશે ?'

'જરા પણ નહિ.' પ્રોફેસર બોલ્યા, 'તું તારી રીતે જ કામ કરજે.' પછી ઊભા થઈને મારી પાસે આવ્યા, મારા ખભે હાથ મૂક્યો અને આગળ કહ્યું, 'સુપ્રિયા તને આદિવાસીઓ સાથે ભળવામાં મદદરૂપ થશે. એક વાર તું એ લોકો સાથે ભળી જાય, તે બધા તને પોતાનો માનવા માંડે ત્યાર બાદ જ તું તેમની સંસ્કૃતિ વિશે જાણી શકશે. ત્યાં સુધી માત્ર માહિતી ભેગી કરવાથી વિશેષ કશું થશે નહિ. આઇ વૉન્ટ યૂ ટુ સિટ વિથ ધેમ, ટુ હેવ ડાયલૉગ્ઝ વિથ ધેમ ઍન્ડ ટુ ડુ પાર્ટિસિપેટરી ઑબ્ઝર્વેશન.'

મારી પાસે આનો કોઈ જવાબ ન હતો. મેં જરા મૂંઝવણભર્યા સ્વરે કહ્યું, 'એચ. આર. ડી.નું કામ હોત તો હું સહેલાઈથી કરી શકત. આ વિષય મારા માટે સાવ નવો છે. મને તો શરૂઆત કેમ કરવી તેની પણ ખબર નહિ પડે. સાવ એકડે એકથી શરૂ કરવાનું થશે.'

'અરે વાહ!' પ્રોફેસર એકદમ આનંદથી બોલી પડ્યા, 'ખરેખર એકડે એકથી જ શરૂ કર. તું ત્યાં નાનકડી શાળા શરૂ કર અને રહે. તારે આદિવાસીઓ વચ્ચે રહેવાનું, તેમની રોજિંદી બાબતો સમજવાની, નોંધવાની અને તે ડાયરીની નકલ મને મોકલતા રહેવાનું. બસ, આ થશે તારો રિપૉર્ટ.' આવા અણઘડ રિપૉર્ટ ખાતર એ ધૂની પ્રોફેસરે યુનિવર્સિટી પાસે કેટલાયે ડૉલરનું અનુદાન મંજૂર કરાવ્યું હતું!!

પ્રોફેસર એક-બે વખત ભારત આવી ગયેલા. અહીંના શિક્ષકો અને વિદ્યાર્થીઓ વિશે તે શું સમજીને પાછા ગયા હશે તે મને ખબર નથી, પણ તેમને ભારતીય શિક્ષકો અને સમાજ વચ્ચેના સંબંધો પ્રત્યે ખાસ લાગણી છે તેની મને બરાબર ખબર હતી.

ખેર! નાગા-ભૂખ્યા આદિવાસીઓ અને કોઈ ખાદીધારિણી સુપ્રિયાબા ભારતીય વચ્ચે રહીને થોડી નોંધો લખીને ભાગી આવવાનું કંઈ ખાસ અઘરું નહિ પડે. મારા બેએક પત્રો મળતાં જ રુડોલ્ફ મને પરત બોલાવી લેશે.

સદ્નસીબે તુષાર મુંબઈ સુધી મારી સાથે આવ્યો. તે તો મુંબઈ ઊતરતાં જ નાચી ઊઠેલો. કહે, 'ચલ યાર, આપણી સ્કૂલ જોઈ આવીએ.'

'સ્ટુપિડ!' મેં કહેલું, 'ખોટા લાગણીવેડા છોડ. જોઈએ તો જીવન જીતવાની કળા વિશે બે લેસન આપી દઉં.'

'ઓ ભાઈ!' તુષારે નાટકીય ઢંગથી કહ્યું, 'આપણે તો જેવા છીએ તેવા સારા છીએ. તમે સિધાવો તમારાં સુપ્રિયાજીને દેશ. જોઈએ તો આજ રાતની ગાડીની ટિકિટ કન્ફર્મ કરાવી દઉં.'

ખરેખર તુષારે તેમ કર્યું. રાત્રે મને સ્ટેશને મૂકવા આવ્યો ત્યારે કહે, ‘યાર, માણસ મટી જવાથી કોઈ ફાયદો નથી. થોડી વાર લાગે કે આપણે કંઈક છીએ, બસ, બીજું કશું નહિ. મને તો બધુંય યાદ આવે છે. આપણી નિશાળ, પેલાં ટીચર સિસ્ટર ઍસ્થર... ખરેખર મજા હતી એ દિવસોમાં.’ કહેતાં તેનો અવાજ ભીનો થઈ ગયો.

‘તું યાદ કર એ દિવસો અને બેસી રહે.’ મેં કહેલું, ‘દુનિયા ક્યાંની ક્યાં નીકળી જશે તે જોતો રહેજે.’

ટ્રેન ઊપડી અને તે ગયો. અત્યારે રાત્રે અગિયાર વાગ્યે પણ તે શાળાના બંધ મકાન પાસે કાર રોકવાનો, થોડી વાર ત્યાં ઊભો રહીને સિગારેટ ફૂંકવાનો, પછી જ ઘરે જવાનો એની મને ખાતરી હતી.

જે હોય તે. તુષારના વિચારો પડતા મૂકીને હું ‘માનવસંસાધન-વિકાસની પ્રયુક્તિઓ’નું પુસ્તક વાંચતો ક્યારે ઊંઘમાં સરકી પડ્યો તેનો પણ ખ્યાલ ન રહ્યો.’’

## 2

“ ‘નર્મદે હર !’ પાછળના કમ્પાર્ટમેન્ટમાંથી કોઈનો અવાજ આવ્યો અને હું જાગી ગયો. ટ્રેન કોઈ લાંબા પુલ પરથી પસાર થતી લાગી.

‘નર્મદે હર !’ બીજા બે-ત્રણ જણ પણ બોલ્યા. મને આ રીતે ટ્રેનમાં બૂમો પાડતા માણસો પર ચીડ ચડી. ત્યાં મારી સામેની બર્થ પર સૂતેલાં માજી અડધાં ઊભાં થઈને બારી ખોલવાનો પ્રયત્ન કરવા મંડ્યાં. ટ્રેન પુલની મધ્યમાં આવી ગઈ હતી. મને કોણ જાણે શું સૂઝ્યું તે મેં બર્થ પરથી ઊતરીને પેલાં માજીને બારી ખોલી આપી.

તે માજીએ બારી બહાર સિક્કો ફેંક્યો, નદીને હાથ જોડ્યા અને મારો આભાર માન્યા વગર બારી બંધ કર્યા વગર જ પાછાં સૂવા માંડ્યાં. મને ચીડ ચડી. મેં મારી બર્થ પર પડેલા બિસ્કિટના ખાલી ખોખાનો ડૂચો વાળીને માજી જોઈ શકે તે રીતે નદીમાં ફેંક્યો અને વ્યંગમાં બોલ્યો, ‘નર્મદે હર!’

મને હતું કે પેલાં માજી ચિડાશે, પણ તેઓ તો મારી સામે જોઈને મલક્યાં અને નાના બાળકને કહેતાં હોય તેમ કહે, ‘હવે સૂઈ જા, બેટા! અને સાંભળ, બારી તો ઉઘાડી રાખ્યે જ સારું.’

મેં બારી બહાર જોયું. શુદ્ધ, ધવલ ચાંદનીમાં અખૂટ જળભર્યો નદીનો પટ પૂરો થવામાં હતો. પાસે આવી રહેલા સ્ટેશનના અને પાસે વસેલા નગરના દીવા નદીમાં પ્રતિબિંબિત થતા હતા. અચાનક મને યાદ આવ્યું કે આ નદીને મેં અગાઉ જોઈ છે – હા, નાનો હતો અને કચ્છ ગયેલો ત્યારે. તે વખતે અમે આ પુલ પરથી દિવસના ભાગે પસાર થયેલાં. ટ્રેનનો ડબો અત્યારે છે તેના કરતાં જુદો હતો. હું નાનીમાના પડખામાં ભરાઈને બારીમાંથી નદીને તાકી રહ્યો હતો. હું લગભગ સંમોહિત થઈને નીચે વહેતી નદીને જોતો હતો ને મારાં નાનીએ, આ સામે સૂતેલાં માજીની જેમ જ પોટલીમાંથી સિક્કો કાઢી, નદીમાં ફેંકતાં કહેલું : ‘હે નરબદામા, મારા ભાણિયાની રક્ષા કરજે!’

પૈસાને પાણીમાં ફેંકી દેતી પ્રજા જગતમાં અન્યત્ર હશે કે નહિ તેની મને ખબર નથી; કદાચ લ્યુસી જાણતી હોય. અડધી દુનિયા ફરવામાં ક્યાંક તો તેણે આવું જોયું હશે.

લ્યુસી યાદ આવતાં જ મને ઘેરી ઉદાસીની લાગણી થઈ. મને નવાઈ

6 ● તત્ત્વમસિ

લાગી. મારી માન્યતા પ્રમાણે મને આવું કશું થવું જોઈતું ન હતું. લ્યુસીએ આપેલી વીંટીને સ્પર્શી ને ક્યાંય સુધી તેને યાદ કરતો રહ્યો.

સવારે આંખ ખૂલી ત્યારે લગભગ બધાં જ જાગી ગયાં હતાં. છેક ઉપરની બર્થમાં કેટલાક પ્રવાસીઓ હજી સૂતા હતા. મારી બર્થની ઉપરની બર્થવાળો પ્રવાસી ઊઠીને માજીવાળી બર્થ પર કપડું પાથરીને નમાજ અદા કરતો હતો. માજી એક છેડે બેસીને માળા ફેરવતાં હતાં. એક જ બર્થ પર, સામસામે છેડે બેસીને બે જુદા-જુદા ધર્મનાં માણસો પોતપોતાની પ્રાર્થના કરે છે. હમણાં તે પૂરું થશે. પછી તેઓ બંને વાતોએ વળગશે. તે સમયે પણ અત્યારે દેખાય છે તેવો જ ભેદ, ભાષા પરથી સ્પષ્ટ દેખી શકાશે.

જુદા ધર્મો, જુદી ભાષા, અલગ રીત-રિવાજો, સાવ ભિન્ન અવસ્થામાં ઉછેર, છતાં કોણ જાણે કેમ, આ બંને જણાંમાં કંઈક સામ્ય હોવાનો આભાસ મને થાય છે. એ શું છે તે હું કલ્પી ન શક્યો. મારું સંશોધક અને વિશ્લેષક મન રહી-રહીને તે બંનેની ક્રિયાઓની નોંધ લેતું રહ્યું.

નીચે ઊતરીને મેં મારી ચાદર સંકેલી, બર્થ નમાવી અને હાથ-મોં ધોઈને પાછો ફર્યો ત્યાં સુધીમાં પેલાં બેઉ જણાંની ધાર્મિક ક્રિયાઓ પૂર્ણ થઈ ગઈ હતી.

પેલાં માજીએ નાસ્તાનો ડબરો ખોલ્યો. ડબાના ઢાંકણ પર ઢેબરાં મૂકી મારી સામે ધર્યાં, 'લે ભાઈ, નાસ્તો કર.'

આવો વાસી ખોરાક તેણે ગંદા હાથે મને ધર્યો તે મને ગમ્યું નહિ. મેં જરા અણગમો દેખાડીને માથું ધુણાવ્યું અને કહ્યું, 'ના.'

'વહુને લેવા જાય છે ?' માજીએ પૂછ્યું, 'કે પિયર મૂકીને આવે છે ?' અચાનક મને ધક્કો લાગ્યો. રાત્રે સૂઈ જતી વખતે યાદ આવેલી લ્યુસી હજી પણ મારા મોં પર વાંચી શકાય અને તે પણ એક સાવ અભણ ડોશી, પળ-બે-પળમાં પારખી જાય તે મારા કૌશલ્યનું, મારી તાલીમનું અને સમગ્ર માનવસંસાધનવિકાસ કાર્યક્રમનું અપમાન હોય તેવું મને લાગ્યું.

મેં કંઈ જવાબ ન આપ્યો. માજીએ પણ આગળ કંઈ પૂછ્યું નહિ. તેઓ પોતાનો નાસ્તો કરવામાં પડ્યાં. પેલા નમાજીને પણ તેમણે ઢેબરાં આપ્યાં. તે બિરાદરે લીધાં અને પ્રેમપૂર્વક ખાધાં. થોડી વારે બંને વાતોએ વળગ્યાં. 'ભોપાલ ક્યારે આવશે'થી માંડીને મક્કા, મદીના, ચાર ધામ યાત્રા, અમારું કુરાન અને અમારાં શાસ્ત્રો, ગીતા, રામાયણ – બધું જ તેમની વાતોમાં આવતું ગયું. પોતપોતાનાં કુટુંબ-કબીલાની બધી જ તવારીખ પણ બેઉ જણાંએ સામસામે ઉખેળી. જાણે વર્ષોથી સાથે રહેતાં હોય એમ એ થોડાં સમયનાં

સહપ્રવાસીઓની વાતો ચાલતી રહી.

ફરીથી મને વિચાર આવ્યો: આટઆટલી ભિન્નતાઓ વચ્ચે પણ આ પ્રજા શી રીતે નિરાંતે જીવ્યે જાય છે? અનેક પ્રશ્નો, ઝઘડાઓ, અસમાનતા અને વિવાદો વચ્ચે પણ આ દેશ હજારો વર્ષોથી એક અને અખંડ ટકી રહ્યો છે. શું છે આનું રહસ્ય? એવું શું છે જે આ મનુષ્યોને એક પ્રજા તરીકે ટકાવી રાખે છે? અને મનમાંથી જ જવાબ આવે છે, 'જે હોય તે. એ શોધવાનું કામ મારું નથી.'

માનવમનની એક વિચિત્રતા છે કે તે કંઈક ન વિચારવાનું નક્કી કરે તે જ વાતનો વિચાર તેનો પીછો પકડે છે. 'આ કામ મારું નથી' એવું કહેવાની ટેવ મારા માનવસંસાધનવિકાસના અભ્યાસો અને કાર્યક્રમોની નીપજ છે. પણ ના પાડ્યા પછી પણ ન કરવા ઇચ્છેલા કામનો વિચાર હું છોડી શકતો નથી. હજી મારામાં આટલી કચાશ કેમ, તે પણ હું સમજી નથી શકતો.

અહીં આવવા નીકળ્યો તેની આગલી રાત્રે મેં જિમીને આ જ શબ્દો કહેલા અને તેની વાતોને તથા તેની રાણીગુફાને ભૂલી જવાનું નક્કી કરેલું. છતાં અત્યારે 'આ કામ મારું નથી' એ વિચાર આવતાં સાથે જ મને જિમીનો પડી ગયેલો ચહેરો યાદ આવી જાય છે. તે મૂર્ખની જેમ મારી પાસે માગવા આવ્યો હોય અને મેં શક્તિશાળી સમ્રાટની જેમ તેને ના પાડી હોય તેવો કંઈક વિજયભાવ મને ત્યારે થયેલો.

તે રાત્રે હું મારો સામાન ગણીને યાદી બનાવતો હતો અને બારણે ટકોરા થયા. મેં દરવાજો ખોલ્યો તો બહાર વરસતા બરફમાં, રૂંછાદાર ફર પહેરીને ઊભેલો જિમી દેખાયો. મેં તેને અંદર લઈને દરવાજો બંધ કર્યો.

'તું તારા વતનમાં પરત જવાનો કે?' હું જિમીને બેસવાનું કહું ત્યાર પહેલાં તો તે બોલવા મંડ્યો.

મેં તેના તરફ ખુરશી ધકેલી તેને બેસવાનો ઇશારો કરતાં કહ્યું, 'હા, એમ જ છે. કાલે હું નીકળું છું.' જિમી કંઈ બોલ્યો નહિ. તે કંઈક કહેવા આવ્યો હોય અને કહી ન શકતો હોય તેવું મને લાગ્યું.

મેં કૉફી બનાવવા બાઉલની સ્વિચ ચાલુ કરી અને બીજી ખુરશી ખેંચીને તેની સામે બેઠો. 'તારે કંઈ કામ છે?' મેં જિમીને પૂછ્યું.

જિમીએ થોડી વાર વિચાર્યા કર્યું, પછી પૂછ્યું, 'તું ત્યાં જંગલોમાં રખડવાનો છે, ખરું – આદિવાસીઓની વિગતો મેળવવા?'

'એનાથી સહેજ જુદું.' મેં તૈયાર થયેલી કૉફી પ્યાલામાં ભરતાં જવાબ આપ્યો. 'જંગલ જ હશે તેની મને ખાતરી નથી. હું જ્યાં રહેવાનો છું તે

જગ્યાનું નામ આદિવાસી કલ્યાણ કેન્દ્ર છે. કદાચ તે કોઈ નાના શહેરમાં પણ હોય.' મેં કૉફીનો પ્યાલો જિમીના હાથમાં આપ્યો અને આગળ કહ્યું, 'અને આદિવાસીઓની વિગત મેળવવાથી જરા જુદા પ્રકારનું કામ હું કરવાનો છું. હું ત્યાં શિક્ષક તરીકે રહેવા માગું છું. આપણા ડેટા કલેક્શન જેવું મિકેનિકલ એ કામ નહિ હોય.'

'નવાઈભર્યું!' જિમી કૉફી પીતાં બોલ્યો. પછી ફરી મૌન સેવીને મારી સામે હસ્યો. તે પોતાની વાત કહી શકે તે માટે મૌન સેવીને મેં તેની સામે જોયા કર્યું.

થોડી પળો પછી કૉફીનો છેલ્લો ઘૂંટ લઈને પ્યાલો બાજુના ટેબલ પર મૂકતાં જિમી બોલ્યો, 'કદાચ તને મારી વાત વિચિત્ર લાગશે, પણ મારે તને કહેવી જ પડે તેમ છે.'

'ભલે, કહે ને.' મેં જવાબ આપ્યો.

પોતાના બંને હાથનાં આંગળાં ભેગાં કરીને જિમી જાણે લાંબી કથા કહેવાનો હોય તેવી અદાથી બોલ્યો, 'આજથી દોઢસોથી વધારે વર્ષો પહેલાંની આ વાત. અમારા પરદાદા તે વખતે ભારતમાં હતા. તે વખતે ત્યાં બ્રિટિશ હકૂમત હતી અને સરકાર જંગલોમાં રસ્તા બાંધવા સર્વે કરાવતી. આવા એક સર્વેના કામમાં મારા દાદા હતા.'

'હં...' મેં હોંકારો ભણ્યો.

'આ બધું મારા દાદાની જૂની ડાયરીમાં તૂટક-તૂટક લખેલું મેં વાંચ્યું છે.' જિમી મારી સામે નજર નોંધતાં આગળ બોલ્યો, 'એક વખત સર્વેનું કામ કરતાં-કરતાં મારા પરદાદા જંગલમાં ભૂલા પડી ગયેલા અને કોઈ રાનીગુફા નામના સ્થળે જઈ ચડેલા.'

'જિમી,' મેં વચ્ચે કહ્યું, 'તે દેશમાં રાની કે રાણી ખૂબ લોકપ્રિય શબ્દ છે અને આવા નામની જગ્યા કે ગુફાઓ ગમે ત્યાં મળી આવે.'

'એમ હશે,' જિમીએ નિરાશ થયા વગર કહ્યું, 'પણ આ ગુફા ઘણી મોટી છે. ગાઢાં જંગલો વચ્ચે નાનકડી નદીમાં ચાલીને ત્યાં જવાય છે. મારા પરદાદા ત્યાં ગયા ત્યારે ગુફામાં નાનાસાહેબ નામે એક વિદ્રોહી જાહેર થયેલા સરદારને મળેલા અને તેમનો અઢળક ખજાનો મારા દાદાએ નરી આંખે જોયેલો.'

'એક મિનિટ, જિમી.' મેં વચ્ચે કહ્યું, 'તું અઢારસો સત્તાવનના વિપ્લવ-સમયની વાત કરે છે?'

'કદાચ એમ જ હશે. મને પૂરી ખબર નથી.' જિમીએ બંને હાથ

છૂટા પાડીને અજ્ઞાન દર્શાવ્યું, 'પણ બ્રિટિશ લશ્કર તે સરદારની શોધમાં હતું. મારા પરદાદાને બ્રિટિશર માનીને જ એ નાનાસાહેબના માણસો પકડી ગયેલા અને તેમને આ રાણીગુફામાં રાખેલા. તેમણે મારા પરદાદાને મારી નાખ્યા હોત, પણ કોણ જાણે કેમ તે નાનાસાહેબે મારા પરદાદા લશ્કરના માણસ કે જાસૂસ નથી તેવી વાત માની લીધી અને આંખે પાટા બાંધીને તેમને સર્વેની છાવણી સુધી મૂકી ગયેલા.'

જિમી ધૂની માણસ હતો તેની મને ખબર હતી, પણ રાત્રે સૂવાના સમયે ધૂની માણસોની ધૂન ચરમસીમાએ હોતી હશે તેવો અનુભવ મને પહેલી વખત થતો હતો.

'જિમી, નાનાસાહેબ તો અજ્ઞાત વેશે ઘણાં સ્થળોએ રહેલા. મેં વિપ્લવનો ઇતિહાસ થોડોઘણો વાંચ્યો છે એટલે મને ખબર છે.' મેં કહ્યું.

'હા, પણ તેઓ છેલ્લે આ સ્થળે જ હતા અને તેમનો પેલો અઢળક ખજાનો પણ ત્યાં હતો. મારા પરદાદાની ડાયરીમાં આ બધું લખ્યું છે.'

'જો, જિમી,' મેં અવાજ જરા રુક્ષ કરીને કહ્યું, 'ખજાનો મેળવવાની વાત ભૂલી જા. હું જંગલોમાં રહેવાનો હોઈશ તોપણ આ કામ મારું નથી.'

'એવું નથી. ના, એવું નથી.' જિમી માથું ધુણાવતાં બોલી ઊઠ્યો, 'મારા પરદાદા ત્યાં હતા એ પૂરતો જ મને એ સ્થળમાં રસ છે. તું વિચાર, મારા પરદાદાએ લખેલી વાત સાવ સાચી છે તે જાણીને મને કેટલો ગર્વ થશે! મારા માટે આ જાણવું કેટલું મહત્ત્વનું છે તેની કલ્પના તું નહિ કરી શકે.'

'તે હોઈ શકે.' મેં જવાબ આપેલો, 'પણ મને નથી લાગતું કે હું તને કંઈ મદદ કરી શકું. જંગલોમાં ગુફા શોધવાનું કામ મારું નથી. અને જે કામ હું કરવાનો જ નથી તેને માટે તને ખોટું આશ્વાસન આપવું તેવું હું નહિ કરું.'

'ભલે,' જિમી જરા નિરાશવદને ઊભો થતાં બોલેલો, 'પણ તું મને ખોટો ન સમજ. તું તે ગુફા શોધે તેવું પણ હું નહિ કહું. અનાયાસે તને જો જાણ થાય કે આવું કોઈ સ્થળ છે અને નાનાસાહેબ ખરેખર ત્યાં રહેલા, તો તરત મને જણાવજે કે એ સ્થળ છે. બીજું કશું જ ન જણાવીશ. બસ, તે ગુફા છે એટલું સત્ય જાણવું જ મારા માટે પૂરતું છે.' કહીને તે ગયો.

તેની પાછળ દરવાજો બંધ કરવા સાથે જ હું તેની આખીયે વાત અને રાણીગુફાની દંતકથાને ભૂલી જવાનો નિર્ણય કરીને મારો સામાન તૈયાર કરવા મંડ્યો હતો."

# 3

"ભોપાલ સ્ટેશને માજીને લેવા તેનો પુત્ર, પુત્રવધૂ અને બે નાનાં બાળકો આવ્યાં હતાં. બંને બાળકો 'બા આવ્યાં, બા આવ્યાં...' કહીને કૂદવા મંડ્યાં. પેલો મુસલમાન પ્રવાસી ઊતરીને જતાં-જતાં માજીને કહે, 'ખુદાહાફિજ.'

'જેસી કૃષ્ણ, ભાઈ.' માજીએ જવાબ આપ્યો. હું શાંતિથી આ બધું જોઈ રહ્યો હતો. ડબો ખાલી થયો પછી માજીનો સામાન નીચે ઉતારવા તેનો પુત્ર અંદર આવતો હતો. મેં તેને અટકાવ્યો અને બૅગો બહાર અંબાવી. માજી પોતાની પુત્રવધૂ સાથે વાતોએ વળગ્યાં હતાં. હું નીચે ઊતર્યો કે માજીએ પૂછ્યું, 'ક્યાં જવાનો, બેટા ?'

'મારે હજી આગળ જવાનું છે, સાંજની ગાડીમાં.' મેં જવાબ આપ્યો.

'સારું, ભાઈ, આવજે.' માજી સાવ અકારણ મને વિદાય આપતાં બોલ્યાં અને સાડલાનો છેડો માથા પર સરખો કરતાં આગળ કહ્યું, 'મા નરબદા તારી રક્ષા કરે.'

'માડી,' મેં કહ્યું, 'નદી તે રક્ષા કરે કે ડુબાડે ?' મેં માત્ર મજાક કરી હતી કે માજીની ધર્મપરાયણતાનો ઉપહાસ કર્યો હતો તે તેમનો પુત્ર કે પુત્રવધૂ સમજી ન શક્યાં. બંને જરા વિચલિત થઈ ગયાં. માજીએ સ્વસ્થ ચિત્તે જવાબ આપ્યો, 'એ તો જેવી જેની ભાવના, બેટા!'

'ભાવના !' હું મનોમન ચિડાયો અને ચાલવા મંડ્યો.

આદિવાસી કલ્યાણ કેન્દ્રની ભોપાલ શાખા બહુ શોધવી ન પડી. મેં ધાર્યું હતું તેમજ બજાર વચ્ચે ભાડાની ઓરડીઓમાં આ શાખા હતી. બેએક આદિવાસીઓ કદાચ આ કેન્દ્રનો ઉપયોગ હૉસ્ટેલ તરીકે પણ કરતા હોય તેવું ત્યાં પડેલા બિસ્તરા અને ઘોડામાં ગોઠવાયેલાં કપડાં-પુસ્તકો પરથી લાગ્યું. ચડ્ડી-ખમીશ અને ટોપી પહેરેલો એક યુવાન મધના બાટલા ખોખામાં પૅક કરતો હતો. બીજો એક જણ રજિસ્ટરમાં કશુંક લખતો હતો.

'રાતની ગાડી વતી ટિકિટ મીલી હોવે હે.' તેણે મને સીધું જ કહ્યું. કદાચ મારા સામાન અને સફરની નિશાનીઓવાળા દેખાવ પરથી તે મને ઓળખી ગયો. 'સુપરિયાજીને કહેલવાયા હોવે.' તેણે ખાનામાંથી ટિકિટ મને આપતાં કહ્યું, 'ગુપતાજી ગાડી પરે લેણે આવેંગે, જીપમેં.'

મેં ટિકિટ લીધી અને તપાસીને ખીસામાં મૂકી. ઉપરના માળે મારે રહેવું હોય તો ત્યાં કમરો ખાલી હતો, પણ હું ત્યાં રહી શકું તેવું મને ન લાગ્યું. મેં સ્ટેશન પર પાછા જઈને રિટાયરિંગ રૂમમાં જ રહેવું પસંદ કર્યું. બપોર-આખી ઊંઘમાં કાઢી. સાંજે સ્ટેશન બહાર થોડી લટાર મારી. રાત્રે મારી ટ્રેન.

ગાડી જેમ-જેમ આગળ વધતી ગઈ તેમ-તેમ પૅસેન્જરો ઓછાં થતાં ગયાં. રિઝર્વેશનનો કોઈ અર્થ રહ્યો ન હતો. કોચ લગભગ ખાલી હતો. રેલવેનો અધિકારી 'જરા સાચવજો. જરૂર પડે તો હું બીજા મિત્રો સાથે આગળની બોગીમાં જ છું' કહી જતો રહેલો.

રાત વધતી ગઈ તેમ થોડાં નવાં પૅસેન્જરો આવ્યાં. અર્ધનગ્ન, તીરકામઠાધારી. નાનીમોટી પોટલીઓ અને માટીની કે ઍલ્યુમિનિયમની ઘડૂલીઓ સાથે રાખીને ચડતાં. ઘડીભર મને થયું કે બધાંને નીચે ઉતારી મૂકું કે ટી. સી.ને બોલાવી લાવું; પણ એ બધાં ઉપદ્રવ કરે તેવું ન લાગ્યું. બિચારા સંકોચવશ સીટ પર બેસી પણ ન શક્યાં. નાનાં, નાગોડિયાં, દૂબળાં-પાતળાં બાળકોને બોગીની ભોંય પર સુવડાવીને તેઓ પણ ત્યાં નીચે જ બેસી રહ્યાં. હવામાં બીડીની ધુમાડી છોડતાં બેએક જણની સામે મેં જોયું કે તેમણે તરત જમીન પર ઘસીને બીડી બુઝાવી નાખી.

એક કાળી નમણી યુવતી ઊભી-ઊભી બારી બહાર જોઈને કંઈક ગાતી હતી. આટલા અંધકારમાં તે બહાર કયું જગત નિહાળવામાં પડી હશે ? તે આનંદથી ગાય છે તેના કારણની પણ મને ખબર ન હતી, ન તેના ગીતના શબ્દો હું સમજતો હતો. આમ છતાં તેને ગાતી જોવાનું મને ગમતું હતું. તેનામાં એવું કંઈક હતું જે તેનાં સાથી આરણ્યકોથી તેને અલગ તારવતું હતું.

વચ્ચે-વચ્ચે પવને ઉડાડી મૂકેલા વાળ સરખા કરવા તે બારી પાસેથી ખસીને આ તરફ ફરતી. વાળમાંથી કાળો દોરો છોડી, હોઠ વચ્ચે દબાવી, બે હાથે વાળ સરખા કરીને ફરી બાંધતી. એકાદ વખત મારા તરફ નજર પડતાં તે હસી પણ ખરી. ફરી પાછી બારી બહાર ડોકાઈને ટ્રેનની આગળ-પાછળની દિશામાં, ક્ષિતિજ તરફ અને આકાશમાં ટમકતા તારલાઓ તરફ નજર માંડીને ગાવા લાગતી.

મેં અઢળક સુખ-સગવડ ધરાવતાં માનવીઓને પણ આટલી સાહજિક અને નફકરી અવસ્થામાં જોયાં નથી. મેં પોતે પણ, કોઈ પ્રશ્નો ન હોવા છતાં, આવી સાહજિક પળો ક્યારેય માણી નથી; તો અનેક અછતો વચ્ચે, પૂરતાં કપડાં અને ખોરાક પણ ન પામતી આ યુવતી આટલી સુખમયી કેમ દેખાય છે ? કદાચ તેની સુખ માટેની સમજણ મારી સુખ વિષેની વ્યાખ્યાથી અલગ હશે !

મારે ઊતરવાનું હતું તે સ્ટેશન વહેલી પરોઢે આવ્યું. ટ્રેન ધીમી પડી. અજવાળું થવાને હજી થોડી વાર હતી. તારાજડિત આકાશની પૃષ્ઠભૂમિમાં આ સમગ્ર વિસ્તાર પર્વતો અને ટેકરીઓથી ઘેરાયેલો લાગ્યે.

હું ઊઠ્યો. મારો સામાન ભેગો કર્યો. આદિવાસીઓનું ટોળું ગભરાટમાં હોય તેમ ચીસાચીસ કરતું, ઊંઘતાં બાળકોને જગાડતું નીચે ઊતરવા તલપાપડ થઈ રહ્યું. ટ્રેન ઊભી રહેતાંવાર બધાં કૂદી-કૂદીને નીચે ઊતર્યાં. બહાર પ્લૅટફૉર્મ નથી તેનો મને ખ્યાલ આવ્યો. મારો સામાન હું દરવાજા પાસે લાવ્યો. ત્યાં નીચે ઊતરી ગયેલા માણસોએ તે ખેંચી લીધો. હું સંભાળપૂર્વક ઊતર્યો ને ટ્રેને આગળ વધવાની સૂચના આપતી સીટી વગાડી. હવે મને ખ્યાલ આવ્યો કે આ સ્થળે પ્લૅટફૉર્મ તો નથી જ, સ્ટેશન પણ નથી. થોડે આગળ પતરાની છાપરી છે. ન ટિકિટ આપનાર, ન ટિકિટ પાછી લેનાર.

મારો સામાન લઈને ટોળું ચાલતું થયું. 'અરે ઓ, ઊભાં રહો.' મેં બૂમ પાડી, 'મારે તમારી સાથે નથી જવાનું.'

બધાં ઊભાં રહ્યાં. સ્ટેશનની છાપરી પાસે મારો સામાન ઉતાર્યો. પેલી ગીતો ગાતી હતી તે છોકરી મારો બિસ્તરો માથે મૂકીને આગળ નીકળી ગઈ હતી. એક જણે તેને બૂમ પાડીને કહ્યું, 'પુરિયા હો, વાપસ આવ. નીં જાણેરો આને અપને સાથ.'

'તો કેથે જાવાં ?' પૂછતી પુરિયા પાછી આવી અને ખિલખિલ હસી. 'મરે રે ઈથે અકેલા.' તેણે મને કહ્યું. તે મારી સામે મારો સામાન મૂકીને બાજુમાં ઉભડક પગે બેઠી અને નાના બાળકને સમજાવતી હોય તેમ 'બાઘ આવે હે ઈથે' કહીને તેણે પોતાને આવડતી હોય તેવી ભાષામાં મને સમજાવ્યું કે અહીં એકલા રહેવાય નહિ. રીંછ આવે અને ક્યારેક વાઘ પણ આવે. કદાચ એ બંનેમાંથી કોઈ ન પણ આવે, તોયે મારે આ જંગલોમાં ક્યાંય જવું હશે તો આટલો સામાન લઈને એકલા જવાની શક્તિ મારામાં છે એવું માનવા તે તૈયાર નથી.

'ગુપ્તાજી મને લેવા આવવાના છે.' મેં કહ્યું.

'તારો ગુપ્તા તો સેઠ હોવે હે. આવેગા દિન નીકલે બાદ.' પુરિયાએ કહ્યું, 'મું બેઠું હું તારે સાથ.' મને એકલો છોડવાનું તેને મન ન હતું. મને પુરિયા રોકાય તે સામે વાંધો ન હતો, પણ ગુપ્તાજી મને લઈ જાય પછી પુરિયાને તો એકલાં જ જવું પડે, તેથી મેં કહ્યું, 'ના, અજવાળું થતાં કંઈ વાર નહિ લાગે.'

તે બધાંએ ટોળે વળીને કંઈક વાત કરી. થોડી વારે બધાં પોતપોતાનાં પોટલાં અને નાનાં છોકરાં ઊંચકીને અંધકારમાં જ ઢોળાવ ઊતરી ગયાં.

ક્યાંય સુધી હું એકલો બેસી રહ્યો. ઢોળાવ ઊતરી રહેલાં આદિવાસીઓની વાતચીત કોલાહલરૂપે મારા કાન સુધી પહોંચતી રહી. તારાઓ ઝાંખા થયા અને ઉજાસ વધ્યો ત્યારે વૃક્ષોથી છવાયેલા પહાડો અને ઊંડી ખીણો નજરે પડ્યાં. રાત્રીભર શાંત સૂઈ રહેલું અરણ્ય જાણે કે આળસ મરડતું હોય તેમ ઢોળાવો પર છવાયેલાં વૃક્ષો લહેરાયાં. આટલામાં ક્યાંય સપાટ ભૂમિ હશે તો તે ખીણોના તળિયે, પહાડોના મસ્તક પર કે આ સ્ટેશનની છાપરી કે રેલવે ટ્રૅક જેવી જગ્યાએ. બાકીનો આખોયે વિસ્તાર ખીણો, ટેકરીઓ અને અરણ્યોથી છવાયેલો છે.

અજવાળું થતાં જ મને સમજાયું કે સ્ટેશનની છાપરીની બહારથી તો સીધો અરણ્યોમાં ઊતરતો રસ્તો જ છે. અહીં સુધી જીપ આવી શકે તોપણ પાછા જવા માટે જીપને વાળી શકાય તેવી જગ્યા જ અહીં નથી. કદાચ થોડે આગળ જઉં તો જીપ આવતી હોય કે આવીને મારી રાહ પણ જોતી હોય – તેવું વિચારીને મેં મારો સામાન ઊંચકીને આગળ જવાનું નક્કી કર્યું. મને પુરિયા પર ચીડ ચડી: જીપ કે બસ જેવાં સાધનો ક્યાં ઊભાં રહે છે તે પણ તેણે મને જણાવ્યું નહિ! આમ પાછી મારી ચિંતા કરતી હતી!

મેં બિસ્તરો પીઠ પર બાંધ્યો અને બાકીનો સામાન હાથમાં લઈને ઢોળાવ ઊતરવો શરૂ કર્યો.

પાંચેક મિનિટ ચાલ્યા પછી રસ્તાની એક તરફ નાનકડું મેદાન આવ્યું. એક તરફના છેડે સીધી કરાડવાળી ખીણ. મેદાનની વચ્ચોવચ રાયણનું મોટું વૃક્ષ, ઘેરાવદાર છત્ર જેવું, મેદાનને ઢાંકતું ઊભું છે. વૃક્ષની ચારે તરફ પથ્થરો ગોઠવીને વચ્ચે રેતી ભરીને ઓટલો બનાવ્યો છે. પૂર્વ અને પશ્ચિમ તરફથી મધુમાલતીની વેલ વાવીને વૃક્ષ પર ચડાવાઈ છે – જાણે નાનકડું પ્રાકૃતિક ઘર. ઓટલાના પથ્થર પર કાળા રંગથી લખ્યું છે: 'મુનિ કા ડેરા' અને બીજા પથ્થર પર લખ્યું છે: 'બિત્તુબંગા.' અને ત્રીજા એક પથ્થર પર નજર પડતાં જ હું થંભી ગયો.

"પ્રિય લ્યુસી,

અત્યારે જ તને પત્ર લખવાનું મન થઈ આવ્યું. સાથે આજ સુધીની ડાયરી ઉતારી મોકલું છું તે પ્રોફેસર રુડોલ્ફને માટે છે.

અહીં એક ઘટાદાર વૃક્ષ તળે એકલો બેસીને 'મુનિ કા ડેરા' અને 'બિત્તુબંગા'નો અર્થ વિચારતો આ પત્ર લખું છું. હું બેઠો છું તે કોઈ મુનિનું સ્થાનક હશે; પરંતુ 'બિત્તુબંગા' એટલે શું તે હું નથી જાણતો. હું જે ઓટલા પર બેઠો છું ત્યાં આ બધા શબ્દો લખેલા છે.

અહીં ત્રીજી એક આકૃતિ પણ મેં જોઈ અને તે કારણે જ અત્યારે તને પત્ર લખવા બેઠો છું. તને યાદ હોય તો ગયે વર્ષે આપણે ગ્રાન્ડ કેન્યન ગયેલાં ત્યારે તું મને અને પ્રોફેસરને રાત્રે આકાશદર્શન કરાવતી હતી. મને આખું આકાશ તો યાદ નથી, પરંતુ મૃગશીર્ષ અને શ્વાનમંડળ તો તેં અમને વારંવાર બતાવેલાં. એમાંય શ્વાનમંડળનો મુખ્ય ચમકતો તારો વ્યાધ મને બરાબર યાદ છે.

લ્યુસી, એ શ્વાનમંડળની આકૃતિને મળતી આકૃતિ અહીં એક પથ્થર પર દોરેલી છે. હું ખાતરીપૂર્વક તેને શ્વાનમંડળ એટલા માટે નથી કહેતો કે આ આકૃતિમાં વ્યાધના સ્થાને એક ને બદલે બે ટપકાં છે. વધારાનું એક ટપકું ન હોત તો હું તે આકૃતિ શ્વાનમંડળની જ છે તેમ લખી શક્યો હોત...'

હું આટલું લખી રહ્યો હતો ત્યાં જીપની ઘરઘરાટી સંભળાઈ. બે કાગળ વચ્ચેનો કાળો કાર્બન કાઢીને મેં અધૂરો પત્ર ડાયરીનાં પાનાં વચ્ચે મૂક્યો અને રસ્તા તરફ જોતો બેઠો. થોડી જ ક્ષણોમાં વળાંકમાંથી જીપ બહાર આવીને ઊભી રહી.

'નમસ્તેજી.' કહેતો ગૌર વર્ણનો આધેડ ઉંમરનો માણસ ડ્રાઇવરની બાજુની સીટ પરથી નીચે ઊતર્યો. પ્રભાવશાળી મુખમુદ્રા ધરાવતા તે સજ્જન પોતે જ ગુપ્તાજી હોવા જોઈએ તેવું અનુમાન મેં કર્યું. આગળના ભાગે ટાલ પડવી શરૂ થઈ ગઈ હોવાથી તેમનું વિશાળ કપાળ તડકામાં ચમકતું હતું. કપાળમાં તિલક, પાછળ ખભા સુધી ઝૂલતાં ઓડિયાં, ઝીણા વણાટની સફેદ ધોતી, ઝભ્ભો અને ખભે પીળો ખેસ. પોતાના મસ્તક પર હાથ ફેરવતાં તેઓ 'શ્રી હરિ' તેવું બોલ્યા અને મારી તરફ આવ્યા.

એ જ સમયે જીપની પાછળની સીટમાંથી લગભગ લ્યુસીની જ ઉંમરની લાગતી યુવતી ઊતરી. ગુલાબી રંગની સાડી અને ખભા પર ભરત-ભરેલો થેલો સરખાં કરતી તે પણ મારા તરફ આવી. કદાચ તે ગુપ્તાજીની પુત્રી હશે, મેં વિચાર્યું.

'લો, સુપરિયા, મિલો તમારા મહેમાનસે.' ગુપ્તાજીએ પેલી યુવતી તરફ ફરતાં કહ્યું.

મારો શ્વાસ થંભી ગયો. આ સુપ્રિયા ભારતીય? દૂબળીપાતળી, ચમકતાં, આનંદી નયનોવાળી? મારી સામે હસીને હાથ જોડતી યુવતીને હું જોઈ રહ્યો. આ તો કૉલેજ કે યુનિવર્સિટીમાં ભણાવતી હોવી જોઈએ અથવા કોઈ કંપનીમાં એક્ઝિક્યુટિવ હોવી જોઈએ. આને શા દુઃખે આ નિબિડ વનો વચ્ચે આદિવાસી કેન્દ્ર ચલાવવું પડે! મારા આશ્ચર્યને પ્રગટ થતું રોકવા મેં મારી તમામ શક્તિ લગાવી દીધી. મેં હસીને સામે હાથ જોડ્યા અને કહ્યું, 'હેલો.'

જવાબમાં સુપ્રિયાએ હસીને ડોક નમાવી, પછી કહ્યું, 'ગુપ્તાજીનાં પૂજાપાઠ પૂરાં થયા પછી અમે નીકળ્યાં એટલે મોડું થયું.' બોલતાં-બોલતાં તે આગળ જઈ ઓટલા પર બેસતાં કહે, 'થોડી પેટપૂજા કરી લઈએ, પછી નીકળીએ.'

'તમે ગોઠવો તેમ.' મેં કહ્યું. ડ્રાઇવર જીપમાંથી ટિફિન, થર્મોસ અને બીજો સરંજામ લાવ્યો. ગુપ્તાજી શાંતિથી ઓટલા પર બેઠા હતા અને થોડી-થોડી વારે 'શ્રી હરિ'નું ઉચ્ચારણ કરી લેતા.

સુપ્રિયા ટિફિન ખોલવા આગળ નમી. પોતાનો ખભા-થેલો તેણે બાજુ પર મૂક્યો. બીજા હાથમાં એક પુસ્તક હતું તે તેણે થેલા પર મૂક્યું. મેં પુસ્તક હાથમાં લઈને જોયું અને તેના પર અંગ્રેજીમાં છપાયેલું નામ વાંચ્યું : 'મહાભારત.' તેના અનુવાદકનું નામ પણ મેં વાંચ્યું : કમલા સુબ્રહ્મણ્યમ.

'તમે વાંચો છો ?' મેં પુસ્તક હાથમાંથી પાછું મૂકતાં પૂછ્યું. 'હં.' સુપ્રિયાએ ટૂંકાક્ષરી જવાબ આપ્યો અને પ્લેટ સાફ કરીને ગોઠવતાં સામું પૂછ્યું, 'તમે વાંચ્યું છે ?'

હું હસી પડ્યો, 'મેં તો નથી વાંચ્યું. નાનો હતો ત્યારે મિશનરી સ્કૂલમાં ભણ્યો. પછી પરદેશ. ત્યાં તો વાંચવાનો સમય મળે તોપણ મિત્રો જીતવાની કળા, આ કળા, તે કળા...' અમે બંને એકસાથે હસી પડ્યાં.

'આવોજી.' ગુપ્તાજીએ તાંબાનો નાનો ઘડો હાથમાં લેતાં મને કહ્યું. થોડે દૂર જઈને તેમણે હાથ ધોયા અને ઘડો મારા તરફ લંબાવ્યો. ગુપ્તાજીના હાથમાંથી ઘડો લેતાં મને મારાં નાનીમાનું ઘર સાંભરી આવ્યું. કચ્છમાં થોડું રહ્યો ત્યારે શાંતામાસી દૂર-દૂર તળાવથી કે રામ આતાના કોસથી પાણી ભરી લાવતાં. આવો જ ઘડો તેમના માથા પરના હાંડાની ઉપર ચમકતો. ક્યારેક ચંદરમાસીની રેણુ પણ સાથે જતી તો તે આવો ઘડો લઈને આવતી. મને ક્યારેક ઘડો ભરી લાવવાનું મન થતું, હું સાથે જતો પણ ખરો, પરંતુ મને ઘડો ઉપાડવા દેવામાં ન આવતો. છોકરાએ કરવાનાં અને છોકરીઓએ કરવાનાં કામો વચ્ચે સ્પષ્ટ ભેદરેખા હતી. બિચારાં મામી! એમને ક્યાં ખબર છે કે એમનો ભાણિયો ત્યાંથી ગયા પછી બધાં જ કામ જાતે કરતો થઈ ગયો છે!

સહેજ હસીને મેં ઘડો નમાવીને હાથ-પગ ધોયા અને ઓટલા પર જઈને બેઠો. સુપ્રિયાએ નાસ્તો કાઢ્યો. ચાના પ્યાલા ભર્યા અને ગુપ્તાજી માટે કલાઈ કરેલા પિત્તળના પ્યાલામાં ચા ભરવામાં પડી. ડ્રાઇવરની થાળીમાં નાસ્તો મુકાઈ ગયો હતો. તે પોતાનો ભાગ લઈને જીપ તરફ ચાલ્યો.

'એ ભાઈ, ઊભો રહે.' ગુપ્તાજીને ચા પહોંચાડતી સુપ્રિયા ડ્રાઇવર તરફ જોઈને બોલી, 'ત્યાં નથી જવાનું. અહીં ઓટલે બેસ. શેઠ સામે ન બેસવું હોય તો અહીં મારી પાછળ બેસ. હું નહિ અભડાઉં'. ડ્રાઇવર થોડો

અચકાઈને ઊભો રહ્યો, પણ આવ્યો નહિ. ત્યાં જીપ પાછળ જઈને જ બેઠો.

'આપણે કોઈ મુનિ-મહારાજના સ્થાનકને અભડાવતાં તો નથી ને?' મેં 'મુનિ કા ડેરા'ને યાદ કરતાં પૂછ્યું. સુપ્રિયા સાહજિક હસી અને નાસ્તાની પૂરી હાથમાં લેતાં બોલી, 'આ સ્થાનક અમારા બિત્તુબંગાનું છે. એમના માટે મારાથી અભડાવાનો પ્રશ્ન નથી અને જે મુનિ માટે એમણે આ ડેરો બનાવ્યો છે તે મુનિ અહીં ક્યારે પધારશે તે કોઈ જાણતું નથી. કદાચ આવી ચડે તોપણ એ મુનિ કોઈથી અભડાય તેવા નથી.'

સુપ્રિયા કયા મુનિની વાત કરે છે તે હું સમજી ન શક્યો. બિત્તુબંગા માટે તેણે 'અમારા બિત્તુબંગા' કહ્યું એટલે આ નામ તો તેના આશ્રમના કોઈ અંતેવાસીનું જ હોવું જોઈએ.

'કયા મુનિનું સ્થાનક છે?' મેં પૂછ્યું.

'એ તમે એ લોકોને જ પૂછજો ને.' સુપ્રિયા ફરી હસી અને બોલી, 'એમને મળશો ને સાથે રહેશો એટલે આવા તો કેટલાય ડેરા બતાવશે.'

નાસ્તો પૂરો કરીને ઊભા થવાનું ન હોત તો બિત્તુબંગા તે 'એ લોકો' એટલે કોઈ જૂથવિશેષ કે જાતિનું નામ છે કે બીજું કંઈ તે જાણવા મળત, પણ સુપ્રિયાએ વાસણો લઈને ઓટલેથી ઊતરીને ચાલવા માંડ્યું એટલે હું પાણી લઈને તેની પાછળ ગયો. અમે વાસણ સાફ કર્યાં, થેલીમાં ભર્યાં અને જીપમાં મૂક્યાં. ડ્રાઇવર ઝાડી પાછળ જઈને બીડી સળગાવતો હતો.

ધીમી ચાલે ગુપ્તાજી આવ્યા અને અમે જીપમાં ગોઠવાયાં. ડ્રાઇવર આવ્યો એટલે મેં પૂછ્યું, 'કેન્દ્ર પર ક્યારે પહોંચીશું?'

'જી, આજ તો રોકેંગે આપણે ઘર. કલ કી બાતમાં જવાય આસરમમેં.' ગુપ્તાજીએ જવાબ આપ્યો. 'સાતવેં મોડ પર છોડ દેવે સુપરિયાને. એ એનો કામ પતાવી રાત તક આવી જાય. પછી કલ નીકલ લેવે.'

ગુપ્તાજીની બોલવાની છટા અનેરી હતી. એક પ્રદેશમાંથી બીજા પ્રદેશમાં આવી વસેલા માનવીઓની ભાષા કોઈ નવો જ લહેકો અને શબ્દોની ભેળસેળ પામીને વધુ મીઠાશ પકડતી લાગે છે. હું અહીંથી ગયો ત્યારે મારી બોલી સાંભળવા કેટલાય સાથી વિદ્યાર્થીઓ વારંવાર મને વાતો કરાવતા તે યાદ આવતાં મને રોમાંચ થયો. થોડે આગળ જઈને જીપ ડામરના રસ્તે ચડી.

'દસવાં મોડસે પેદલ કેડી જાવે આસરમ સુધી.' ગુપ્તાજી મને ઉદ્દેશીને કહેવા મંડ્યા, 'સાતવાં મોડસે બી જાઈ સકે, પણ થોડા લંબા રસ્તા પડે.' કહીને મને અહીંની ભૂગોળ સમજાવવા મંડ્યા. જંગલનાં રસ્તાઓ-કેડીઓના ભોમિયા અને સામાન લઈને જનારા બંદા, એટલે કે ભાર વહન કરનાર મજૂર - બધું જોઈએ. એકલા ક્યાંય જવાય નહિ. તેઓ પોતે પણ ક્યાંય જતા નથી. જાય

તો જીપમાં અને જીપ લઈ જઈ શકે ત્યાં સુધી. એકમાત્ર આદિવાસી કલ્યાણ કેન્દ્ર જ એવું સ્થળ છે જ્યાં ગુપ્તાજી પગે ચાલીને જાય છે. 'અપણે ગણેશ શાસ્તરી કા કામ હૈ, ભાઈ!' તેમણે કારણ કહ્યું, 'ઓર અપણી સુપરિયા કા. જાણાં તો પડે રે.' કહી તેમણે ફરી મસ્તક પર હાથ ફેરવ્યો અને બોલ્યા, 'શ્રી હરિ.' આ ગણેશ શાસ્ત્રી પણ કેન્દ્રનો કોઈ મહત્ત્વનો કાર્યકર્તા હશે – મેં વિચાર્યું.

જીપ ઊભી રહી. ડામરના રસ્તાથી થોડે દૂર ટેકરીના ખોળામાં બેઠાં હોય એમ નાનાં-નાનાં આઠ-દસ ઝૂંપડાં હતાં. થોડાં માણસો પણ હતાં. જીપ જોઈને તેઓ આગળ આવી ઊભાં રહ્યાં. સુપ્રિયા નીચે ઊતરી અને આગળ આવી. મને કહ્યું, 'તમને રસ પડે તેવું છે. પણ ફરી આવીશું. આજે તો હજી આવ્યા જ છો.'

'જેસી કૃષ્ણ.' ગુપ્તાજીએ હાથ જોડ્યા અને જીપ ચાલી. જમણી તરફના ડુંગર પાછળ વળતાં સામે જ દક્ષિણ ક્ષિતિજે સૂર્યપ્રકાશમાં ચમકતી નદીના વળાંકો દેખાયા. લીલાં, ઘેઘૂર વનો વચ્ચે ખીણમાં ચાંદીના દોર જેવી ધારા જોઈ ગુપ્તાજીએ તે તરફ હાથ જોડ્યા અને બોલ્યા : 'નર્મદે હર.'

'આ નર્મદા છે?' મેં સહસા પૂછ્યું. નર્મદા અહીં આટલે દૂર સુધી! મારા આશ્ચર્યની અવધિ આવી ગઈ.

'ઓહી તો હે.' ગુપ્તાજીએ કહ્યું, 'ઈહાં તો સબ કુછ નર્મદા જ હૈ.'

હું કોઈ અજાણ્યું ખેંચાણ અનુભવતો હોઉં તેમ નદીને એકીટસે નીરખી રહ્યો. બે રાત પહેલાં ભરૂચના પુલ તળે ફાટફાટ પાણી ભરી, ધીમે-ધીમે સરકતી, વિશાળવહના નર્મદા આટલી સફરને અંતે અહીં પણ હશે તે માનવું મારા માટે સહેલું ન હતું. નર્મદા એક મોટી નદી છે તેની મને ખબર હતી, પણ તેનાં મૂળ છેક આટલે દૂરથી વહેતાં હશે તે હું નહોતો જાણતો.

'અહીંનાં જંગલોમાંથી નીકળતી હશે.' મેં પૂછ્યું.

'નહિ રે!' ગુપ્તાજી બોલ્યા, 'નીકલે હે દૂર સે - મેકલ કે પહાડ સે. યહાંથી એક રાતભર અને બીજા આધા દિન રેલ-સફર કરો તબ જાકે પહૂંચો અમરકંટક. ઓહી જ નરમદાજી કા જનમસથાન. અમરકંટક સે નીકલે તો બારાસો મિલ બહે કરકે સમંદરસે મિલે હે મૈયા.'

ગંગા, યમુના, બ્રહ્મપુત્ર - આ ભારતની મોટી નદીઓ છે તે મને ખબર છે. તે નદીઓ ક્યાંથી નીકળે છે તે ખબર હોવા છતાં ક્યાં જઈને કેટલે દૂર સાગરને મળે છે તે વિશે હું અજ્ઞાત જ છું. આમ ભારતની મોટી-લાંબી નદીઓના મારા લિસ્ટમાં આ ત્રણ સિવાયની એક નદીનું નામ આજે ઉમેરાયું : નર્મદા!

વધુ એક વાર તેને જોઈ લઉં તે પહેલાં જીપ વળાંક વળી ગઈ."

# 4

"પહાડી શહેરની ગલીઓમાં જીપ અંદર સુધી લઈ જવાય તેટલી જગ્યા જ નથી. હું મારો સામાન લેવા ગયો ત્યાં ગુપ્તાજીએ મને રોક્યો અને ડ્રાઇવરને કહ્યું, 'લગે હાથ ભીજવા દે કોઈ કે સાથમેં.'

અમે ખાલી હાથે આગળ ચાલ્યા. પાંચેક મિનિટમાં એક ડેલીબંધ મકાન આવ્યું. મુખ્ય દરવાજામાંની નાની ડેલી ખોલી, નમીને અમે અંદર ગયા. અંદર ચોગાન વિશાળ હતું. ચોગાનના બીજે છેડે, આ ડેલીની બરાબર સામે લાંબી પરસાળ પર હારબંધ ઓરડાવાળું ભવ્ય મકાન. ચોકની વચ્ચે તુલસીક્યારો. ડાબા હાથના ખૂણે ગમાણમાં ત્રણેક ગાય, વાછરડાં. પરસાળમાં ગાદી-તકિયાવાળો ઝૂલો. છેક સામેના ભાગે નાહવા-ધોવાની રૂમો.

ઘરમાંથી આરતીની ઘંટડીનો અવાજ સંભળાયો. અમે ચોક વચ્ચે આવ્યા. ત્યાં બાથરૂમ તરફથી તાંબાની ઝારી ભરીને એક રાજસ્થાની પાઘડી પહેરેલો માણસ આવ્યો અને પરસાળના પગથિયે ઊભો રહ્યો. ગુપ્તાજી ત્યાં ઊભા રહ્યા અને હાથ-પગ ધોવામાં પડ્યા. હું સીધો જ પગથિયાં ચડવા મંડ્યો.

'પ્રભુ!' ગુપ્તાજીએ મને રોકતાં કહ્યું, 'હાથ-મુંહ ધો લે, બાદ અંદર ચલે. માં કો પસંદ નહિ આવેગા.' આ શબ્દો સાંભળતાં જ મારા મનમાં ક્ષણિક વિદ્રોહ જાગીને શમી ગયો.

ગુપ્તાજીએ માત્ર સ્વચ્છતાના આગ્રહવશ હાથ-પગ ધોઈને આગળ જવા કહ્યું હોત તો મને આનંદ થાત, પણ પચાસ-પંચાવન વર્ષના ગુપ્તાજી સ્વતંત્ર રીતે વર્તી પણ શકતા નથી તે મારું મન સહી શક્યું નહિ. મને ગુપ્તાજીનાં મા ઉપર પણ ક્રોધ ઊપજ્યો કે આ સ્ત્રી પોતે વૃદ્ધ થઈ હશે છતાં પોતાનાં સંતાનોને સ્વતંત્ર થવા દેતી નથી. વળી જે માતાનો ગુપ્તાજી પર આટલો પ્રભાવ છે તે પોતે તો પુત્ર સામે આવ્યાં પણ નહિ.

ગુપ્તાજી ઘરમાં ગયા. હું હીંચકે બેઠો. છાપાં વાંચ્યાં. થોડી વારે માણસ આવીને ચા મૂકી ગયો તે પી રહું ત્યાં ગુપ્તાજી આવ્યા અને કહ્યું, 'પાણી રાખી દિયે હૈ. અસનાન હો જાય.'

હું નાહીને બહાર નીકળ્યો ત્યારે ગુપ્તાજી બજારમાં ગયા હતા. ઘરમાં કોઈ ન હતું. ગુપ્તાજીના કુટુંબમાં બીજાં કોણ-કોણ છે તેની મને ખબર ન

હતી. આવડું મોટું મકાન અને ફક્ત બે જ માણસો – એ જરા ખૂંચ્યું. હું ફરી પેલા પરસાળના હીંચકે જઈને બેઠો. ત્યાં અંદરના કમરામાંથી ગુપ્તાજીનાં મા બહાર આવ્યાં. ગોળમટોળ ઊજળું મોં, હાથ પર છૂંદણાં ટાંકેલાં. આટલી અવસ્થા અને ભરેલું શરીર છતાં આંખોમાં વૃદ્ધત્વનું નામ-નિશાન નહિ.

'બિહારી બાહેર ગયો.' તેમણે મને કહ્યું. ગુપ્તાજીનું નામ બિહારી છે તેની મને અત્યારે ખબર પડી. માજી હીંચકા પાસે પહોંચ્યાં કે પેલા પાઘડીવાળા માણસે ખુરશી લાવીને ત્યાં મૂકી. મા તેના પર બેઠાં અને મને પૂછ્યું, 'ઘરમાં સબ ઠીકઠાક સે હૈ ?'

મારા જેવા સાવ અજાણ્યા સાથે માજી આ રીતે ઘરનાં વડીલની જેમ વાત કરશે તેવી ધારણા મને ન હતી. મેં જરા અચકાતાં જવાબ આપ્યો, 'મારા ઘરમાં કોઈ નથી. હું એકલો જ છું.' માજી આગળ કંઈ બોલી ન શક્યાં. વાત વાળી લેવા તેઓ બીજી વાતે ચડ્યાં, 'સુપરિયાને કહાં છોડાયે ?'

સુપ્રિયા માટે વપરાતો 'સુપરિયા' શબ્દ માજીના મોઢે તો કંઈક વિશેષ ભાવવાહી લાગ્યો. મને થયું, હું પણ તેને સુપરિયા જ કહીશ.

'સાતવાં મોડે.' મેં જવાબ આપ્યો.

'ભલી છે લડકી.' માજી બોલ્યાં, 'મેં કહ્યું, અબ શાદી કર લે, પર ભટકતી રહે જંગલમાં. મેં કહૂં, મત મારી ગઈ હે છોરીની.' પછી દરવાજા તરફ જોઈને થોડી વાર મૌન સેવી રહ્યાં. પછી પાછાં કહે, 'ઘર આજ ખાલી લાગે મુને. બિહારી કી બહુ, પુત્તર સબ ગવાલિયર ગયેં. આવેંગેં કલ-પરસોં.' કહી તેઓ હસ્યાં અને મને પૂછ્યું, 'તું તો ઠીક સે હૈ ને, છોરા ?'

'હા.' મેં કહ્યું; પછી શું બોલવું તે ન સમજાતાં સામું પૂછ્યું, 'આપ કૈસી હો ?'

'મન્ને કા હોવે હૈ ? બેઠી હૂં ખાસી ખા-પીકે. બારા-તેરા સાલની આઈ થી રાજસથાન સે આ ઘર મેં. અબ દેખો, બૂઢિયા હો ચલી હૂં.' બોલીને તેઓ મુક્ત રીતે હસી પડ્યાં.

હું તેમને હસતાં જોઈ રહ્યો. બાર-તેર વર્ષની વયે આ સ્ત્રી પરણીને અહીં આવી હશે. પેલા દરવાજે તેની સાસુએ તેને પૂજીને અંદર લીધી હશે. ત્યારથી આ તેનું ઘર છે. શરૂઆતમાં કદાચ તે ઘરના નવા સભ્ય તરીકે અહીં હશે, પણ ધીમે-ધીમે તે આ ઘરની એકચક્રી શાસક બની હશે.

'બહુત ભલી હોતી થી મેરી સાસ.' માજી ઊંડો શ્વાસ લઈને આગળ બોલ્યાં, 'અપણી બેટી સમજકે મન્ને સબ કુછ સીખાવે. કભી માર-પીટ બી કર લેતી થી. પર મા ના મારેગી તો બીજા કોણ લોગ આ કે મારેગા ?'

માજીની સ્મૃતિઓ ઊભરાઈ આવી. તેમની વાતો ચાલતી રહી. ગુપ્તાજીનો જન્મ, ગુપ્તાજીની બહેનનો જન્મ, માજીના પિતાનો સ્વભાવ, ધંધો-ધાપો, લગ્નો અને માજીના પતિના અવસાન સુધીનો તમામ ઇતિહાસ અને પ્રસંગો તેમણે વાતોમાં રજૂ કરી દીધા.

મારી જિંદગીનાં આટલાં વર્ષોમાં મેં ક્યારેય કોઈ વ્યક્તિ કે કુટુંબ વિશે આટલી જાણકારી આટલા ટૂંકા સમયમાં મેળવી નથી. પ્રોફેસર રુડોલ્ફ તો સરળ માણસ છે અને હું તેમની સાથે વર્ષોથી કામ કરું છું, છતાં તેમના ઘરે નહોતો ગયો ત્યાં સુધી મને એ પણ ખબર ન હતી કે લ્યુસી નામની ગ્રૅજ્યુએટ પુત્રીના તેઓ પિતા છે.

પોતાની આટલી અંગત વાતો મારા અંતરંગ મિત્રોએ પણ મને નથી કહી, નથી મેં મારી વાત કોઈને કહી. અહીં આવીને હજી થોડા જ કલાકો વીત્યા છે ને આ ઘરને હું એ રીતે ઓળખતો થઈ ગયો કે જાણે તેમની સાથે વર્ષોના સંબંધે જોડાયેલો હોઉં. આટલી સ્વાભાવિક રીતે પહેલી જ વાર મળતા માણસને કોઈ પોતાની અંગત વાતો કરી શકે એવું આજે જોયા-જાણ્યા છતાં માનવું કઠિન લાગે છે.

'હું તો લગભગ એકલો જ મોટો થયો છું.' મેં માજીને કહ્યું, 'મુંબઈના ઘરમાં ડૅડી, મમ્મી અને હું આટલાં જ રહેતાં. મમ્મીના અવસાન પછી મારાં નાનીમા મને પોતાને ઘરે તેડી ગયેલાં; પણ ત્યાં મારી તબિયત સરખી રહી નહિ તેથી ડૅડીએ મને પંચગની મૂક્યો. તે પછી ચારેક વર્ષે હું અને ડૅડી પરદેશ જતા રહ્યા.'

મારી આટલી વાતો મેં તેમને કહી. હું એક અજાણી વૃદ્ધા સાથે આટલો ભળી જઈશ તે કલ્પના પણ મને ન હતી. કોણ જાણે કેમ પણ આ વાતો થયા પછી અચાનક મને માનસિક હળવાશનો અનુભવ થયે. કદાચ જીવનમાં પ્રથમ વખત મને આવી અનુભૂતિ થઈ હશે.

અમે હજી વાતો કરતાં રહેત ત્યાં ગુપ્તાજી આવ્યા, 'ખાણા લગવા દિયો, મા!' તેમણે ઓટલા પાસે પગ ધોતાં કહ્યું.

પેલો પાઘડીવાળો માણસ પાટલા-બાજઠ ગોઠવી ગયો. સામે એક બીજો બાજઠ મૂક્યો. તેના પર માજી બેઠાં અને અમારાં ભાણાંને જોતાં રહ્યાં. 'આ લાવો – તે લાવો' કહેતાં વચ્ચે-વચ્ચે 'મારી સુપરિયાને ખાણા મિલા હશે કે નહિ?' તેવી ચિંતા કરતાં રહ્યાં.

બપોરે મારે ઊંઘવા સિવાય કંઈ કામ ન હતું. રાતની સફર પછી થાક તો લાગ્યો હતો, પણ મને ઊંઘ ન આવી. છેલ્લા કમરામાં બારી પાસે મારા

માટે નખાયેલા ઢોલિયા પર લંબાવીને મેં 'ના કહેવી હોય ત્યારે હા ન કહેવી' નામનું પુસ્તક વાંચ્યા કર્યું. વગર કામની પળોજણમાંથી ઊગરવાના કીમિયા બતાવતું આ પુસ્તક મને મારા મિત્ર રોબર્ટે ભેટ આપેલું. વાંચતાં-વાંચતાં કોણ જાણે કેમ પણ મને ગુપ્તાજીનાં માજી અને તેમની સરખામણીમાં મારાં નાનીમા યાદ આવ્યાં. ત્યારે આટલી જ ઉંમર હશે નાનીમાની અને 'બાને નહિ ગમે'વાળી વાત પણ આ જ રીતે ત્યાં થતી.

નાનીમાના ઘરમાં પણ કેટલાં બધાં માણસો હતાં! ઘર જોકે નાનકડું, પણ કોણ જાણે શી રીતે એમાં અમે બધાં મજાથી રહી શકતાં! મહેશમામા, શાંતામામી, તેમના દીકરાઓ ઉમેશ અને નાનિયો, વિધવા ચંદરામાશી, તેમની દીકરી રેણુ અને પેલા દેવતાનાના.

કચ્છના એક ખૂણે નાનકડા ગામડામાં વીતેલા વર્ષને મેં ભાગ્યે જ ક્યારેક સંભાર્યું હશે. ઝડપથી વહી રહેલાં વર્ષો. કમાઓ અને ભણો, કમાઓ અને ખાઓ, કંઈક બનો, આગળ નીકળી જાઓ – આ બધી ધમાલમાં મને સમય પણ ક્યાં હતો? આજે કંઈ કામ નથી. વાંચવાથી પણ કંટાળું છું ત્યારે આ અરણ્યખોળે વસેલા શહેરમાં મારી આંખો સમક્ષ પેલું સાવ સુક્કી ધરા પર થોરિયાની વાડો વચ્ચે વસેલું ગામડું આવીને ઊભું રહે છે.

'બાને નહિ ગમે.' શાંતામામી જાણે મને સમજાવતાં હોય તેમ કહેતાં. 'ભાણાભાઈ, ઊઠો. સૂરજ ઊગી જશે તો...' કે 'તમારા જેવડા છોકરાઓએ ત્રણ રોટલા તો ખાવા જ જોઈએ. ભૂખ્યા રહેશો તો...' આ દરેક 'તો'ની પાછળનું વાક્ય મામી ન કહેતાં હોત તોપણ અમે બધા સમજી શક્યા હોત: '...બાને નહિ ગમે.'

આમાં સહુથી વધુ નવાઈભરી વાત તો એ હતી કે બા, એટલે કે મારાં નાનીમા તો ક્યારેય પોતાને નથી ગમ્યું એમ કહેતાં જ નહિ. ન ક્યારેય કોઈને વઢે, ન કશું કરતાં રોકે. આમ છતાં જેણે પણ કોઈ ભૂલ કરી હોય તેને ખાતરીથી સમજાઈ જતું કે આવું બાને ગમ્યું નહિ હોય.

બાને ન ગમે તેવું કોઈ કરતું નહિ. એમાં અપવાદ હતા એક હું અને બીજા દેવતાનાના – મારા સદ્‌ગત નાનાના પિતરાઈ. તેમનું મગજ અસ્થિર હતું તે તો હું મોટપણે જાણી શક્યો. કચ્છમાં હતો ત્યારે તો તેમના અસ્વાભાવિક વર્તન વિશે એક જ ખુલાસો સાંભળવા મળતો: 'એ તો દેવતા છે.'

મારું બાળમન પણ તેમના તરફ પૂજ્યભાવ રાખતું. મને ન ગમે તેવું ઘણું તેઓ કરતા, પણ આખરે તો તેઓ દેવતા હતા. જો કોઈ માણસ મટીને દેવતા બની જાય તો તેને પોતાની ઇચ્છા પ્રમાણે વર્તવા તો દેવું પડે ને? ક્યારેક તો

મને પણ થતું કે આ દેવતા બનવાનો કીમિયો હાથ લાગે તો મજાનું!

હું તો સાવ નાનો, ચોથા-પાંચમામાં હોઈશ. મારી મમ્મી ગુજરી ગઈ તેને ત્રીજે કે ચોથે દિવસે મેં ઘરમાં મહેશમામા અને નાનીમાને જોયાં. સાંજે તેમણે ડેડીને કહ્યું, 'વળતાં હું ભાણિયાને હાર્યે લઈ જાઉં છું. આગળ ઉપર ભગવાન સુઝાડે ઈ કરશું.' આમ મારે કચ્છ જવાનું નક્કી થયેલું. નાનીમાની રતન જેવી દીકરીનું એકમાત્ર સંતાન. હું દસેક દિવસ પછી ગાડીએ ચડીને મુંબઈથી નીકળેલો. રસ્તામાં પેલી મોટીમસ નદી આવી ત્યાં તાંબાનો સિક્કો પાણીમાં પધરાવતાં નાનીમાએ મને હાથ જોડાવેલા અને બોલેલાં, 'હે નરબદામા, મારા ભાણિયાની રક્ષા કરજો!' નાનીમાના આ વાક્યે મને તે નદી પ્રત્યે કંઈક વિશેષ ભાવ પ્રેરેલો – એટલું મને યાદ.

ટ્રેનની અને થોડી બળદગાડાની મુસાફરીમાં મને મજા પડેલી. મમ્મી યાદ આવ્યા કરતી, પણ મને રડવું આવતું ન હતું. જોકે કચ્છ પહોંચ્યા પછી મારે રડવાના ઘણા પ્રસંગો બનેલા.

પહેલા જ દિવસે મામાના નાનિયા સાથે તાંબાનો લોટો લઈને ગામ બહાર થોરિયાની વાડે જઈને બેસવું પડ્યું ત્યારે શરમ અને સંકોચથી મને રડવું આવી ગયેલું. ઓ રે! મારી મમ્મી! આવી જગ્યાએ મને એકલો મૂકી દેવા જ તું ભગવાન પાસે ચાલી ગઈ?... અમારો મુંબઈનો નાનો સુઘડ ફ્લૅટ મને એ દિવસે સાંભરેલો તેવો ફરી ક્યારેય સાંભર્યો નથી.

આજ અચાનક એક નવપરિચિત કુટુંબના ઘરમાં બેસીને આ સ્મૃતિઓ વાગોળું છું. હજી બે દિવસ પહેલાં જ મેં તુષારને શાળાના દિવસો યાદ ન કરવાની સૂચના આપેલી અને આજે? આવું મને કેમ થયું હશે તે વિચારું ત્યાં ફળિયામાં માજીનો અવાજ સંભળાયો, 'પૂરો દિન ભટકતી રઈ. અબ જાકે આવી ઘર. કહૂં, અબ ઢંગથી રહે તો માનું.'

સુપ્રિયા જ આવી હોય તેમ માનીને મેં વિચારવું છોડ્યું અને બહાર આવીને ઊભો. બહાર સુપરિયા પગથિયે હાથ-પગ ધોતી હતી. તે પતાવીને માજીને પગે લાગી અને પછી માજીને બાથમાં લઈ તેમના ગાલ સાથે પોતાનો ગાલ દબાવ્યો.

'ગંદી!' માજીએ તેને બાથમાં લેતાં કહ્યું.

રાત્રે બહાર ફળિયામાં અમારા માટે ઢોલિયા ઢળાયા. માજીએ જાતે પગથિયે ઊભાં રહીને માણસ પાસે આખી વ્યવસ્થા ગોઠવાવી. ઢોલિયા, તે પર ગાદલાં, સફેદ ઓછાડ, ઓશીકાં અને ઓઢણ. માથા તરફના ભાગે નાના ટેબલ પર પાણીનો કળશ અને બાવળનાં લીલાં દાતણ.

હું હીંચકા પર બેઠો-બેઠો બધું ગોઠવાતું જોઈ રહ્યો હતો. સુપરિયા પરસાળમાં થાંભલાને અઢેલીને બેઠી-બેઠી 'મહાભારત' વાંચતી હતી. અમે સૂવાની તૈયારી કરી એટલે ગુપ્તાજીના ઢોલિયા પાછળ નેતરની ખુરશી મુકાવીને માજી બેઠાં. પેલો પાઘડીધારી વાટકીમાં તેલ આપી ગયો. માજી ગુપ્તાજીના માથા પર તેલ ઘસવા લાગ્યાં. પાંચદશ મિનિટ માલિશ કરીને માજી ઊઠ્યાં. જતાં-જતાં મને કહે, 'લગાવું તુંને ?'

'મને ?' મેં આશ્ચર્યથી પૂછ્યું અને તરત સ્વસ્થ થતાં જવાબ આપ્યો, 'નહિ-નહિ. મને ટેવ નથી.' માજી પગથિયાં ચડીને પરસાળમાં પહોંચ્યાં જ હશે કે સુપરિયા બોલી ઊઠી, 'પાર્વતીમા, મને ?'

'તારા મથ્થા ધોઈ લે, છોરી !' પાર્વતીમાએ જવાબ આપ્યો, 'પૂરા જંગલ ભર લાઈ હો માથે પર. કાલ પહેલે નાહી લે તો ફિર તેલ ભી ડાલૂંગી.'

'તો હાલરડું સંભળાવવું પડશે.' સુપરિયાએ હઠ કરી.

'તેરી ઉમર ક્યા લોરી સુણવા જેસી હે ?' કહેતાં માજી હસ્યાં. પછી તરત મંજૂરી આપતાં બોલ્યાં, 'ઠીક, સુણાં દેતી હૂં, પર એક જ.'

'ભલે એક.' સુપરિયા પુસ્તક થેલામાં મૂકીને ઊભી થઈ. અંદર જઈ કપડાં બદલી આવીને પરસાળમાં થયેલી તેની પથારીમાં લંબાવતાં બોલી, 'ચલો, ગાઓ.' માજી પોતાની પથારીમાં બેઠાં તો સુપરિયા કહે, 'તમે તમારે સૂતાં-સૂતાં ગાઓ ને.'

'કોઈ સોતે સોતે લોરી થોડા ગાતા હૈ ?' માજીએ કહ્યું.

સુપરિયાએ હાલરડું સાંભળવાની જીદ કરી તેની મને ખૂબ નવાઈ ઊપજી. આદિવાસી કલ્યાણ કેન્દ્રની સંચાલિકા, આટલા સંપર્કો ધરાવતી, પચીસ-સત્તાવીસ વર્ષની, ભણેલીગણેલી યુવતી બાળક જેવી જીદ કરે તે મારા માન્યામાં ન આવ્યું. પ્રોફેસર રુડોલ્ફ આ યુવતીમાં જે શ્રદ્ધા બતાવે છે તે કયા કારણસર હશે તે સમજવું મને કઠિન લાગ્યું.

'દેખ, મોટ્ટી કહાની ગાઉં હૂં.' માજીએ કહ્યું અને સુપરિયાના મસ્તક પર હાથ ફેરવતાં, બાળકને સમજાવતાં હોય તેમ આગળ બોલ્યાં, 'ખતમ હોણે કે પહેલે સો જાણા.'

સિત્તેર-બોંતેર વર્ષના વૃદ્ધ દેહમાં જાણે અચાનક સ્ફૂર્તિનો સંચાર થયો હોય તેમ પાર્વતીમા ટટ્ટાર બેઠાં. વળતી પળે જે સ્વર અને શબ્દો મેં સાંભળ્યા તે મને અકળ અનુભવ કરાવી ગયા :

*'સમરથ સિમર લૂં શ્રી હરિ, લાગું સરસતી કો પાય,*
*આરાધના અવિનાશીની જો હે આદિ નિરંજનરાય.*

*આદિ નિરંજન અકળ સરૂપ રામજી લિયે ખેલન રૂપ,*
*પ્રથવી કી પાવન ભઈ મનશાય, સુભટ બન પોઢે જલમાંય.*
*જે જે વૈકુંઠરાય...'*

ઝાંખા પ્રકાશને કારણે હું પાર્વતીમાનો ચહેરો જોઈ શકતો ન હતો. જો જોઈ શકતો હોત તો જરૂર કહી શકત કે વર્ષો પહેલાં કપાળમાં લાલ ચાંદલો કરી, લાલ વસ્ત્રોમાં શોભતી, ઘરેણાંથી લદાઈને, તેના બિહારીને ગોદમાં લઈ, સામી પરસાળમાં બેસી, હાલરડું ગાતી હતી તે જ સ્ત્રી આજે આ વૃદ્ધ દેહમાં જીવંત થઈ ગઈ છે. સુપરિયાએ તો પરાણે જાગીને પણ હાલરડું પૂરું સાંભળ્યું હશે. હું આગલી રાતના ઉજાગરા અને થાકથી ભરેલો આ હાલરડાની મોહિનીને ખાળી શકું તેમ ન હતો. ધીમે-ધીમે મારી આંખો ઘેરાતી હતી. તંદ્રામાં જ મને લ્યુસી દેખાઈ. જાણે તે આકાશદર્શનની વાત માંડતી કે ફિઝિક્સના કોયડા ઉકેલતી મને કહે છે, 'આટલું મોટું અનંત વિશ્વ એક જ તત્ત્વમાંથી સર્જાયું છે તે માનવું કેવું રોમાંચક છે, નહિ ?'

લ્યુસી આવું કહેતી ત્યારે તેના રોમાંચને હું સમજી ન શકતો. આજે તેવો જ રોમાંચ મને નાભિ સુધી સ્પર્શી ગયો. 'આદિ નિરંજન અકળ સ્વરૂપ, રામે લીધાં રમવા રૂપ'ના નાદથી તરબોળ બનેલી ક્ષણો અનંત બની જાય તેવું ઇચ્છું ત્યાર પહેલાં નિદ્રા મને ઘેરી વળી.

સ્વપ્નમાં જાણે હું કોઈ જુદા જ વિશ્વમાં પહોંચી ગયો. મારા ચહેરા પર આ ખુલ્લા નભમાંથી વરસતી ચાંદનીનો સ્પર્શ હું ઊંઘમાં પણ અનુભવતો હોઉં એવું મને લાગ્યું. ચાંદની કોઈ અપાર્થિવ શાંતિ પાથરતી હોય, બ્રહ્માંડનો લય જાણે પરસાળમાંથી રેલાઈને ચોપાસ વિસ્તરતો હોય ! મારી સંવેદના જાણે દૃશ્યજગતમાંથી અદૃશ્ય નાદમાં પ્રવેશી ગઈ. હું જાણે કે આ અરણ્યો, આ ભૂમિ, માજી અને સુપ્રિયા ભારતીયને કોઈ નવા જ સ્વરૂપે નિહાળતો હતો.

સવારે ઊઠીને મેં રાતના અનુભવની નોંધ લખી. લ્યુસીને લખેલા અધૂરા પત્રમાં આ બધું ઉતાર્યું અને ઉમેર્યું : 'લ્યુસી, યુનિવર્સિટીઓ અને બીજા અનેક અભ્યાસીઓ અનેક સંશોધનો દ્વારા જે શોધવા કે પ્રસ્થાપિત કરવા માગે છે તે જ વાત આ અફાટ અરણ્યો વચ્ચેના નાનકડા શહેરમાં એક અભણ વૃદ્ધા ગાતી હતી. તું ગ્રીસ અને ઇજિપ્ત જવાની છે, તો હવે તારે અહીં પણ આવવું રહ્યું...'

હું નાહીને તૈયાર થયો ત્યારે સુપરિયા પરસાળમાં બેસીને વાળમાં તેલ નખાવતી હતી. પાર્વતીમા પાછળ બાજઠ પર બેસીને તેના છુટ્ટા વાળમાં તેલ નાખીને ગૂંચો ઉકેલતાં હતાં. સવારના ઉજાશમાં સુપરિયાનો ગોરો, શાંત અને

નિર્મળ ચહેરો જોતાં આ સ્ત્રી આ વનોમાં આદિવાસીઓ વચ્ચે રહીને કામ કરતી હશે તેવું માનવું મુશ્કેલ લાગે.

છેલ્લાં કેટલાંયે વર્ષોથી મેં માણસોને સુખ-સગવડો ભોગવતાં જ જોયાં છે. જેમ વધુ સંપત્તિ તેમ વધુ સુખ એવું માનતી દુનિયામાં મેં અત્યાર સુધીના જીવનનો મોટો ભાગ ગાળ્યો છે. કંઈક મેળવી લેવાની, કંઈક પામવાની, હોદ્દાઓ કે ચંદ્રકો જીતવાની ભૂખ જગાડવાનો તો મારો ધંધો. મારી પાસે તાલીમ પામીને વિજયી થયેલા કેટલાય ચહેરાઓ મને યાદ છે; પણ એમાંના સર્વાધિક સુંદર ચહેરા પર પણ મેં સુપરિયાના ચહેરા પર દેખાય છે તેવી, ઊઘડતી સવાર જેવી પ્રાકૃતિક સૌંદર્યની ઝાંય જોયાનું યાદ નથી આવતું. હા, લ્યુસી ક્યારેક વિચારમાં બેઠી હોય ત્યારે તેના ચહેરા પર સૌમ્યતા છલકાતી; પરંતુ આટલું સરળ સૌંદર્ય તો લ્યુસીનું પણ નથી.

અમે નીકળ્યાં ત્યારે પાર્વતીમાએ સુપરિયાને સંભાળીને જવા કહ્યું અને ઉમેર્યું, 'છોરી, એક વાર તેરી મા કા પતા મિલે...'

તેમની અંગત વાતમાં દખલ ન થાય તેથી હું આગળ જઈને ઊભો; પરંતુ માજીના શબ્દો મારી જિજ્ઞાસાને ઉત્તેજિત કરી ગયા. કોણ અને ક્યાં હશે સુપરિયાની મા? – એ પ્રશ્ન મનમાં જ સમાવીને હું આગળ ચાલ્યો.

શહેરથી દસમા મોડે અમને ઉતારીને ગુપ્તાજીએ વિદાય લીધી. આઠેક આદિવાસીઓ ત્યાં હાજર હતાં. પેલી ગઈ કાલે ટ્રેનમાં હતી તે પુરિયા પણ હતી. તેના પર મારી નજર પડતાં તે મીઠું હસી. તેનું મધુર સ્મિત અમારા પર છવાઈ ગયું. સુપરિયાએ તેને આવકારી, 'આવી છે તું?'

'હોવ.' પુરિયાએ કહ્યું. પુરિયાની પાછળ ઊભેલી એક સ્ત્રીને કદાચ આ ન ગમ્યું કે ગમે તેમ, તેણે પુરિયાનો ચોટલો ખેંચ્યો અને કહ્યું, 'ચડ ગઈ હો, પર તુંને સીધી ની કરાં તો મુંને બોલના!' જવાબમાં પુરિયા કંઈ બોલી નહિ, માત્ર હસીને અંગૂઠો બતાવ્યો.

બધાંએ થોડો-થોડો સામાન ઉઠાવ્યો. આશ્રમના સામાનનાં પોટલાં મોટાં હતાં તે છોડીને નાનાં બનાવીને વહેંચી લીધાં અને અમે ચાલ્યાં. આદિવાસીઓ કેડી પર એકસરખી લાઇનમાં એકની પાછળ બીજો તેમ ચાલ્યાં જતાં હતાં. એ લોકો આગળ નીકળી જાય ત્યારે અમારી રાહ જોતા ઊભા રહેતા. તેમની વાતો સતત ચાલ્યા કરતી. આટલું બધું બોલ-બોલ કરતાં ચાલવાનું કારણ શું હશે તે મને ન સમજાયું.

સુપરિયા કહે, 'જેટલું બોલે છે એટલાં જ મૂંગાં પણ રહી શકે આ બધાં. અત્યારે તો સાંભળ્યું છે કે વાઘ આ તરફ આવ્યો છે એટલે કલબલાટ

કરશે. બાકી તો બાજુમાંથી પસાર થઈ જાય તોપણ ખબર ન પડે એટલાં શાંત અને સાવચેત હોય આ બધાં.'

નીચે ઊંડી ખીણ ધરાવતી પર્વતીય ધારના મથાળે અમે કેડી પર ચાલ્યાં જતાં હતાં. અચાનક ખીણમાંથી ફૂટી નીકળ્યા હોય તેવા લગભગ એકસરખા ચહેરાવાળા બે આદિવાસીઓ કેડી પર આવ્યા.

'આ બિત્તુબંગા આવી ગયા.' સુપરિયાએ કહ્યું અને આગળ ભાર વહી જતાં માણસોને બૂમ પાડીને કહ્યું, 'હવે અમારા માટે રોકાશો નહિ, આ બેઉ જણ આવી ગયા છે.' બે યુવાનોમાંથી એક અમારી આગળ અને બીજો પાછળ ચાલ્યો.

'તો આ તમારા બિત્તુબંગા!' મેં બેઉ આદિવાસીઓને જોતાં કહ્યું, 'મને તો એમ કે બિત્તુબંગા એક જ વ્યક્તિનું કે કોઈ જાતિનું નામ હશે.' જવાબમાં સુપરિયા પોતાનો થેલો પેલા આદિવાસીના હાથમાં આપતાં બોલી, 'છે તો બે જુદાં નામ, પણ અહીં તે એક જ નામ તરીકે વપરાય છે. બેમાંથી કોઈ એકને બોલાવીએ તોયે અમને બિત્તુબંગા જ બોલવાની ટેવ પડી ગઈ છે.'

'બિત્તુબંગા જ બોલે હે.' એમાંના એક યુવાને સુપરિયાની વાતમાં સૂર પુરાવ્યો.

'નીચે ખીણ છે તે કાકરાખોહ.' સુપરિયા મને બધું બતાવતી હતી: 'સામેની ડુંગરધાર પર પણ આવો જ રસ્તો છે. ત્યાંથી પણ કેન્દ્ર પર જઈ શકાય, પણ થોડું લાંબું પડે.'

આગળ જતાં વચ્ચે એક પથ્થર પર બેસીને રડતી પુરિયા મળી. 'વળી તને શું થયું?' કહેતાં સુપરિયા તેની પાસે ગઈ.

'રામબલી પીટા હોગા.' બિત્તુબંગા બોલ્યા. સુપરિયા થોડી ખિજાઈને બોલી, 'તેના વર જોડે ધિંગામસ્તી કરે છે તે રામબલીને જરાય ગમતું નથી. એ જાણે છે તોયે શા માટે તોફાન ઊભું કરે છે?'

'મું કુછ નીં કરા.' પુરિયા મોં ચડાવીને બોલી, 'ઓ મુંને સોતન બોલે હે.' પુરિયાની આ વાત પર સુપરિયા મૌન સેવી રહી. બિત્તુબંગાએ તરત પ્રતિભાવ આપ્યો, 'ઓ તો એસા જ સોચે હે. પૂરી સેતાન હે રામબલી.'

'ઊઠ હવે, ઊભી થા.' સુપરિયાએ કહ્યું અને ઉમેર્યું, 'સાસરે જતી રહે તો આ ઝઘડા તો ન થાય.' પુરિયાએ કંઈ જવાબ ન આપ્યો. તે ઊભી થઈને અમારી આગળ ચાલવા મંડી. અમે આઠેક કિલોમીટર ચાલ્યાં હોઈશું, પણ વાતોમાં અને ઘનઘોર વનોને નીરખવામાં કેન્દ્ર પર ક્યારે પહોંચી ગયાં તેની ખબર પણ ન પડી."

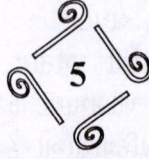

# 5

"પ્રિય લ્યુસી,

ટ્રેનમાંથી ઊતરીને લખવો શરૂ કરેલો તે અધૂરો પત્ર આજે બે મહિના પછી પૂરો કરવા બેઠો છું. વચ્ચે પ્રોફેસરસાહેબને મેં મોકલેલ ડાયરીના ઉતારાઓ તેં પણ વાંચ્યા હોય તો સારું.

આ પત્ર આજે લખવાનું યાદ આવ્યું તેના કારણમાં આગળ વર્ણવ્યું છે તે શ્વાનમંડળ જેવા ચિત્રનું પુનર્દર્શન છે. હું જ્યાં બેઠો છું ત્યાં લખ્યું છેઃ "સોભદરા બાગાન", પછી "બિત્તુબંગા" અને નીચે પેલાં ટપકાં.

બિત્તુબંગાને તો તું હવે ઓળખતી હોઈશ તેમ માની લઉં છું. "સોભદરા બાગાન" એટલે એક પરમસૌંદર્યમયી રાજકુમારી, શ્રીકૃષ્ણની બહેન સુભદ્રાનો બાગ. એ દ્વારિકામાં હોવો જોઈતો હતો; પણ અહીં છે તે આ બિત્તુબંગાની કલ્પનાને કારણે.

અમારા કેન્દ્રથી એકાદ માઈલ દૂર એક નાનકડું ચર્ચ છે. પાદરી થોમસ નીચે તળેટીમાં રહે છે. હું અહીં ફરવા આવું ત્યારે ક્યારેક થોમસ મળે તો હું તેની સાથે ચર્ચના પગથિયે બેસું છું. ચર્ચથી થોડે નીચે ઊતરતાં એક તળાવડી પાસે બિત્તુબંગાનો સર્જેલો આ સોભદરા બાગાન. અહીંથી દૂર-દૂર સુધી ટેકરીઓની હારમાળા જોઈ શકાય છે. તું તો આ સ્થળનું સૌંદર્ય જુએ તો તસવીરો ખેંચતી જ રહે.

પેલાં ટપકાંનું ચિત્ર તે બિત્તુબંગાનું પોતાનું પરિચયચિહ્ન હશે તેમ માનું છું. તેઓ આવું ચિહ્ન શા માટે કરે છે તે મેં પૂછ્યું નથી. હવે બીજી વાર એ જ ચિત્ર જોયા પછી પૂછવાનું મન થાય છે. જે જાણીશ તે મને લખીશ...'

પત્ર પૂરો કરીને હું પાછો જવા નીકળ્યો. સાંજ ઢળતી હતી. થોડી વારમાં અંધકાર ઊતરી આવશે. આશ્રમે પહોંચીને સીધું રસોડે જવું પડશે. હું જરા ઉતાવળે ચાલ્યો ત્યાં સામેથી બિત્તુબંગાને આવતા જોયા. 'ક્યાં ઊપડ્યા બેઉ જણ?' મેં પૂછ્યું. 'બાગાન.' બેઉએ જવાબ આપ્યો. હું વધુ કંઈ પૂછું તે પહેલાં તેઓ આગળ નીકળી ગયા.

સંધ્યા ઢળતાં હું ઘરે પહોંચ્યો. મારા વાંસની દીવાલો અને લીંપણવાળા સુઘડ ઘરમાં આવીને મેં પત્ર કવરમાં મૂકીને સરનામું કર્યું. આવતી કાલે સવારે

સ્ટેશને જતા કોઈ સાથે ટપાલ મોકલી દઈશ તેવું વિચારીને પત્ર સાચવીને મૂક્યો. અંદરના ઓરડામાં જઈને મારી થાળી લઈ હું રસોડા તરફ જવા નીકળ્યો. વચ્ચે કેન્દ્રની ઑફિસ, તેની પેલી તરફ સુપરિયાનું વાંસ-લીંપણવાળું ઘર. સુપરિયા બહાર બેસીને કંઈક વાંચતી હોય તેવું લાગ્યું. મને જતો જોઈને તે ઊભી થઈ, બત્તી બુઝાવી અને વાસણ લેવા અંદર ગઈ.

વાંસના કુટીર ઉદ્યોગોમાં કામ કરતાં આદિવાસીઓ હાથ-પગ ધોઈને ઘરે જવાની તૈયારી કરતાં હતાં. પેલી તરફ હાથ-કાગળનું કારખાનું તો ક્યારનુંય બંધ થઈ ગયું છે.

હું રસોડે પહોંચ્યો ત્યાં પાછળ જ સુપરિયા આવી. 'આપણે સહુથી પહેલાં છીએ.' તે બોલી અને રસોડામાંથી તપેલાં ઊંચકીને ઓટલા પર મૂકતી કમળાડોશીને કહ્યું, 'બીજાં તારો બેલ પાડવાની રાહ જોતાં હશે.'

કમળાએ ભોજન તૈયાર હોવાની સૂચના આપતી ઘંટી વગાડી. થોડી વારમાં દશેક આદિવાસીઓ આવી પહોંચ્યાં. બાબરિયો, ઝૂરકો, પુરિયા, રામબલી, મીઠિયો – બધાં આવીને અમારી પાછળ જ લાઈનસર ઊભાં. કમળા માંદી હોય તેમ વારે-વારે સાડલાના છેડાથી નાક સાફ કર્યા કરતી હતી. મને સૂગ અને ચીડ ચડી. સુપરિયાએ કહ્યું, 'કમળા, કાલે તું રસોઈ ન કરીશ. હું રામબલીને કહું છું કે એકાદ દિવસ રસોડું પણ સંભાળે. તું દવા લઈને આરામ કરજે.'

'બે મહિનાથી મેં ખાસ કશું કામ કર્યું નથી,' જમતાં-જમતાં મેં સુપરિયાને કહ્યું. 'સિવાય કે તમારું મધકેન્દ્ર સંભાળ્યું.'

'એ તે કર્યું ને?' સુપરિયા હસીને બોલી, 'તમે આવ્યા પછી મધ વધારે જમા થાય છે. અમારામાં આવું બને ત્યારે માણસનાં પગલાં સારાં છે તેમ કહેવાય.'

'મધનું વજન કરીને વાસણો ભરતાં વાર લાગે છે. વળી થોડું બગડે પણ છે. આપણે કમ્પ્યુટરાઇઝડ વજનકાંટો અને બૉટલ ભરવાનું મશીન વસાવી ન શકીએ?' મેં અમસ્તું પૂછ્યું.

સુપરિયા એકદમ ચમકી હોય તેમ મારી સામે જોઈ રહી. તેના મુખભાવ જોતાં મને લાગ્યું કે તે કંઈક ઊંડા વિચારમાં પડી ગઈ છે. ધીમેથી તે બોલી, 'વસાવી શકાય, પણ હમણાં તેની જરૂર નથી લાગતી.'

ભોજન પૂરું થયું ત્યાં સુધી તે કંઈ બોલી નહિ. અમે સાથે જ કૂંડી પર જઈને થાળી સાફ કરી. પછી ઘર તરફ પાછાં જતાં હતાં ત્યારે સુપરિયાએ કહ્યું, 'મારે હિરનીટોલા જવું છે. તમે સાથે આવો તો વચ્ચે શાસ્ત્રીકાકાને મળી લઈએ.'

'એમને મળવું જરૂરી છે?' મેં પૂછ્યું. 'શાસ્ત્રીકાકા' એટલે ગુપ્તાજીના ગણેશ શાસ્ત્રી જ હોઈ શકે અને તેમને મળવું મને જરૂરી લાગતું ન હતું.

'તમે આવવાના છો તે જાણીને તેમણે તમને મળવાની ઇચ્છા દર્શાવેલી. તેઓ વડીલ છે અને સંસ્થાના મૂળ સ્થાપકોમાંના એક છે.' સુપરિયાએ, મારા મનોભાવ જાણી ગઈ હોય તે રીતે, જવાબ આપ્યો.

'જઈશું,' મેં કહ્યું, 'તમે કહો ત્યારે.'

'હમણાં તો મારે જબલપુર જવું પડે તેમ છે.' સુપરિયા બોલી, 'મારે મધ ઉછેરકેન્દ્રો સ્થાપીને આદિવાસીઓને કામ મળે તેવું ગોઠવવું છે. તે પછી આપણે જઈ આવીએ.'

'હું જઈ શકું જબલપુર?' મેં પૂછ્યું અને ઉમેર્યું, 'આમેય મારે બીજું કામ નથી.' શહેરમાં જવાની ઇચ્છા તો મને હતી જ. 'ભલે.' સુપરિયાએ કહ્યું.

અમે ઘર પાસે પહોંચ્યાં. સુપરિયા પગથિયું ચડીને અંદર જતી હતી ને મેં કહ્યું, 'આ કમળાએ નિવૃત્ત થવું જોઈએ એવું નથી લાગતું?' અચાનક સુપરિયા થંભી ગઈ. ત્યાં પગથિયા પર જ ઊભી રહીને પાછી ફરી મારા સામે જોઈને પૂછ્યું, 'કેમ?'

તેની નજરમાં પોતાના અધિકારક્ષેત્રમાં મારા અનધિકાર પ્રવેશની નોંધ લેવાયાનો ભાવ હું જોઈ શકું તેટલો સ્પષ્ટ હતો.

'તે થાકી જાય છે.' મેં અચકાઈને કહ્યું, 'ને રસોઈ પણ... અને સ્વચ્છતા જાળવી શકતી નથી. જુઓ ને, તે પોતે જ કેટલી ગંદી અને બીમાર જેવી દેખાય છે! આજે તેનું કામ આપણે બીજાને સોંપવું પડ્યું.'

સુપરિયાના મોં પર વેદનાની ઝાંય પસાર થઈ ગઈ. તે કંઈ બોલ્યા વગર મારી સામે જ જોઈ રહી. તેને મૌન સેવતી જોઈને મારી હિંમત વધી. મેં આગળ કહ્યું, 'જેમની પાસેથી આપણે તેમની બુદ્ધિનું, તેમની આવડતનું, અનુભવનું કામ લેવાનું ન હોય તેવાં માણસોને ચાલીશ-બેતાલીશ વર્ષે છૂટાં કરી યુવાનોને કામ પર લેવાં જોઈએ. તો આપણને શ્રમ સસ્તો પડે. કમળા તો સાઠ વર્ષની થવા આવી. સંસ્થાને આર્થિક રીતે આવાં માણસો ન પોસાય.'

જવાબમાં સુપરિયા સહેજ હસી, તેની આંખો ચમકી અને મને કલ્પના પણ ન હોય તેવા શબ્દો તેણે મને કહ્યા, 'સંસ્થામાં પોતાની રસોઈ જાતે કરી લેવાની છૂટ છે.' હું સમસમી ગયો. સુપરિયા પાછી ફરીને ઘરમાં જતાં કહેતી ગઈ, 'જબલપુર જઈ આવો. તમારે પછી કમળાને અક્ષરજ્ઞાન આપવાનું થશે. મારે એને ભણાવવી હતી, પણ કામ આડે હું ન કરી શકી. તમે કરી શકશો.' અને અંદર ચાલી ગઈ."

# 6

"તે દિવસે જબલપુર જવા નીકળતાં અગાઉ ડાયરી લખી; પછી નિયમ તૂટ્યો. આજે ફરી પીપળાના વૃક્ષ હેઠળ બેસીને ડાયરી લખું છું. લ્યુસીને પત્ર પોસ્ટ કર્યાને દિવસો થયા. તેનો જવાબ કેન્દ્ર પર આવ્યો હશે. હું ક્યારે કેન્દ્ર પર જઈ શકીશ તે ખબર નથી. કીકો વૈદ કહે છે કે હવે એકાદ અઠવાડિયામાં તો હું દોડતો થઈ જઈશ.

જબલપુર જવા નીકળ્યો ત્યારે વહેલી સવારના પાંચ વાગ્યે બિત્તુબંગા મારો સામાન લેવા આવેલા. સામાનમાં તો ખભાથેલામાં બે જોડ કપડાં, કૅમેરા, બાઇનૉક્યુલર અને કામના કાગળો; છતાં તે લોકોએ મને સામાન ઉપાડવા ન દીધો.

સાડાપાંચ-પોણાછ સુધીમાં તો અમે કાકરાખોહની ધાર ઓળંગી ગયા. અજવાળું ડોકાવાની તૈયારીમાં હતું. પંદર ડગલાં આગળ ચાલતા બિત્તુને હવે દેખી શકાતો હતો. આગળ જતો બિત્તુ ઊભો રહી ગયો અને બોલ્યો, 'બંગા, કાલેવાલી મા જા રઈ હે.'

'કોણ ?' બંગા કંઈ કહે તે પહેલાં મેં પૂછ્યું.

'કાલેવાલી મા વાં પર જા રઈ હે.' બિત્તુબંગા એકસાથે બોલ્યા અને નીચેના ઢોળાવ પર એક ખુલ્લી જગ્યા તરફ આંગળી ચીંધતાં આગળ કહ્યું, 'ઓ પથરતલા પર દિખેંગી.'

આટલે દૂર કોઈ ચાલ્યું જતું હોય તેનો અવાજ કદાચ આ બંને વનવાસીઓના કાન પકડી શકે; પરંતુ કોઈ નિશ્ચિત વ્યક્તિ જ જાય છે, અમુક દિશામાં જ જાય છે અને અમુક સ્થળે હમણાં દેખાશે તેની ખબર શી રીતે પડે તે મને સમજાયું નહિ. પણ 'કાલેવાલી મા' શબ્દે મારી જિજ્ઞાસા સતેજ કરી દીધી. મેં પેલી 'પથરતલા'-નામધારી જગ્યા પર નજર માંડી. હમણાં જ માથા પર પીંછાં કે પાંદડાં ખોસેલી, આદિવાસી ભૂવા માફક હાથમાં ઝાડુ-દંડો લઈને તેમની કાળીદેવી દશ્યમાન થશે તે આશાએ મેં દૂરથી પૂરું સૂઝે તેવો ઉજાશ ન હોવા છતાં જોયા કર્યું.

થોડી વારે બે ઊંચા લંગોટધારીઓ ઝાડીમાંથી ખુલ્લી જગ્યામાં આવ્યા. બંનેના ખભા પર તીર-કામઠાં હોય તેવું લાગ્યું. વળતી ક્ષણે જ કાળાં વસ્ત્રો

પરિધાન કરી મોં પર ઘૂંઘટ ખેંચેલી સ્ત્રી-આકૃતિ બહાર આવી અને તરત પાછળ બીજા બે લંગોટધારી આદિવાસી. બધાં જ એક લાઇનમાં ચાલ્યાં જતાં હતાં.

પેલી સ્ત્રીની ચાલવાની ઢબ, તેણે પહેરેલાં વસ્ત્રો અને આગળ ચાલતાં નમીને કાંટા-ઝાંખરાં ખસેડવાની તેની રીત પરથી મને તે અરણ્યવાસિની ન લાગી.

'કોણ હતું?' એક વાર જવાબ મળી ગયો હોવા છતાં જિજ્ઞાસાવશ હું ફરી પૂછી બેઠો. 'કાલેવાલી મા.' બિત્તુબંગા પાસે આથી આગળનો જવાબ ન હતો. 'તમારાં દેવી છે?' મેં પૂછ્યું.

'સબન કા દેવી. પૂરા જંગલ માને હે.' બસ, આવો અણઘડ ઉત્તર.

'બિત્તુ,' મેં પૂછ્યું, 'તને શી રીતે ખબર પડી કે કાલેવાલી મા જ ચાલી જાય છે?'

'પાંવ પકડ લેવે સાઠસાલી કા.' બંગાએ કહ્યું. 'હોવ પાંવ પકડ લેવે.' બિત્તુએ પણ એ જ શબ્દો દોહરાવ્યા. વચ્ચે પગ પકડવાની અને સાઠસાલી જેવા શબ્દોની વાત ક્યાંથી આવી? મારા મગજમાં કંઈ ઊતર્યું નહિ.

મને બિત્તુબંગાની વાત કરવાની આગવી લાક્ષણિકતા અકળાવતી હતી. તેમની વાત સમજવા મારે ખાસી મહેનત કરવી પડતી. લ્યુસી સાથે હોત તો સરળ પડત. તેને તો અજાણ્યા પ્રદેશોમાં રખડતાં, ભાષા વગર વાત કરતાં આવડી ગયું છે. મેં કોશિશ ચાલુ રાખી. ધીમે-ધીમે પૂછીને સ્ટેશને પહોંચતાં સુધીમાં હું આટલું જાણી શક્યો :

અરણ્યોમાં આદિવાસીઓની અનેક જાતિઓ વસે છે. તેમાંના દરેકની ચાલવાની, બોલવાની ઢબ અલગ અને આગવી હોય છે. આ બધાં એકબીજા સાથે જ રહેતાં હોવા છતાં તેમની પોતાની આગવી ઢબ-છટામાં ખાસ લઢણ જાળવી રાખતાં હોય છે. હા, કેટલાંક ગામમાં ડાયા અને તેમના ચોરંટા જરૂર પડે તો બીજી જાતિના માણસની ચાલ અને બોલીની નકલ કરવામાં માહેર હોય છે.

આ બધામાં એક અલગ અને અનોખી જાતિ છે : સાઠસાલી. ખૂબ ઊંડાં વનોમાં રહે છે; બીજી જાતિ સાથે કોઈ વ્યવહાર ભાગ્યે જ રાખે છે અને ખાસ જરૂર વગર તે લોકો પોતાનો વિસ્તાર છોડીને ક્યાંય જતા નથી, નથી કોઈ એમની રજા વગર તેમના ઇલાકામાં જતું. તેઓ પોતાની જાતને નબળાનાં રક્ષણહાર અને વનોનાં રક્ષકો ગણે છે.

આજે કાલેવાલી માને નર્મદાસ્નાન માટે કે કોઈનાં દવા-દારૂ માટે બહાર નીકળવાનું થયું હશે એટલે રક્ષક તરીકે સાઠસાલીઓ તેની સાથે નીકળ્યા છે. તેમના ચાલવાથી થતો પાંદડા-ડાંખળાં તૂટવાનો અવાજ સાંભળીને બિત્તુબંગાને ખબર પડી કે સાઠસાલીઓ આ તરફ ચાલ્યા આવે છે અને સાઠસાલી આ

તરફ આવે તો કાલેવાલી માના રક્ષકો તરીકે આવવું પડે એટલે જ આવ્યા હોય; તે ધારણા પર તેમણે વધુ ધ્યાન આપ્યું તો કાલેવાલી માનાં પગલાંનો અવાજ પણ ઓળખી શક્યા.

મારા આશ્ચર્યનો પાર ન રહ્યો. મને સ્પષ્ટ સમજાયું કે આ સહેલું નથી. અરણ્યો ગમે તેટલાં શાંત અને અબોલ હોય, આટલે દૂરથી ક્યાં કોણ જાય છે તે પારખી લેવું હોય તો આ વનોમાં જ જન્મવું પડે, અહીં ઊછરવું પડે. મારા જેવા યાયાવર માટે આ શક્ય નથી.

સ્ટેશન આવ્યું-ન-આવ્યું ને બિત્તુબંગા ભાગ્યા. કહે, 'કાલેવાલી મા કા દરસન કરેંગે.' મેં કહ્યું, 'મારા પણ પ્રણામ કહેજો તમારાં દેવીને.'

'ઓ તો નીં બોલે હે.' તેમણે જવાબ આપ્યો. આટલા ટૂંકા વાક્યમાં મારે સમજી લેવાનું હતું કે કાલેવાલી મા કાં તો મૌન પાળે છે, કાં તો બીજી આદિવાસી કોમનાં માણસો સાથે બોલતી નથી અથવા મૂંગી છે. મારા મન પર રહસ્યનો બોજ લાદીને બંને જણ ગયા.

ટ્રેન આવવાને હજી એકાદ કલાક હતો. મેં થોડું વાંચ્યું. પછી લટાર મારવા નીકળ્યો. સ્ટેશનથી થોડે આગળ નાનું ગરનાળું છે. તેની પેલી તરફ સિગ્નલ-લાઇટનો થાંભલો, ત્યાં સુધી જઈને પાછા ફરવાનું વિચારીને હું ચાલતો જતો હતો. ટ્રૅક પાસે ઊગેલા ઘાસમાં ચાલ્યો જતો હતો. ચાલવા માટે આવી સપાટ જગ્યા આ અરણ્યોમાં ભાગ્યે જ ક્યાંક મળતી હોય છે.

ગરનાળા પાસે પહોંચીને હું ઊભો રહ્યો. આગળ જવું હોય તો મારે આ ઘાસ-કેડી છોડવી પડે. નાળું ઓળંગવા વચ્ચેનાં સ્લીપર્સ પર જવું પડે. મેં અહીંથી જ પાછા ફરવા વિચાર્યું. થોડી વાર નાળાના થાંભલા પર ઊભા રહીને મેં નીચે વહેતું ઝરણું નિહાળ્યા કર્યું. પથ્થરો વચ્ચેથી વહી જતું શુદ્ધ, પારદર્શક પાણી, શાંત અરણ્યો અને પ્રભાતનો કૂણો તડકો! સામે છેડેથી એક નોળિયો પાણી પીવા ઊતર્યો. મેં ઝોળીમાંથી કૅમેરા કાઢ્યો. નોળિયો ઝરણાના કિનારે નાના પથ્થર પર બેઠો. આગળના પગ અને શરીર ઊંચું કરીને તેણે આસપાસ જોયું અને પછી નમીને, ઝરણામાં મોઢું બોળીને તરત ચપળતાથી પાછો ઘાસ પાછળ અદશ્ય થઈ ગયો. મારા સંગ્રહમાં અલભ્ય એવી થોડી તસવીરો મળ્યાના સંતોષ સાથે હું પાછો ફરવા વળ્યો. કૅમેરા થેલીમાં મૂકવા સાથે મેં ડગલું ભર્યું. મારું ધ્યાન ચાલવામાં ન હતું. થાંભલા પર નિશાની માટે ખોસેલો પાટાનો ટુકડો મારા પગમાં ભરાયો. હું પડું છું એવું ભાન થતાં જ મેં જાત સંભાળવા પ્રયત્ન કર્યો. દૂરથી કોઈનો 'એ... હે!' એવો સ્વર સંભળાયો. પછી શું થયું તે મને યાદ નથી.

ભાન આવ્યું અને આંખો ખૂલી ત્યારે હું ખાટલા પર સૂતો હતો. ચારે તરફ નિર્જન એકાંત. મેં સૂતાં-સૂતાં જ ડોક ફેરવી. થોડું દર્દ થયું અને મારી નજર સમક્ષ પૃથ્વીનું એક ભવ્યતમ સ્વરૂપ ખુલ્લું થયું. હું સૂતો હતો ત્યાં સામે પથ્થરની, સિત્તેર-એંશી ફૂટ ઊંચી, અર્ધચંદ્રાકારે પથરાયેલી કરાડોમાં પોતાનાં મૂળ જમાવીને ટકી રહેલાં પુરાતન વૃક્ષો છે. કરાડોની તળે જે ચોક જેવા ભાગમાં હું સૂતો હતો ત્યાં સામે નાનકડું શિવમંદિર તથા પથ્થરમાંથી જ કોતરીને સર્જ્યો હોય તેવો વિરાટ નંદી.

બીજી તરફ નજર દોડાવું તો આ વિશાળ ચોકના છેડે લોખંડની રેલિંગ. રેલિંગ પાછળ દૂર કોઈ નદીનો સામો કિનારો હોય તેમ હારબંધ ચાલી જતી પથરાળ કરાડો અને રેલિંગ પાછળથી વહી આવતો વહેતાં જળનો ખળખળાટ.

મારા દર્દની, હું ક્યાં છું તેની અને 'મારું શું થશે?' તેની ચિંતા ન હોત તો આ સ્થળની ભવ્યતાને, એના એકાંતને મન ભરીને માણતો રહેત, પરંતુ તે સમયે તો મારી પહેલી ઇચ્છા કોઈ માણસને મળવાની હતી.

મંદિરની પાછળ પથ્થર પર કંઈક વટાતું હોય તેવો અવાજ આવતો હતો. થોડી વારે કોઈ પુરુષનો સ્વર સંભળાયો, 'દવાખાને ન લઈ જવો પડે. આ કીકો વૈદ દરદીને અડે ને એને ખબર પડી જાય કે દેહમાં ક્યાં તકલીફ છે.' થોડી વાર મૌન છવાયું અને ફરી એ જ સ્વર સંભળાયો, 'મારી સાતમી પેઢીએ પોપટ વૈદ્ય થઈ ગયા. એ તો નજર માંડીને રોગ પારખતા ને ઉપચાર કરતા. મહારાજ, વૈદું તો અમારા કુટુંબના લોહીમાં! મારો દરદી સાજો જ થશે. ચિંતા ન કરશો. કંઈ ભાંગ્યું-તૂટ્યું નથી. હા, જીભ દાંત વચ્ચે આવી ગઈ એ ઘા છે, પણ દવાખાને નહિ જવું પડે.'

મને ચીસ પાડીને પેલા માણસોને બોલાવવાનું મન થયું, પણ ગળામાંથી અવાજ કાઢવા સિવાય કંઈ થઈ શક્યું નહિ. જીભ અને હોઠ પર અસહ્ય વેદના થઈ. માથામાં પાછળના ભાગે સણકો આવી ગયો.

મારો અવાજ પેલા માણસોને પહોંચ્યો હશે. તે બંને જણ મંદિર પાછળથી લગભગ સાથે જ આવ્યા. કીકા વૈદને મેં ત્યારે પહેલ-વહેલા જોયા. ગોઠણ સુધી ધોતી, ઉપર બાંય વગરની બંડી, આખા અરણ્યપથમાં શોધ્યો ન જડે તેવો ઊજળો વાન અને કીકા નામને સાર્થક કરે તેવી બેઠી દડી, હાથમાં વટાયેલી દવાનું પાત્ર. ઉતાવળી ચાલે તેઓ મારા તરફ આવ્યા.

સહેજ પાછળ, ધીરગંભીર પગલે, સ્વસ્થ ચહેરે ચાલતો, અરણ્યોએ ઘડેલો હોય તેવો બ્રાહ્મણ ચાલ્યો આવતો હતો. અર્ધા ઉઘાડા શરીર પર જનોઈ,

ચમકતી આંખો, કપાળ પર ત્રિપુંડ, નિર્ણાયક ભાવ. બંને મારી પાસે આવ્યા.

'સૂતો રહેજે. તને સારું જ છે, પણ બોલવાની કોશિશ ન કરતો. આ કીકો તારી દવા કરે છે.' પેલા બ્રાહ્મણે કહ્યું. કીકા વૈદે મારી નાડ તપાસી, પીઠ તળે હાથ નાખીને દબાવી જોયું, પગ-હાથ હલાવી જોયા અને 'નર્મદાની કૃપા છે; આટલેથી પડ્યો પણ બહુ વાગ્યું નથી.' કહીને તેણે સાથે લાવેલો લેપ મારી હડપચી પર લગાવ્યો. પછી કોઈ કડવા ઉકાળામાં પલાળ્યું હોય તેવું કપડું મારા હોઠ પર નિચોવ્યું અને પેલા બ્રાહ્મણ તરફ ફરીને 'દહાડામાં છ-સાત વખત આ ટીપાં મોંમાં નાખજો.' એમ કહી, હાથ જોડી, મંદિરમાં દર્શન કરીને તેઓ ગયા.

'સુપ્રિયાને કહાવ્યું છે.' પેલા બ્રાહ્મણે શુદ્ધ શબ્દો કહ્યા. 'તે બહાર ગઈ છે. આજે આવી જવી જોઈએ.' મેં હાથના ઇશારાથી 'હું ક્યાં છે?' તેવો પ્રશ્ન કર્યો તો કહે, 'નર્મદાને ખોળે. કાલેવાલી મા તને અહીં મૂકી ગયાં. હવે તું તારા ઘરમાં જ છે તેવું માન અને કોઈ વિચાર કર્યા વગર સૂઈ રહે.' કહીને મને પાતળું વસ્ત્ર ઓઢાડી તે મંદિર પાછળ ગયો. એના સિવાય અહીં બીજું કોઈ હોય તેવું લાગ્યું નહિ.

તો હું નર્મદાને ખોળે હતો. અહીં આ નર્મદાના સમયાતીત પ્રવાહે કોતરી કાઢેલી, વળાંક લઈને ફેલાયેલી માતાના ખોળા જેવી ઘાટીમાં એકલો સૂતો હતો. આ દેશના માનવીને હોય છે તેટલું માનું મમત્વ મને નથી. મારી માનો ખોળો પણ મને સ્પષ્ટ યાદ નથી. તે ખોળામાં સૂવા ન મળ્યાનો અફસોસ પણ મને નથી, છતાં આ બ્રાહ્મણે 'નર્મદાને ખોળે' તેમ કહ્યું ત્યારે હૃદયમાં કોઈક ઊંડો, અજાણ ભાવ જાગીને શમી ગયો.

કાલેવાલી મા મને મૂકી ગઈ. એ અજાણી, અદીઠી સ્ત્રી અને તેના સાઠસાલી રક્ષકો મને પેલા નાળા પરથી અહીં લઈ આવ્યાં હશે. પોતાના મલીર પાછળ ચિંતિત ચહેરો છુપાવીને તે મને ઝોળીમાં નાખીને ઊંચકી લાવતા સાઠસાલીઓ પાછળ ચાલતી અહીં સુધી આવી હશે. તેનું નર્મદાસ્નાન કે બીજું અગત્યનું કામ મૂકીને તે મારી સેવા કરવામાં પડી હશે. પછી કીકો વૈદ આવ્યા હશે. જેમના કુટુંબમાં વૈદું લોહીમાં છે, તે વૈદ મને શહેરના દવાખાને લઈ જવાની જરૂર નથી તેમ કહીને મારી દવા કરવામાં પડ્યા હશે.

કુટુંબ! આ શબ્દ કીકા વૈદના અવાજમાં કેવો મધુર લાગતો હતો! મારે કુટુંબ નથી. જે દેશમાં હું વસ્યો, મોટો થયો ત્યાં કુટુંબ જેવું ખાસ કંઈ છે નહિ. ગ્રાન્ડપાનું નામ પણ માંડ યાદ રાખનારી પ્રજાને સાતમી પેઢીના પૂર્વજોનું ગૌરવ લેવાની ટેવ તો ક્યાંથી હોય!

કીકાની જેમ દાદા અને પિતા સાથે જંગલોમાં રખડીને વનસ્પતિઓ

ઓળખવાનું, વીણવાનું તથા બાપ-દાદા સ્વસ્થતા અને આત્મવિશ્વાસથી દર્દીનો ઉપચાર કરતા હોય તે જોઈ, સમજીને શીખવાનું સદ્ભાગ્ય કેટલા જણને મળતું હશે?

કદાચ આ કુટુંબપ્રથા અને કૌટુંબિક પરંપરાની પ્રથા તો આ દેશને ટકાવનારું બળ નહિ હોય? – એ વિચાર આવતાં જ મને ફરી પાછું નાનીમાને ત્યાં ગાળેલું બચપણનું એક વર્ષ યાદ આવી ગયું.

મહેશમામાના મિત્ર રમણીકમામા અમારે ત્યાં આવતા ત્યારે નાનીમાને અચૂક પૂછતા, 'બા, એક્કો કેવોક હાલે છ?' પછી મહેશમામાને કહેતા, 'તારા બાપુ જીવતા હોત તો ગાડું કેમ ગબડે છે, એમ પૂછત. હવે બા એકલાં ખેંચે છે એટલે એક્કો કહેવો પડે.'

'ઢાંઢે હાલતો રેય એટલું બસ છે.' નાનીમા જવાબ આપતાં. 'એક્કો એની મેળે ખેંચાતો રેય.' આટલા નાના વાક્યમાં નાનીમાની સંસાર ચલાવવાની, કુટુંબ સાચવવાની રીતથી માંડીને તેમની વ્યથા, તેમની એકલતા, તેમનાં મનોમંથનો – બધું સમાઈ જતું.

કુટુંબનાં સભ્યો સમજણના એક અદૃશ્ય દોરથી જોડાયેલાં હતાં. દેવતાનાના અને નાની વચ્ચે તો અલૌકિક સમજણ પ્રવર્તતી હતી તે મને આજે સમજાય છે. મને બરાબર યાદ છે કે હું નાનીમાને ત્યાં પહોંચ્યો તેના બીજા જ દિવસે સવારે મારે નાહવા માટે ફળિયામાં ડોલ મુકાઈ. મેં જરા આનાકાની કરી તો મામી કહે, 'આપણે ન્યાં ના'યા વિના ચા-દૂધ પિવાતાં નથ. નાઈ લ્યો જોઉં. નીકર બાને નંઈ ગમે.'

પણ ખુલ્લામાં નાહવા બેસવાની મારી તૈયારી ન હતી. હું ત્યાં જ ઊભો રહ્યો.

'એને ઉઘાડામાં નાવાની ટેવ નોં હોય. ભાણાને ખાટલો આડો મૂકી દ્યો.' પાણિયારા પાસે પૂજામાં બેઠેલાં નાનીમાએ કહ્યું.

ઉમેશે ખાટલો ઊભો કર્યો. ખાટલાની આડશે રહીને મેં માંડ-માંડ કપડાં ઉતારીને શરીર પર કળશો ઢોળ્યો-ન-ઢોળ્યો ને ઓસરીમાં બેઠેલા દેવતાનાના ઊભા થયા. કોઈ કશું સમજે, વિચારે ત્યાં મારી પાસે આવતાંક ને એકદમ ખાટલો ખેંચીને બોલ્યા, 'જય ભોલેનાથ!'

ખલાસ! શેમ! શેમ! હું ધ્રૂજી ઊઠ્યો.

'ઓ રે, ઓ રે! દિગંબર!' ચંદ્રામાશીની રેણુ સામે થાંભલી પાસે બેસીને માથું ઓળાવતી હતી તે તાળીઓ પાડીને બોલી. માશીએ 'ચૂપ મર, ચાંપલી!' કહી તેના વાંસામાં ધબ્બો માર્યો.

હું જ્યાં ઊભો હતો ત્યાં જ ઉભડક પગે ટૂંટિયું વાળીને બેસવા ગયો ત્યાં મારા જ ધક્કાથી ડોલ ઢોળાઈ ગઈ. મારા ક્રોધની સીમા ન રહી. મેં હાથમાં કાદવ ઉઠાવ્યો અને દેવતાનાનાના મોં પર ફેકતાં બોલ્યો, 'લે, લેતો જા!'

નાનીમા પૂજા પડતી મૂકીને દોડતાં આવ્યાં. પોતાના સાડલામાં મને વીંટાળતાં અંદરની ઓરડીમાં લઈ ગયાં. મને આભાસ થયો કે નાનીમાની આંખમાં પાણી આવી ગયાં છે. મને અંદર એકલો મૂકીને તેઓ બહાર નીકળ્યાં. દેવતાનાના હજી ત્યાં જ ઊભા છે તે બારણામાંથી દેખાતું હતું. નાનીમા તેમની સામે ગયાં. ખોળો પાથર્યો. માથું જમીન પર અડાડીને તેમને પગે લાગ્યાં અને કંઈ જ બોલ્યા વગર પાછાં પૂજા કરવા બેસી ગયાં.

ચંદરામાશી મારાં કપડાં લઈને ઓરડીમાં આવ્યાં. મને કપડાં પહેરાવતાં કહે, 'બેટા, દેવતાનાના પર હાથ નોં ઉપાડાય. ઈ તો દેવતા છે. ઈને કાંય ખબર થોડી પડે?' પછી ઉમેરેલું, 'બાને કેટલું બધું નોં ગમે એવું થ્યું?'

જોકે ચંદરામાશીના છેલ્લા વાક્ય સાથે હું સહમત ન હતો. વાંક કંઈ મારો ન હતો. બાએ પણ પછી ચોખ્ખું કહેલું, 'ભાણાને કોઈ કાંય કેસો માં. એનો કાંઈ વાંક નથી.' ત્યાર પછી કોણ જાણે કેમ પણ હું એકદમ ડાહ્યો થઈ ગયેલો. બાને નહિ ગમે એવું લાગતાં જ હું કઠિનમાં કઠિન પરિસ્થિતિ જીરવી જતો. કડવી દવા પી જતો. બાજરાનો રોટલો અને ભાજી ખાઈ જતો. વહેલો ઊઠીને રામ આતાના કૂવે નાહી પણ આવતો.

પેલો ઘીવાળો પ્રસંગ નાનીમાની સમજણનું, કુટુંબ એટલે શું, કુટુંબના સબળા-નબળાની એકબીજા પ્રત્યેની જવાબદારી શું તેનું સ્પષ્ટ દર્શન કરાવી ગયેલો. તે ત્યારે નહોતું સમજાયું, આજ સમજી શકું છું.

તે દિવસે મામીએ પંદર દિવસે થોડું ઘી તાવેલું. અમને બધાંને કહેલું કે સાંજે અમને ઘી-ગોળ-ભાખરીનો લાડુ ખાવા મળશે. ચૂલા પરથી ઉતારીને માટીનો ઘાડવો મામીએ રસોડાના ઉંબરા બહાર પાણિયારા પાસે ઠરવા મૂક્યો. એટલામાં દેવતાનાના પાણિયારે પાણી પીવા આવ્યા. ઘાડવો તેમની નજરમાં આવ્યો કે તરત જ તેમણે 'જય ભોલેનાથ' કહેતાં બંને હાથે ઊંચકી લીધો.

'ગરમ છે! ગરમ છે!' મર્યાદા રાખતાં હોવા છતાં મામી રસોડામાંથી દોડતાં બહાર આવીને બોલ્યાં; પરંતુ ત્યાં સુધીમાં તો ઘાડવાનો ઘા થઈ ચૂક્યો હતો. ફળિયાની માટીમાં ફિણાઈને ઘી ઠરી ગયું.

'મહેશ, તપેલીમાં પાણી ભરીને દાદાના હાથ બોળી દે.' નાનીમા જરા પણ અસ્વસ્થ થયા સિવાય ઊભાં થતાં બોલ્યાં. મહેશમામા તો હવેલીએ જતા રહેલા. ચંદરામાશીએ દાદાના હાથ પર પાણી રેડીને ઉપર દૂધની તર

લગાવી. નાના કંઈ બોલ્યા વગર ખૂણામાં જઈને બેસી રહ્યા.

બપોરે મામા હવેલીએથી આવ્યા. મામી રસોડામાં તેમને જમાડતાં હતાં. હું બહાર બેસીને પલાખાં લખતો હતો. અંદર મામા-મામી ધીમા અવાજે કંઈક વાતો કરતાં હોય તેવું લાગતાં મેં પલાખાં પડતાં મૂકીને કાન માંડ્યા.

'ઈ દેવતા માણસ છે. શું કઈએ એને?' મામાએ કહ્યું.

'ઈને નોં કે'વાય ઈ સમજું છું.' મામી કદાચ રડતાં-રડતાં બોલતાં હતાં, 'આ ભાણો કાંય ખાતો નથ્ય. ઘી થ્યું'તું તે ઈને લાડવો કરી દેવો'તો. ઈ વાતે મને મનમાં લાગ્યું.'

આખો દિવસ કોઈ કંઈ બોલ્યું નહિ. હું માનતો હતો કે મામી રડેલાં તેની મારા સિવાય કોઈને ખબર નથી. મેં રેણુને આ વાત કરવાનું નક્કી કરેલું. ઉમેશ તો મોટો ને નાનિયાને કંઈ એમ થોડું કહેવાય કે બપોરે તારી મા રડેલી?

પણ રાત્રે જ મારો ભ્રમ ભાંગી ગયો. અમે બહાર ખાટલા ઢાળીને સૂતેલા. અમને ઊંઘી ગયેલા જાણીને નાનીમા દેવતાનાનાના ખાટલા પાસે આવ્યાં અને કહ્યું, 'હાથ બતાવો જોઉં, કેવાક દાઝ્યા છો?'

નાનાએ આજ્ઞાંકિત બાળકની જેમ હાથ ફેલાવ્યા. થોડે દૂર રહી, લાજ આઘી કરીને નાનીમાએ નમીને ચાંદનીના અજવાળે જોઈ શકાય તેટલું જોયું અને કહ્યું, 'અરેરે! ભગવાને તમને આવું શેં સુઝાડ્યું? આ હાથ આખા કકળી ગ્યા છ!' પછી પરાણે બોલતાં હોય તેમ આગળ બોલ્યાં, 'અને મારી શાંતાવહુ રોઈ ઈ વધૂકું.'

ખલાસ! નાનીમાના દુઃખે મારું હૃદય ચિરાઈ ગયું. મેં ક્યારેય તેમને મોઢે કોઈને ઠપકો અપાયાનું જાણ્યું ન હતું. તે રાત્રે ચાંદનીના અજવાળે, એક માનસિક રીતે નબળા માણસને, જેને પોતાનો વડીલ માનતાં હતાં તેને, ઠપકાભર્યાં વેણ કહીને પોતાનું વ્રતભંગ કર્યાની પીડા તે વૃદ્ધ સ્ત્રી કેમ સહી શકી હશે તે મને અત્યારે પણ સમજાતું નથી.

તે સમયે દેવતાનાના અને નાનીમાનાં હૃદયોએ જે અનુભવ કર્યો હશે તે વિશે આજ પહેલાં મેં ક્યારેય વિચાર્યું નથી. મેં તો સંબંધોમાં તણાઈ ન જવાની, સ્વસ્થ રહેવાની અને લાગણીવેડાથી દૂર રહીને જાતનું રક્ષણ કરવાની વ્યાવસાયિક તાલીમ લીધી છે. અત્યારે આ અરણ્યોની સાક્ષીએ, તે બંને હૃદયોની વેદના હું એકસામટી અનુભવું છું. તે પ્રસંગ પછી દેવતાનાનાએ ડેલીએ જ બેસી રહેવાનું કેમ રાખેલું તે હવે સમજાય છે...

પેલા બ્રાહ્મણે આવીને ઉકાળાનાં ટીપાં હોઠ પર નાખ્યાં ત્યાં સુધી હું વિચારોમાં ખોવાયેલો રહ્યો. 'બહુ વિચારો ન કરીશ.' બ્રાહ્મણ જાણે મારા

મનોભાવને જાણી ગયો હોય તેમ બોલ્યો. 'ઊભા થવાશે? તો ચાલ અંદર.' કહીને તેણે મને ટેકો કર્યો.

ધીરેધીરે અમે મંદિર પાછળ ગયા. સામે જ ગુફાના મુખ આગળ દીવાલ ચણીને બનાવેલા ત્રણેક કમરા હતા. વચ્ચેના કમરાનું બારણું ખોલીને બ્રાહ્મણે મને અંદર લીધો. વિશાળ ગુફાઘરમાં સુખડની સુગંધ મહેકતી હતી. સામે નાના મેજ પર પથ્થરની દીવાલને ટેકવીને મૂકેલી સિતાર, બાજુમાં તબલાંની જોડ, હાર્મોનિયમ અને કોઈક ત્રીજું વાજિંત્ર. મારું મન ભરાઈ આવ્યું. આવાં વાજિંત્રોને ખરા સ્વરૂપે હું પહેલી વાર જોતો હતો. ફિલ્મ કે ટેલિવિઝનમાં જોયાં હોય: પણ સાચા સ્વરૂપે આ વાદ્યો! મેં અહોભાવથી જોયા કર્યું.

'સાંભળવું છે?' બ્રાહ્મણે કહ્યું, 'સુપ્રિયા આવે પછી વગાડીએ.' કહી તે દીવાલ પાસે ગોઠવેલા કબાટ તરફ ગયો. કબાટ ખોલીને થોડી ચોપડીઓ કાઢી. મારી નજર કબાટ પર ટાંગેલી તસવીર પર ગઈ. કદાચ સુપરિયાનો અને સાથે કોઈ યુવાનનો ફોટોગ્રાફ ત્યાં ટિંગાતો હતો. અચાનક મારા ગળામાંથી પ્રશ્નાર્થભાવે 'અં...?' સ્વર નીકળી ગયો અને મેં ફોટોગ્રાફ તરફ આંગળી ચીંધી.

'વનિતા અને સુરેશ છે.' પેલા બ્રાહ્મણે કહ્યું, 'સુપ્રિયાનાં બા-બાપુ.' અને ફોટો ઉતારીને મને હાથમાં આપતાં આગળ બોલ્યો, 'એના જેવો સિતારવાદક ભાગ્યે જ જડે. એ સિતારને જીવી ગયો. આ મંદિર સામે બેસીને અમે વગાડતા; સવાર પડી જતી તોપણ ખબર ન રહેતી.'

મેં ધ્યાનથી ફોટો જોયો. સુપરિયાની માતાનો ચહેરો જ સુપરિયાને વારસામાં મળ્યો છે. ક્યાં હશે આ સ્ત્રી – વનિતા! પોતાની પુત્રીને એકલી છોડીને ક્યાં અને શા માટે ચાલી ગઈ હશે? અને તેનો ફોટો અહીં આ બ્રાહ્મણ પાસે શાથી?

આમાંના થોડા પ્રશ્નોનો ઉકેલ તો સાંજે સુપ્રિયાના આવતાં સાથે જ મળી ગયો. તે આવી. બિત્તુબંગા મંદિરની પરસાળમાં રોકાઈ ગયા. સુપરિયા સીધી જ અંદર આવી અને એક હાથે સાડીનો છેડો માથા પર ઢાંકતી, બીજો હાથ પેલા બ્રાહ્મણના પગ તરફ લંબાવી, નમીને બોલી, 'પ્રણામ, શાસ્ત્રીકાકા.'

'આવ, બેટા!' ગણેશ શાસ્ત્રીએ તેને આવકારી, 'ઘણું જીવો અને સારાં કામ કરો.'

પછી સુપરિયા મારા તરફ ફરી અને પૂછ્યું, 'કેમ છે હવે?' મેં હથેળી ઊંચી કરીને 'સારું છે'ની નિશાની કરી. સુપરિયાએ મારી પાસે આવીને મારા મોંનું નિરીક્ષણ કર્યું અને શાસ્ત્રીજીને પૂછ્યું, 'શહેર લઈ જવા છે?'

'જરૂર નથી.' શાસ્ત્રીએ જવાબ આપ્યો, 'સારું થઈ જશે. થોડા દિવસ ભલે રહે, મને પણ ગમશે.'

# 7

"કીકા વૈદ રોજ સવારે આવે છે. હવેથી બે દિવસે આવશે તેમ કહેતા હતા. હું કેન્દ્ર પર ક્યારે જઈ શકીશ – એવું મેં પૂછ્યું નથી. કદાચ આ એકાંતવાસ મને ગમવા માંડ્યો છે. હું ક્યારેય આવા વિજન સ્થાને, આટલી પરમશાંતિ વચ્ચે ગુફાના કમરાઓમાં રહ્યો નથી. આ સાવ સગવડ વગરના સ્થળમાં એવું કંઈક છે જે મેં અગાઉ ક્યારેય માણ્યું નથી.

અમે જાતે રાંધીએ છીએ. મારાથી તો કાચુંપાકું જ રંધાય છે. જાતે કપડાં ધોઈએ છીએ. પુસ્તકોનો ભંડાર ખોલીએ છીએ. મારી માતૃભાષામાં મેં કદાચ પહેલી જ વાર આટલું વાંચ્યું હશે. ગઈ કાલથી તો શાસ્ત્રીજી પાસે બેસીને તબલાં શીખવાનું પણ શરૂ કર્યું. બોલવામાં મુશ્કેલી પડે છે તે સિવાય ખાસ પીડા નથી.

સુપરિયા આજ સવારે ગઈ અને બપોરથી પાર્વતીમા અને ગુપ્તાજી આવ્યાં છે. માજી આવતાંવેંત મને વઢ્યાં. કહે, 'તું બી ભટક અને મર આ જંગલમાં! મન્ને તો ફિકર હોવે હે. સુણાં કે તું નાલેમેં પડ ગયા તો ભાગ કર આયી હૂં.'

હું જવાબમાં માત્ર હસી જ શક્યો અને હાથ જોડ્યા. તો માજી શાસ્ત્રીની પાસેથી 'મને શું થયું? કેમ દવા કરી?' તે બધી વિગત મેળવવા બેઠા. એક પરિવાર એકઠો થયો હોય તેમ અમે સાથે રહીએ છીએ.

સાંજે હું ખાટલે પડ્યો વાંચતો હતો ત્યાં મારું ધ્યાન ગુપ્તાજી અને શાસ્ત્રીજીની વાતો તરફ ખેંચાયું. મેં પુસ્તક બંધ કર્યું અને બહાર ઓટલે આવીને બેઠો.

એ બંને કોઈકની પ્રવૃત્તિઓની વાતો કરતા હોય તેવું લાગ્યું. ગુપ્તાજીએ કહ્યું, 'ઓ હમારે ધરમથી નહિ, અલગ ધરમથી કામ કરેગા.' ઘડીભર મને થયું કે કદાચ મારા વિશે વાતો થતી લાગે છે. પરંતુ હું આવીને બેઠો તોપણ વાતો તો ચાલતી રહી.

શાસ્ત્રીજી હો-હો કરતા હસી પડ્યા અને રેલિંગને ટેકો દઈ પગ લંબાવીને બેસતાં બોલ્યા, 'બિહારી, એ જે કરે તે કરવા દે. કામ તો સમાજનું જ થાય છે ને? રહી ધર્મની વાત. એ એના ધર્મથી કરે કે તારા-મારા ધર્મથી.

આપણે ક્યારેય ધર્મને ઝનૂનથી વળગ્યા છીએ ?'

'અબ તું મન્ને સમજાવેગા ?' ગુપ્તાજીએ શાસ્ત્રી સામે બેસતાં કહ્યું.

શાસ્ત્રીજીએ સામે જવાબ આપ્યો, 'તારું મન જાણે જ છે, બિહારી, પણ મગજ માનતું નથી.' કહી શાસ્ત્રીએ આંગળાં પ્રશ્નાર્થભાવે ફેલાવતાં પૂછ્યું, 'તું વૈષ્ણવ છે, પણ અહીં શંકરના મંદિરે પગે લાગ્યો ને ?'

ગુપ્તાજી હસી પડ્યા અને બોલ્યા, 'સો તો સબ અપણા જ હે.'

'બસ, આ જ વાત.' શાસ્ત્રીએ પલાંઠી વાળતાં કહ્યું. 'ગુપ્તા, આ જ વાત વિચારવા જેવી છે. જેમણે આ દેશને, આ સંસ્કૃતિને જીવતાં રાખ્યાં છે તેમણે ધર્મને જીવનનો પાયો નથી ગણ્યો.'

શાસ્ત્રી થોડું અટક્યા, નર્મદા તરફ જોઈ રહ્યા. શાસ્ત્રીજી શું કહેવા માગે છે તે હું સમજી ન શક્યો. રોજ ટીલાં-ટપકાં કરતો બ્રાહ્મણ આમ બોલે છે તે હું માની ન શક્યો. ગુપ્તા 'શ્રી હરિ' બોલીને મૌન સેવી રહ્યા. ત્યાં શાસ્ત્રીજીએ ગંભીર સ્વરે આગળ કહ્યું, 'બિહારી, હું કે તું માત્ર ઈશ્વરના ભક્તો છીએ, ધર્મના નહિ. આ આખો દેશ આ રીતે જીવે છે.' બોલીને શાસ્ત્રીએ દૂરના એક પથ્થર તરફ આંગળી ચીંધતાં કહ્યું, 'જો, સામે પેલો પથ્થર દેખાય છે ? જા, એના પર સિંદૂર ચોપડી દે અને આપી દે કોઈ દેવનું નામ અને કર એક નવો સંપ્રદાય શરૂ. કોઈ તને રોકે કે તને અનુયાયીઓ ન મળે તો મને ખોટો કહેજે.'

હું સ્તબ્ધ થઈને સાંભળી રહ્યો. દિવસમાં ત્રણ વાર સંધ્યાપૂજા કરનારો એકાંતવાસી બ્રાહ્મણ મને કંઈક જુદો જ દેખાયો.

શાસ્ત્રીજી આગળ બોલ્યા, 'સાંભળ, બિહારી ! ઋષિઓએ જો ધર્મને જ જીવન સાથે જોડ્યો હોત તો આપણે આપણા પોતાના જ ધર્મમાં આટઆટલા સંપ્રદાયો ઊભા થવા દેત ?' કહીને શાસ્ત્રી અટક્યા.

પછી તેમણે જે કહ્યું તે મને સાવ નવી જ દિશા દર્શાવી ગયું. શાસ્ત્રીએ કહ્યું, 'ધર્મ તો બાંધે છે, આજ્ઞાઓ આપે છે. આમ કરો, આ ન કરો, આને માનો આને ન માનો તેનું જ્ઞાન આપે છે. બિહારી, તમે બધાં તો મુક્તિનાં સંતાનો છો – પરમ મુક્તિનાં અને મુક્તિનાં સંતાનો બંધનો અને આજ્ઞાઓને જીવનનું મૂળભૂત જ્ઞાન માનીને ચાલે તેવું મનાય શી રીતે ? તું વિચાર, કઈ તાકાત પર આ પ્રજા તેત્રીસ કરોડ દેવતાને સાચવતી આવી હશે ? બીજાં અગણિત દેવ-દેવતા તો વધારાનાં. આમાં એકાદનો વધારો થઈ જશે તો આ પ્રજાને ભારે નહિ પડે.'

શાસ્ત્રી ફરી અટક્યા, ગુપ્તાજીના વિચારશીલ મુખ તરફ જોયું, બાજુમાં

પડેલા કળશામાંથી થોડું પાણી પીધું અને આગળ કહ્યું, 'જે સંસ્કૃતિ તમને આટલી સ્વતંત્રતા આપતી હોય તે ધર્મને જ જીવનનો પાયો માને છે તેવું કહેવાય કઈ રીતે ?'

હું રસપૂર્વક આ વાતો સાંભળી રહ્યો. ગુપ્તાજીએ થોડું વિચાર્યું હોય તેવું લાગ્યું. પછી તેઓ બોલ્યા, 'ગણેશ, તું જો કહે સો. ભાઈ, મેં તે ધરમ-ધ્યાનનો આદમી લાગું હું. બીજા મન્ને સમજ ના આવે.'

'આ વારે-વારે શ્રી હરિ બોલે છે ને એટલું જ નથી સમજાતું ? તારે તો એની સાથે રોજનો સંબંધ છે. બિહારી, એક વાત સમજી લે; આપણો, આ દેશના તમામનો, સીધો સંબંધ બ્રહ્મ સાથે છે. મેં કહ્યું તેમ આપણે મુક્તિનાં સંતાનો છીએ. આ દેશ અધ્યાત્મ પર ટકે છે, ધર્મ પર નહિ.' કહી, અટકીને ગુપ્તાજીનો હાથ પકડતાં ફરી કહ્યું, 'તારા શ્રી હરિ પણ બ્રહ્મનું સ્વરૂપ છે. ઈશ્વરને અહીં જન્મ લેવો પડે છે. આપણી સાથે, આપણી જેમ, આપણી વચ્ચે રહીને આપણાં સુખદુઃખ અનુભવવાં પડે છે. મા પાસે હાલરડાં સાંભળીને ઈશ્વર અહીં મોટો થાય છે. જે દેશની માતાઓ બાળકના લોહીમાં પરમબ્રહ્મનો સંદેશ સીંચતી હોય તે દેશને ધર્મો અને નિષેધોનો દેશ કેમ કરીને ગણવો ? સાંભળ, તું તો વેપારી છે, ભણ્યો છે. જરાક વિચાર તો સમજાશે કે આ દેશના અભણ અને નાનામાં નાના માણસને પણ ખબર છે કે પોતે સ્વયં બ્રહ્મનો જ હિસ્સો છે. નાનકડા બાળકથી માંડીને વૃદ્ધો સુધી દરેકે-દરેકને જ્ઞાન છે કે આ જગત બ્રહ્મમાંથી ઉત્પન્ન થયું છે અને ત્યાં જ લય પામે છે. આ જ્ઞાન આપણા લોહીમાં છે.'

ગુપ્તાજીએ દલીલ કરી, 'મન્ને તો ધરમ કે નિયમ પાલના હે. ગનેશ, તું બી તીન બાર નહાધોઈને પૂજા કરતા રહે હે !'

હવે શાસ્ત્રીજીનો સ્વર બદલાયો. તેમણે એક પછી એક સ્પષ્ટ શબ્દો ઉચ્ચારીને કહ્યું, 'બિહારી, નિયમો તો છે. મોટા ભાગના નિયમો સાંસ્કૃતિક નિયમો છે. જીવનને સ્વસ્થ અને સારું બનાવવા એ ઘડાયા અને ધર્મમાં તેનો સમાવેશ કરાયો. અમે બ્રાહ્મણોએ કેટલુંક અનુચિત સર્જ્યું અને કર્મકાંડમાં તમને ખેંચ્યા. એ બધું જવા દે. મારું કહેવું એટલું જ છે કે તારું મન કહે તે કર, મગજ કહે તેમ ન કર. આપણે હજારો વર્ષથી આમ જીવ્યા છીએ. એટલે જ આપણો ધર્મ પૂજા-પાઠ અને યમ-નિયમથી ક્યાંય ઉપરનો છે. મહાપંડિતો પણ એનો પાર પામી નથી શકતા, એટલે હું કે તું તો વધુ શું સમજી શકીએ ? આ તો મને સમજાય છે તેવું તને કહ્યું.'

ગુપ્તાજીએ કહ્યું, 'ઠીક વૈસે કરેંગે.' તે બંનેની વાત શામાંથી નીકળી

હતી તે મને ખબર ન પડી.

સાંજે પાર્વતીમાએ હિરનીટોલાથી માણસોને બોલાવીને ભજન કરાવ્યાં; પ્રસાદ વહેંચ્યો. શંકરના મંદિરના ચોગાનમાં અનેક દેવતાઓને નિમંત્રતાં ભજનોની લહાણ થઈ. હું સાંભળતો રહ્યો.

પાર્વતીમા અને ગુપ્તાજી વિદાય થયાં ત્યારે શાસ્ત્રીએ ફરી ગુપ્તાજીને કહ્યું, 'બિહારી, ધર્મની નથી એટલી ચિંતા મને સંસ્કૃતિની છે, આપણી જીવનરીતિ અને પરંપરાઓની છે. આપણી શ્રદ્ધાની, જીવન પ્રત્યે જોવાની આપણી લઢણની જેટલી ચિંતા મને છે તેટલી બીજી કોઈ વાતની નથી. આ દેશ અને આ પ્રજા વિદેશી શાસકોને જીરવી ગયાં. પરધર્મોને પણ તેમણે આવકાર્યા. પણ હવે જે સાંભળું છું, જોઉં છું એનાથી ડર લાગે છે. હવે આપણી જીવનદૃષ્ટિ બદલવાના પ્રયત્નો થાય છે. આપણી પરંપરા, આપણી સંસ્કૃતિ... આ જશે તો આ દેશ નહિ ટકે. મારી ખરી ચિંતા એ છે, ધર્મ નથી.'

ગુપ્તાજી કંઈ બોલ્યા નહિ. થોડી વાર મૌન સેવ્યા પછી મસ્તક પર હાથ ફેરવ્યો અને બોલ્યા, 'શ્રી હરિ' અને પાર્વતીમાને અને બે રાજસ્થાની માણસોને, ચારેક આદિવાસીઓને લઈને ચાલ્યા. એમની જીપ હિરનીટોલા સુધી જ આવી શકી હતી. હવે ત્રણેક ગાઉ ચાલીને જશે.

પાર્વતીમાને સુપરિયાને મળવું હતું. તે કંઈ તરત પાછી આવે તેમ ન હતું. પાર્વતીમા હિરનીટોલા પહોંચી ગયાં તેવો સંદેશો લઈને સાંજે માણસ આવ્યો. તેણે કહ્યું કે સુપરિયા પણ હિરનીટોલા આવી છે અને બધાં ત્યાં રોકાવાનાં છે. મારી તબિયતના ખબર સુપરિયાને પહોંચાડવાના છે કહી તેણે મને મારી ટપાલ આપી. વિદેશી છાપવાળું કવર જોતાં જ મારું મન આનંદિત થઈ ગયું. લ્યુસીએ લાંબો પત્ર લખ્યો હશે. તે મને યાદ કરતી હશે. કદાચ પોતાની એકાદ તસવીર પણ મોકલી હશે, તેવું વિચારતાં મેં ઝડપથી કવર ખોલ્યું. એક સાદા કાગળ પર લખ્યું હતું :

'ગુરુજી, તમે નિશાળ શરૂ કરી દીધી હશે અને બધા તમને ગુરુજી કહેતા હશે તેવું ડેડી માને છે. તમારી ડાયરી રસપ્રદ હોય છે. વાંચું છું. અગાઉના પત્રમાં તમે શ્વાનમંડળ અને વ્યાધની વાત લખી છે તેનાથી હું ખૂબ ઉત્તેજિત છું. હું અચંબામાં ગરકાવ છું. વ્યાધને સ્થાને બે ટપકાં હોય તેવું શી રીતે બને? તે હું ન સમજું ત્યાં સુધી તમને જણાવીશ નહિ; પરંતુ નીચેના પ્રશ્નોના જવાબ મને તાત્કાલિક લખશો. બિત્તુબંગા પાસે આનો ખુલાસો મળશે જ.

1. તે ચિત્ર શ્વાનમંડળનું જ છે?

2. જો હા, તો આવું ચિત્ર દોરતાં તેઓ ક્યાંથી શીખ્યા ?

3. વ્યાધને સ્થાને તેઓ એકને બદલે બે ટપકાં કેમ કરે છે ?

4. તે બંને કેટલું ભણ્યા છે ?

આ પ્રશ્નોના જવાબ મેળવવા મારા માટે ખૂબ જરૂરી છે. તરત જ માહિતી મોકલશો.

 લ્યુસી.

મને હતાશા થઈ કે ક્રોધ આવ્યો તે નક્કી ન કરી શક્યો. મેં માત્ર એટલું નક્કી કર્યું કે લ્યુસીના પ્રશ્નોના જવાબ તાત્કાલિક શોધવાનો પ્રયત્ન હું નહિ કરું. આપમેળે મળશે તો લખીશ – આમાં મારા માનવ-સંસાધન-વિકાસની તાલીમની, મારા ભણતરની, મારા અઢાર વર્ષોના વિદેશવાસની નિષ્ફળતા સાબિત થતી હોય તોપણ.''

## 8

"સાંજે ચોકમાં ખાટલો ઢાળતો હતો ત્યારે શાસ્ત્રીજીએ પૂછ્યું, 'તું નિશાળ કરવાનો છે?'

'નિશાળ કરવાનો છે?' શબ્દો મને ન ગમ્યા. ઘડીભર મનમાં એમ પણ થયું કે 'સંધ્યા-પૂજા કરીને પડી રહેવા કરતાં કંઈક સારું કરવાનો છું' એવું કહી દઉં. પણ શાસ્ત્રી સામે એવું વર્તન મારાથી ન થયું.

મેં કહ્યું, 'આમ તો હું આદિવાસી સંસ્કૃતિના અભ્યાસ માટે આવ્યો છું. એ માટે આદિવાસીઓને ભણાવવાં પડે તો તે હું કરીશ.' કહીને હું અટક્યો અને જે વાત હું પહેલાં કહી શક્યો ન હતો તે કહી, 'અંધશ્રદ્ધા અને ધર્માંધતાથી પીડાતી આ પ્રજાને સાચા રસ્તે વાળવાનો પ્રયત્ન પણ હું કરીશ. તેમની સુષુપ્ત શક્તિઓને ઓળખી, જગાડીને તેનો મહત્તમ લાભ સમાજને મળે તેવું પણ હું કરવા ધારું છું.'

'કરજે, જરૂર કરજે.' શાસ્ત્રી ખાટલે બેઠા અને સોયમાં દોરો પરોવતા હતા તે કાર્ય અટકાવ્યા વગર બોલ્યા, 'પણ પહેલાં બધું જો, બરાબર સમજ, પછી તને સૂઝે એ કરજે.' દોરો પરોવીને શાસ્ત્રી ઊભા થયા. કમરામાંથી ઉપરણો લઈ આવીને સાંધવા બેઠા.

'બરાબર જોઈ-સમજી શકાય એ માટે તો મેં ભણાવવાથી શરૂ કરવા ધાર્યું છે. એ બહાને તેમને થોડાં સુધારી પણ શકાશે.' મેં શાસ્ત્રીજીની સામે જમીન પર બેસતાં કહ્યું.

શાસ્ત્રી ટાંકા લેતા ગયા અને મારી સામે જોયા વગર બોલતા રહ્યા, 'આદિવાસીઓને સુધારવાનો અધિકાર આપણને છે કે નહિ તે હું નથી જાણતો. હા, તું જો આદિવાસીનાં જીવન સુધારી શકે તો મને ખૂબ આનંદ થાય.'

'એટલે?' અધિકારની વાતથી મને નવાઈ લાગી. 'મારી પાસે યુનિવર્સિટીની પરવાનગી છે. બધા જ કાગળો, જરૂરી મંજૂરીની વિધિ – બધું કર્યા પછી હું આવ્યો છું, અધિકાર વગર નહિ.'

હું જાણે અણસમજુ બાળક હોઉં તેમ ગણેશ શાસ્ત્રી મને જોઈ રહ્યા. સોય-દોરાને એક પતરાની ડબ્બીમાં મૂકીને તેમણે સાંધેલું વસ્ત્ર બાજુ પર મૂક્યું, પછી આગળ બોલ્યા, 'હું તારાં કાગળિયાંની વાત નથી કરતો. તું અહીં રહે,

બધું જો અને સમજ. અત્યારે તો એટલું જ બસ છે.' કહી ઊભા થયા.

શાસ્ત્રી ઓરસિયા પર ચંદન ઘસવા બેઠા. હું એકલો બેસીને વિચારતો રહ્યો. શાસ્ત્રી કયા અને કેવા અધિકારની વાત કરી ગયા તે મારા મનમાં સ્પષ્ટ ન હતું. થોડી વારે હું ઊભો થઈને રેલિંગ તરફ ગયો. ત્યાં બેસીને ડાયરી લખવા મંડ્યો.

મોડી રાત્રે ફાનસના અજવાળે મેં પ્રોફેસરને પત્ર લખ્યો. શાસ્ત્રીજીની અને મારી આજની વાતો લખી અને ઉમેર્યું: 'સર, મને આ માણસ - શાસ્ત્રીની વાત સમજાતી નથી. તેમની દલીલો રસપ્રદ છે. પણ તેમની સાથે સંપૂર્ણ સહમત કે અસહમત થતાં પહેલાં તમે શું સૂચવો છો તે જાણવું મને ગમશે.' લખી, કવર બીડી, સાચવીને થેલામાં મૂક્યું. પછી ક્યાંય સુધી વિચારમાં પડી રહ્યો.

સવારના પહોરે હું રેલિંગ પર હાથ ટેકવીને વહી જતાં જળને નીરખતો રહ્યો. મન પ્રફુલ્લિત હતું. થોડી વારે મારી બાજુએથી પસાર થઈ શાસ્ત્રીજી નદીમાં ઊતર્યા. હું પણ તેમની પાછળ ગયો. અમે બંને જણ નદીસ્નાનની મજા માણતા રહ્યા. શાસ્ત્રીએ નાહતાં-નાહતાં મને વાતોમાં ખેંચ્યો.

'તારું ભણતર ક્યાં થયું, ભાઈ ?'

'શરૂઆતનાં વર્ષો મુંબઈમાં, પછી પંચગનીની બૉર્ડિંગ સ્કૂલમાં અને પછી પરદેશ ગયો.' મેં જવાબ આપ્યો.

'ગામડાં તો જોયાં નહિ હોય.' શાસ્ત્રીએ કહ્યું.

'એકાદ વર્ષ મોસાળ રહેલો.' મેં જવાબ આપ્યો, 'કચ્છમાં નાનું ગામડું છે.'

'મામા શું કરે છે ?'

'મામા નથી. હતા ત્યારે કથા-કીર્તન કરતા. હવેલીમાં ભાગવત વાંચતા.'

'તમે પણ ભાગવત સાંભળ્યું હશે.' શાસ્ત્રીજીએ ડૂબકી લગાવતાં પૂછ્યું. તેઓ બહાર આવે ત્યાં સુધી અટકીને મેં જવાબ આપ્યો, 'ખાસ નહિ. ધર્મ-કર્મમાં કે ક્રિયાકાંડમાં મને શ્રદ્ધા નથી.'

જવાબ સાંભળીને શાસ્ત્રી કંઈ બોલ્યા નહિ. તેમણે જળ હાથમાં લઈને સૂર્યને અર્ઘ્ય આપ્યો. પછી પાણીમાંથી કિનારા તરફ જતાં કહ્યું, 'કંઈ જરૂર નથી. ધર્મમાં શ્રદ્ધા હોવી જરૂરી નથી. પણ માણસને શ્રદ્ધા તો હોવી જોઈએ.'

શાસ્ત્રીની વાત સમજ્યો ન હોઉં તેમ હું મૂઢ બનીને ઊભો રહ્યો. મને શાસ્ત્રી પર ગુસ્સો આવ્યો. થોડા વખત પહેલાં તેમણે અધિકારની વાત કહી. એ હજી મને સમજાઈ નથી ત્યાં આ શ્રદ્ધાની વાત કહે છે. 'ધર્મમાં શ્રદ્ધા ન હોય તો ચાલે, પણ શ્રદ્ધા હોવી જોઈએ.' ખરો છે આ બ્રાહ્મણ! મને

લાગ્યું કે ગુપ્તાજીની સાથે તેમણે જે ચર્ચા કરી હતી તેના અનુસંધાને તો તેમને મારી કામગીરીમાં રસ નહિ પડ્યો હોય ને? તેમના મનમાં સહેજ પણ એવી શંકા હોય કે શાળા દ્વારા હું તેમનાં ધર્મકાર્યોમાં મદદરૂપ થઈશ તો તે મારે નિર્મૂળ કરવી રહી.

કદાચ આ કારણે જ મેં નદીએથી પાછા ફરતાં તેમને કહ્યું, 'હું આદિવાસી શાળા ચલાવું તોપણ ત્યાં ધર્મની વાત આવવાની નથી. કદાચ તેમની અંધશ્રદ્ધા અને વહેમો દૂર કરવા મારે એવું પણ કંઈક કરવું પડે, જેથી તમારી ધાર્મિક લાગણી દુભાય.'

શાસ્ત્રી કંઈ જ ન બોલ્યા, મારા તરફ જોતાં પગથિયાં ચડતા રહ્યા. તેમણે મને જવાબ આપવાનું માંડી કેમ વાળ્યું તે મને ન સમજાયું.

હું વિચારમાં ડૂબી ગયો. શાસ્ત્રીજી કહે છે તેમ આ સંસ્કૃતિ ધર્મથી અલગ કોઈ અવસ્થાને જીવનનો પાયો ગણીને રચાઈ હોય અને ધર્મ તથા પેલી અવસ્થા એકબીજાથી ભિન્ન છે તે જાણી-સ્વીકારીને ચાલતી હોય તો તે કઈ અવસ્થા છે તે શોધવાનું મારે જ છે.

હીન કક્ષાના શાસકો, પરદેશી હુમલાખોરો, કનિષ્ઠ મહાજનો અને અયોગ્ય ધર્મગુરુઓ વચ્ચે પણ પોતાનાં અસ્તિત્વ અને અસ્મિતાને જેવા ને તેવા સ્વરૂપે ટકાવી રાખતી આ પ્રજા પાસે એવો તે કયો જાદુ છે જે કાલાંતરોથી આખાયે દેશને અખંડ - અતૂટ રાખે છે?

ધર્મથી વિમુખ નથી છતાં ધર્મથી પર રહેવાનું આ સંસ્કૃતિ ક્યાંથી શીખી છે? કદાચ મારે પોતે જ આ પ્રશ્નોના જવાબ મેળવવાના છે કે ક્યારેક કોઈક આપશે? ખબર નથી.

સુપરિયા આવી ત્યાં સુધી મારે શાસ્ત્રીજી સાથે ફરી ચર્ચા ન થઈ. હું નિયમિત તબલાં શીખવા બેસું છું, પણ શાળાની કે મારા કામ વિશેની કોઈ વાત મારા ગુરુ કાઢતા નહિ. ક્યારેક રહસ્યમય રીતે મને જોઈ રહેતા. આ વ્યવહાર અમારી વિદાયના દિવસ સુધી ચાલ્યો. અમે કેન્દ્ર પર જવા નીકળ્યાં ત્યારે શાસ્ત્રીજી અમને વળાવવા ઉપર સુધી ચાલતા આવ્યા.

છૂટા પડતી વખતે શાસ્ત્રીજીએ કહ્યું, 'તું પરદેશથી આવ્યો છે અને અહીં આદિવાસીઓ વચ્ચે કામ કરવાનો છે તે જાણ્યા પછી તને મળવાની ઇચ્છા થયેલી. મળાયું તે સારું થયું. આ પ્રજાને બરાબર ઓળખ, તને ઘણું સમજાશે.'

માર્ગમાં મારે સુપરિયા સાથે બધી વાત થઈ. સુપરિયા શાંતિથી કહે, 'આપણે શાસ્ત્રીકાકાની ચિંતાને સમજી શકીએ તેવાં થઈ શકીએ તો-તો સારું. હું બીજું કંઈ તો ન સમજું પણ મને એટલું તો લાગે જ છે કે એકાદ

પ્રાણી કે પક્ષીની નસલનું અસ્તિત્વ જોખમમાં પડે તો આખી દુનિયા તેને બચાવી લેવા તૈયાર થઈ જાય છે. કહેવાતા બુદ્ધિજીવીઓ હાંફળા-ફાંફળા બનીને બોલવા-લખવા બેસી જાય છે. પૈસા ખર્ચે અને વિરોધ પણ કરે. પણ માણસની આખી સંસ્કૃતિ, તેની પરંપરા, તેના જીવનની ધરોહર સમૂળગી નાશ પામે, આખેઆખી વ્યવસ્થા જ ભાંગી પડે તેને પરિવર્તન ગણીને વધાવે – આ મને યોગ્ય લાગતું નથી, તમને લાગે છે?'

સુપરિયાની વાતનો જવાબ મારી પાસે ન હતો. નિ:શબ્દ અરણ્યો પર ચળકતો સૂર્ય ઊંચે આવતો જતો હતો. અમે હરિખોહના માર્ગે આગળ ચાલ્યાં.

હરિખોહ! આ અદ્ભુત, અલૌકિક વનશ્રી, પ્રકૃતિ જેને પરમ મંગલમય અને પ્રિય ગણતી હશે તેવાં સ્થાનોમાં આ ખીણનું નામ અવશ્ય હોવાનું. હરિ અને હરી બેઉ નામને સાર્થક કરતો આ અરણ્યખંડ ખરેખર તો ફરતે ઊભેલી પહાડી ધારોની તળેટીઓ મળતાં રચાયેલું સપાટ મેદાન છે. સ્વયં હરિને રમવા આવવાનું મન થાય તેવું પારલૌકિક સૌંદર્ય અહીં લીલો રંગ ધરીને વીખરાયું છે. કાકરાખોહ પણ હરિયાળી ખીણ છે. પણ ત્યાં સાગ અને સરાઈ વૃક્ષોના બાહુલ્યને કારણે લીલા રંગને એક જ પ્રકારનું દશ્યજગત રચવા મળ્યું છે; જ્યારે આ હરિખોહ! એક જ રંગ આટઆટલી વિવિધતાથી નિખરી શકે તે હકીકત જેણે હરિખોહ જોઈ નથી તે ભાગ્યે જ માની શકે. અગણિત પ્રકારનાં વૃક્ષો-વેલીઓથી છલકાતી આ ખીણ લીલા રંગની અનેકવિધ છટાનાં રહસ્યો ખોલતી પથરાઈ છે.

'કેટલા બધા રંગો છે, નહીં?' મેં સુપરિયા તરફ જોતાં પૂછ્યું.

'રંગ તો એક જ છે, ઝાંય જુદી છે.' સુપરિયાએ સાવ સીધીસાદી રીતે કહ્યું; પણ તેના શબ્દોમાં મને કંઈક જુદી વાત સમજાતી લાગી. સુપરિયાને આવું રહસ્યમય બોલતાં મેં પહેલી જ વાર સાંભળી. મેં ચમકીને તેના તરફ જોયું, પણ તે તો તેના સ્વાભાવિક ઢંગથી ચાલી આવતી હતી. મને પ્રશ્ન થયો કે પાર્વતીમાના મુખે સાંભળેલી પેલી 'આદિ નિરંજન અકળ સ્વરૂપ' પંક્તિઓ અજાણતાં જ સુપરિયાના મુખે વહી ચાલી તો નથી ને?

મને ગણેશ શાસ્ત્રીની વાત ધીમે-ધીમે અહીં ઊઘડતી લાગી. આ દેશને, તેની વિચારસરણીને સમજવાની જરૂર છે તેવું તેઓ શા માટે કહેતા હતા તે થોડું સમજાય છે. એક સાદા નાના વાક્યમાં મોટામાં મોટી વાત સમાવવાની રીત આ પ્રજા ક્યાંથી શીખી હશે તે વિચારું છું તે સાથે જ મને સ્પષ્ટ દેખાય છે કે સરળ પ્રકૃતિમય જીવન જ આનું રહસ્ય હોવું જોઈએ. પ્રકૃતિ સમીપે રહેનાર, તેને આત્મસાત્ કરનાર માનવી જ્યારે શબ્દ વહેતો કરે

છે ત્યારે અજાણપણે જ કોઈ સંદેશો વહી નીકળે છે. આ રહસ્યે જ આ દેશને કબીર, ગંગાસતી, નરસિંહ, તુકારામ અને અનેક જાણ્યા-અજાણ્યા મહામાનવો ભેટ ધર્યાં છે. સર્વશક્તિમાન પ્રકૃતિ સાવ સાદાસીધા માનવીને મુખે અગમવાણી વહેતી કરવાની અદ્ભુત શક્તિ ધરાવે છે.

થોડી વારે બિત્તુગંગાની વાતો શરૂ થઈ. બંને ભાઈઓ એક-બીજા સાથે વાતો કરે તે હું સમજી શકતો ન હતો. બહારના માણસ સાથે વાત કરવા માટે આ લોકો નવી, પોતાને અનુકૂળ ભાષા વિકસાવી લે છે. અંદરોઅંદરની વાતચીત પોતાની મૂળ બોલીમાં જ કરતા હોય છે. બહારનો માણસ સરળતાથી તેમની અંદરઅંદરની વાતો સમજી શકતો નથી.

વચ્ચે બિત્તુ ઊભો રહ્યો. તેને એક ડાળ કાપવી હતી, પણ સુપરિયાએ તેમ કરવાની ના પાડી તેથી ચિડાયેલો. મોઢું ચડાવીને આગળઆગળ ચાલ્યો. થોડી વારે અચાનક ઊભો રહીને કહે, 'ગંડુ ફકીર!' આ શબ્દ તેણે બંગાને કહ્યો, સુપરિયા માટે કહ્યો કે બીજા કોઈ માટે તે હું સમજી ન શક્યો.

હું કંઈ પૂછું તે પહેલાં દૂરની ઝાડીઓમાંથી અવાજ આવ્યો, 'ઓ રિ છોરી, જરા રુકના. તેરે સાથ આ રહા હૂં.' પછીની ક્ષણે સામે ઝાડીમાં હલચલ દેખાઈ અને ઝાંખરાં ખસેડતો, લાલ-લીલાં થીગડાંવાળો ઝભ્ભો પહેરેલો એક માણસ બહાર આવ્યો. એક હાથમાં ચીપિયો, બીજા હાથમાં સીસમના લાકડાનો કાળો દંડો, ખભે ખલતો, માથે ઓળ્યા વગરનાં ઝટિયાં, વધેલી દાઢી અને આંખોમાં ઘેલછાની છાંટ. હજી યુવાન ગણાય તેટલી ઉંમર હશે.

'નયા આયા હૈ ક્યા?' તેણે મારી સામે જોઈને પૂછ્યું. પછી મારા જવાબની પરવા કર્યા વગર સુપરિયા તરફ ફરીને કહે, 'તેરે સાથ ચલૂંગા, છોરી. રોટી ખાઉંગા તેરી.'

'જી ચલીએ.' સુપરિયાએ કોઈ વડીલને આપતી હોય તેવા આદરથી જવાબ આપ્યો.

'ગંડુ ફકીર' શબ્દ કોને માટે વપરાયેલો તે સમજતાં મને વાર ન લાગી, પણ એક ગાંડા જેવા માણસને સુપરિયા આટલો વિવેકથી જવાબ આપે છે તે જોઈને નવાઈ લાગી. પેલા બિત્તુબંગા તો આગળ વધીને ગંડુ ફકીરને પગે અડવા ગયા.

'ચલો હટો.' તે ખિજાયો, 'પાગલ કહાં કે. ભાગો યહાં સે.' તેના ક્રોધની કોઈ અસર બિત્તુ કે બંગા પર ન થઈ. તે બંને તો તેને અડીને જ રહ્યા.

ગંડુ ફકીર. માણસ આવાં નાટક ક્યારે અને શા માટે કરતા હોય છે તે હું બરાબર જાણું છું. મારા વર્ગોમાં મેં આ પ્રકારનાં વર્તન વિશે ભણાવ્યું

પણ છે. મને આ યુવાન ફકીર પ્રત્યે અણગમો થયો, પણ સુપરિયાએ 'જી, ચલીએ' કહી દીધું છે તો તે ગંડુના વરઘોડામાં મારે અનિચ્છાએ પણ સામેલ થવું જ પડશે.

'દેખ, છોરી, આજકી રોટી તેરે ઘર ખાઉંગા.' ફકીર શરત કરતો હોય તેવી અદાથી બોલ્યો.

'જી.' સુપરિયાએ ફરી એવો જ જવાબ આપ્યો. 'મૈં ખુદ બનાઉંગી, બસ ?'

મને લાગ્યું કે મારે સુપરિયાનો વર્ગ પણ લેવો પડશે. કેન્દ્ર પર પહોંચીને વાત. અત્યારે તો હરિખોહનું સૌંદર્ય માણતાં ચાલ્યા કરીએ.

થોડે આગળ એક ટેકરી જેવા ઢોળાવ ઉપર ચાર-પાંચ ઝૂંપડાં હતાં. તે બતાવીને સુપરિયાએ મને કહ્યું, 'છતિયાટોલા જેવા ટીંબા ન જુઓ ત્યાં સુધી ગરીબી શું કહેવાય તે સમજાય નહિ.' તે થોડું અટકી અને આગળ ચાલતાં ફરી બોલી, 'દિવસો સુધી કંદમૂળ ખાઈને ટકાવાતું જીવન કેવું હોય તે છતિયાટોલાનો આદિવાસી નજરે ચડે તો જ સમજાય. અમારો વિકાસ-કાર્યક્રમ આ લોકોને બે વખત કુશકીની રાબ પણ પૂરી પાડી શકે તો તેને મોટી સફળતા ગણું.' હું પાછળ ચાલતાં તેની વાતો સાંભળતો હતો.

અમે ઝૂંપડાંઓ નજીક પહોંચ્યાં અને મેં માનવ-કંકાલ જેવા એક એકલા વૃદ્ધ આદિવાસીને ઝૂંપડા પાસે ઉભડક બેઠેલો જોયો. માત્ર લંગોટભેર બેસી રહીને તે જમીન ખોતરતો હતો. અમારા પર નજર પડતાં જ તે ઊભો થયો.

'ઈથે, ઈથે.' તેણે હાથ લંબાવતાં કહ્યું. મને લાગ્યું કે તે ભીખ માગે છે. અમારી સાથે બચેલો નાસ્તો હતો. તેમાંથી સુપરિયા તેને ખાવા આપી દે તો અમે ચાલતી પકડીએ. એવું કઈ બને તે પહેલાં તે દુર્બળ જન કેડી વચ્ચે આવી બંને હાથ ફેલાવી ઊભો રહ્યો.

'નીં જાણે દૂં ઈહાંસે, બાઈ! ખાલી પેટ નીં જણાં.' તેણે કહ્યું અને અમે બધાં થંભી ગયાં.

'ફિર કભી આયેંગેં, અભી રહને દો.' સુપરિયાએ તેને સમજાવ્યો.

પણ પેલો માને તેમ ન હતો. કહે, 'ખાલી પેટ નીં જાણે દૂં.' અચાનક ગંડુ ફકીર આગળ આવ્યો. પેલાનો હાથ પકડીને કહે, 'ચલ. આજ તેરે ઘર હો જાય.' પછી સુપરિયા તરફ ફરીને કહે, 'ચલ છોરી, ચલતી હૈ ?'

સુપરિયા તેને અનુસરી. આખું ટોળું પેલા ઝૂંપડા પાસે ગયું. ફકીરે પોતાની ઝોળીમાંથી ફાટેલી ચાદર કાઢીને પાથરી. અમે બધાં બેઠાં. ઝૂંપડાની અંદર તો એકથી વધુ માણસ સમાય તેવું હતું જ નહિ.

પેલો આદિવાસી હર્ષથી ગાંડો થતો હોય તેમ નાચી ઊઠ્યો, 'તીરથ હો ગયા! આજ તીરથ હો ગયા!' બોલીને તેણે આનંદ વ્યક્ત કર્યા કર્યો. વચ્ચે 'નીં જાણે દૂં. ખાલી પેટ કીથે જાણાં?' કહેતો રહ્યો.

'અબ તું બોલતા હી રહેગા યા કુછ ખિલાયેગા ભી?' ગંડુ જાણે પેલા પર ઉપકાર કરતો હોય તેમ બોલ્યો.

મતલબ કે આ કંગાલ હવે અમને રાંધી ખવરાવવાની તેની ઇચ્છા પૂરી કરશે. છી! તેના હાથનું કે કદાચ તેણે માગી-ભીખી લાવેલું તે આપશે તોપણ અમે ખાઈશું શી પેરે?

તે પોતાના ઝૂંપડામાં ગયો. અંદર કંઈક ખખડાટ થયો અને થોડી વારે તે પાછો બહાર આવ્યો ત્યારે તેના હાથમાં કાળા રંગની માટલી અને એવો જ કાળો પડી ગયેલો ઍલ્યુમિનિયમનો વાડકો હતાં. માટલી અમારી સામે મૂકતાં તેની આંખમાં અપાર વેદના ઊભરાઈ. તે પરાણે બોલતો હોય તેમ બોલ્યો, 'ઓર કુછ નહિ ઘર મેં. પર ખાલી પેટ નીં જાવા. પાપ લાગે હે.'

'મહુડી છે ને?' સુપરિયાએ વઢતી હોય તેમ કહ્યું. 'મરવાના, પણ મહુડો નહિ છોડવાના.'

'હા. મહુડી જ હે.' પેલાએ નિખાલસતાથી કબૂલ્યું, 'બીજા દાના બી નંઈ ઘર મેં. પર ખાલી પેટ કીથે જાણાં?'

'મીઠું છે ઘરમાં?' સુપરિયાએ પૂછ્યું 'નમક - નમક!' પેલાને સમજાય તે રીતે ફરી બોલી.

'હાં. થોડા હે.' કહી પેલો અંદર ગયો અને કાચની તૂટેલી રકાબીમાં થોડું મીઠું મૂકીને લાવ્યો.

મને થયું કે ગંડુ ફકીરનો ક્રોધ માઝા મૂકી જશે અને તે આ ગરીબ બિચારાને પાઈનો કરી નાખશે; પણ મારા આશ્ચર્ય વચ્ચે ગંડુ ફકીરે પેલી માટલી ઉઠાવી. તે નમાવીને પેલા કાળા વાટકામાં પ્રવાહી રેડ્યું. અમે કંઈ સમજી શકીએ ત્યાર પહેલાં તો તેણે વાડકી મોઢે લગાવી અને મહુડી ગટગટાવી ગયો.

'નર્મદે હર' કહેતાં તેણે વાડકી નીચે મૂકી. પછી પેલા આદિવાસીને કહે, 'બસ? અબ ખુશ?'

મને કમકમાં આવી ગયાં, પરંતુ પેલા આદિવાસીના મુખ પર નિરાંત દેખાઈ. સુપરિયાએ પેલી રકાબીમાંથી મીઠાના બે કણ લીધા અને મોંમાં મૂક્યા. અમે બધાં તેને અનુસર્યાં.

ઊભાં થઈને અમે ચાલ્યાં એટલે પેલો આદિવાસી અમને વળાવવા

આવ્યો. થોડે પહોંચીને અમે છૂટાં પડીએ ત્યાં ગંડુ ફકીરે સુપરિયાના હાથમાંથી નાસ્તા-વાસણની થેલી લઈ લીધી. પછી પેલા આદિવાસી તરફ લંબાવીને કહે, 'લે લે.'

પેલો આનાકાની કરવા મંડ્યો તો ફકીરે પરાણે તેના હાથમાં થેલી પકડાવતાં કહે, 'ફકીર દેતા હૈ. લે લે.' કહી પારકી થેલી પેલાને થમાવી ગંડુ રાજા ચાલવા મંડ્યા. સારું થયું કે બાકીનો સામાન લઈને હું અને બિત્તુબંગા થોડે આગળ નીકળી ગયેલા. નહિતર આ ગંડુ એ પણ આપી દેતાં વાર ન કરત.

હું લગભગ ત્રાસી ગયો. આ ગંડુ, એક નાગોડિયા આદિવાસીની ગંદી માટલીમાંથી એવા જ ગંદા વાસણમાં ઢાલવીને ગંધાતો દારૂ જાણે અમૃત પીતો હોય તેવી અદાથી પી ગયો. પેલા આદિવાસીને દારૂ ન પીવાની સલાહ આપતી સુપરિયા આ ગંડુને કંઈ કહી ન શકી.

બિત્તુબંગા આ દારૂડિયાને પગે પડે છે અને આ પ્રદેશમાં કદાચ સર્વાધિક શિક્ષિત ગણાય તેવી સ્ત્રી સુપરિયા તેને પ્રેમથી પોતાને ત્યાં ભોજન કરવા નિમંત્રે છે. કઈ જાતનો વ્યવહાર છે આ? મેં કદી નથી જાણ્યો, નથી જોયો.

પંદર-વીસ મિનિટ ચાલ્યાં હોઈશું અને ફકીર રસ્તા વચ્ચે ઊભો રહી ગયો, પૂછ્યું, 'છોરી, મૈં ક્યું આતા હૂં તેરે સાથ?'

'મહુડી ચડી ગઈ લાગે છે.' મેં આ નવું નાટક જોતાં વિચાર્યું.

'રોટી તો હમારે યહાં હોગી ન આપ કી?' સુપરિયાએ સાશંક પૂછ્યું.

'મતલબ સમજતી હો?' ફકીરે સામે પૂછ્યું. હું કઈ સમજ્યો નહિ. સુપરિયાએ મૌન સેવીને હાથ જોડ્યા. તો પેલો કહે, 'મતલબ મૈં સમજાતા હૂં. અગર આજ મૈં તેરે ઘર ખાતા હૂં તો મતલબ હૈ ઉસ બૂઢેને હમે ભૂખા નિકાલા હૈ.'

'તમે ક્યાં ખાધું છે?' સુપરિયા લગભગ ઢીલી થઈને બોલી, 'મારો જીવ ન કચવાવશો.'

ગંડુ ફકીર ક્રોધથી બોલ્યો, 'અરે! નહિ કૈસે ખાયા મૈંને? ઉસ કા જિતના થા, સબ તો ખા ગયા!' પછી લાકડી પછાડતાં ઊલટી દિશામાં ફંટાયો. કહે, 'તું અબ જા, મેરી આજ કી રોટી તો હો ગઈ.'

થોડે દૂર પહોંચીને તેણે પાછળ જોયું. અમે હજી ઊભાં હતાં તે જોઈને માટીનું ઢેફું હાથમાં લઈને અમારી તરફ ફેંકતાં બૂમ પાડી, 'ચલે જાઓ સબ. ફકીર સમઝતે હૈં લોગ મુઝે. મૈં અપને આપસે ધોખા નહિ કર સકતા. જાઓ, ચલે જાઓ.' અને ઉતાવળી ચાલે ઝાડીમાં અદશ્ય થઈ ગયો.

હું સ્તબ્ધ થઈ ગયો. મારા તમામ અભ્યાસોને ખોટા પાડતો તે ક્યાં ગયો હશે તેનો વિચાર કરતો હું ઊભો રહ્યો. સુપરિયાનું મોં પડી ગયું, 'ભૂખ્યા પેટે મહુડી પી ગયો છે. ખાશે નહિ તો પેટ સળગી જશે.' તે બોલી.

બિત્તુબંગા સુપરિયાની ઉદાસી પામી ગયા. આશ્વાસન આપતા હોય તેમ કહે, 'કાલેવાલી મા ખિલાવેગી. ફિકર નીં કરા.' અને તેઓ બંને ચાલતા થયા. કાલેવાલી માનો સંદર્ભ નીકળતાં મને બચાવનારી પેલી મલીરધારિણીને મળવા હું તલપી ઊઠ્યો. પણ મારે હજી ધીરજ રાખવાની હતી. હું અને સુપરિયા ધીમા પગલે બિત્તુબંગાની પાછળ ચાલવા મંડ્યાં.

આશ્રમે પહોંચીને મેં તો જમી લીધું. બપોરે આવતી કાલે કરવાનાં કામોની યાદી બનાવી. અત્યારે સૂતાં પહેલાં આ ડાયરી લખવા બેઠો છું.

સંધ્યાસમયે રસોડે ગયેલો ત્યારે સુપરિયા આવી ન હતી. કમળાને પૂછ્યું તો તે કહે, 'ઓ નીં ખાવે.' મને સુપરિયા પર ચીડ ચડી. એક ગાંડાઘેલા ફકીર પાછળ આટલું દુઃખ ભોગવવાનો શો અર્થ હતો? મારું ખાવાનું પતે કે તરત સુપરિયા પાસે જઈને તેને 'લાગણી જીતવાની કળા' પર નાનકડું પ્રવચન આપી આવવાનું મેં વિચારેલું.

મારાં વાસણો ઘરમાં મૂકીને હું સુપરિયાને ત્યાં ગયો તો તે બહાર ફળિયામાં લાઇટ કરીને ખુરશીમાં બેઠી-બેઠી 'મહાભારત' વાંચતી હતી.

'આવો.' મને જોઈને તેણે પુસ્તક બંધ કર્યું, 'વરંડામાં બીજી ખુરશી છે તે લેતા આવો.'

'ના.' મેં કહ્યું, 'હું અમસ્તો જ આ તરફ આવ્યો.' તે શા માટે ભૂખી રહી તે પૂછીને મારે વાત શરૂ કરવાની હતી, પરંતુ હું તેમ કરી ન શક્યો. જરા વાર મૂંઝાઈને ઊભો રહ્યો, પછી સાવ જુદો જ પ્રશ્ન કરી બેઠો, મહાભારત વાંચો છો? ક્યાં સુધી વંચાયું?'

'હા.' કહેતાં તે ઊઠી. પોતે વરંડામાંથી ખુરશી લઈ આવી અને મારી સામે મૂકતાં બોલી, 'તમે તો આ વાંચ્યું નથી, પછી ક્યાં સુધી વંચાયું એ કેમ જાણશો?' કહી તે પાછી પોતાની ખુરશીમાં જઈ બેઠી.

'એમ તો મને થોડીઘણી ખબર છે.' કહી હું તેણે મૂકેલી ખુરશીમાં બેઠો.

'થોડીઘણી એટલે?'

'ભીમ, અર્જુન, કર્ણ – આવું બધું.'

'દ્રૌપદી?' તેણે પગ પર પગ ચડાવતાં પૂછ્યું.

'હા, એની ખબર છે.' મેં મારા બંને હાથ મારા ગોઠણો પર ટેકવી, ઊભા થવાની ચેષ્ટા કરતાં જવાબ આપ્યો. 'બેસો હજી.' સુપરિયાએ કહ્યું,

'લાક્ષાગૃહ વિશે જાણો છો?'

'હા,' મેં કહ્યું, 'ત્યાં પાંડવોને બાળી મૂકવાનો પ્રયાસ થયેલો.'

'અરે વાહ!' સુપરિયા એકદમ ખુશ થઈ હોય તેમ હસી. 'અને હિડિંબા – હિડિંબવધ?'

'હા.' 'સ્વયંવર?' 'હા.' 'કુરુક્ષેત્ર? ગીતા? ગાંધારીનો શાપ?'

'હા, હા, હા.' – તે પૂછતી જ ગઈ અને મારા બધા જ જવાબો 'હા'માં આવતા ગયા. અચાનક મારા મનમાં પ્રકાશ થયો. મારા આશ્ચર્યનો પાર ન રહ્યો.

સુપરિયા મારી અવસ્થાને પામી ગઈ અને નિર્મળ હસીને તેણે મને પૂછ્યું: 'નવાઈ લાગે છે, નહિ?'

'હા, અત્યંત નવાઈભર્યું.' મેં કહ્યું.

'મને પણ તમારા જેવી જ નવાઈ લાગેલી.' સુપરિયાએ પુસ્તક હાથમાં લઈ તેના પર કુમાશથી હાથ ફેરવતાં કહ્યું. 'ક્યારેય ન વાંચેલી, ધ્યાન દઈને ન સાંભળેલી વાતો જ્યારે વાંચવા બેઠી ત્યારે મને લાગ્યું કે આ બધું તો હું અક્ષરશઃ જાણું છું.'

હું ઊંડા વિચારમાં ગરક થઈ ગયો.

અત્યારે ડાયરી લખતાં પણ આ વાત યાદ કરીને નવાઈ પામું છું. થોડુંથોડું સમજાય છે કે આ દેશમાં દરેકેદરેક જણને એક અનોખી જીવનદૃષ્ટિ લોહીમાં જ મળે છે. રામાયણ-મહાભારત જેવી કથાઓ વાંચ્યા વગર પણ તેની રજેરજ ખબર આ માટીમાં જન્મીને ઊછરતાં માનવીને હોય છે. કોઈ પણ ભાષાનો, કોઈ પણ ઉંમરનો, કોઈ પણ જાતિ કે કોઈ પણ પ્રદેશનો વાસી હોય, ભારતવાસી આ કથાઓ, ભલે પોતપોતાની રીતે પણ, જાણતો જ હોય છે, આ કથાઓનાં પાત્રોની વેદના, હર્ષ, વિષાદ કે ઉલ્લાસને પોતાનામાં અનુભવતો હોય છે, કારણ, એ માત્ર કથાઓ નથી, જીવન અને તેની પરંપરાઓ છે. ગણેશ શાસ્ત્રીએ મને જે જોવા-સમજવાની વાત કરી છે તેનો અર્થ સમજવાની કોશિશ મારે કરવી જોઈએ. આમાંથી કદાચ કંઈક નવું જ નીપજે. સુપરિયા સાથે જે વાત કરવા હું ગયો હતો એ વાત કર્યા વગર જ હું ચાલ્યો આવેલો; પણ મને લાગે છે કે જે વાતો થઈ તે વધુ મહત્ત્વની હતી.''

"પાનખરે વનોને પર્ણહીન બનાવી દીધાં હતાં. હવે માર્ચ-એપ્રિલમાં વૃક્ષોને નવી કૂંપળો ફૂટવા માંડી છે. નાના-નાના છોડ અને ઝાડીઓમાં પણ વસંતનો ઝીણો સળાવળાટ ઉદ્ભવ્યો છે. જોકે ઝરણાંઓ દિવસેદિવસે ક્ષીણ થતાં જાય છે.

આવતા સત્રથી મારે શાળા અને પ્રૌઢશિક્ષણના વર્ગો શરૂ કરવા છે. એ માટે તાલુકે જવાનું થયું ત્યારે રસ્તામાં કીકા વૈદને પણ મળી લેવાનું વિચારીને હું નીકળ્યો. કીકા વૈદે મને સાજો કર્યો, પણ નર્મદાતટેથી નીકળતાં અગાઉ તેમને મળી લેવાનું હું ચૂકી ગયો હતો.

વૈદ્યને આપવા મધની ચાર બૉટલો લઈને હું હરિખોહવાળા ઝાંપેથી બહાર નીકળતો હતો ને પુરિયા સામે મળી. 'કેથે?' પૂછીને, કેડ પર હાથ દઈને ઊભી રહી.

'બિવરી. કીકા વૈદને મળીને તાલુકે જવું છે.' મેં જવાબ આપ્યો.

પુરિયાએ આંખો વિસ્તારી અને કહ્યું, 'ઈહાંસે તો બઉત લંબા પડે હે.'

મને આ એક જ માર્ગની ખબર હતી. હું કશો જવાબ આપ્યા વગર ઊભો રહ્યો. પુરિયાએ કહ્યું 'બિવરી તલક મું ચલું હૂં સાથ. તેસીલ તલક નીં આવું.' મારી રજાની રાહ જોયા વિના તે મને 'ઠેર જરા' કહી અંદર ચાલી ગઈ.

પુરિયા પાછી આવી ત્યારે બેએક વર્ષનો એક બાળક તેની સાથે હતો. પુરિયા તેની સાથે તેની બોલીમાં વાતો કરતી આવતી હતી. આવીને કહે, 'રામબલી કા હે છોરા.'

'એ જે હોય તે, પણ તું તેને સાથે કેમ લઈ આવી?' મેં પૂછ્યું. 'તેડી-તેડીને થાકી જઈશ.' પુરિયાએ કંઈ જવાબ ન આપ્યો. ઓઢણીનું ખોયું કરીને બાળકને પીઠ પર બેસાર્યો અને ગાતી-રમતી ચાલી.

'તું આખો વખત ગીતો શું ગાય છે?' મેં પૂછ્યું, 'જ્યારે જોઈએ ત્યારે ગાતી જ હોય છે.'

પુરિયા ઊભી રહી, સહેજ નમીને પાછી ફરી, પછી હસી અને બોલી, 'મું અચ્છા ગાઉં હૂં?'

'સારું ગાય છે. પણ મને કંઈ તારી બોલીનાં ગીતો સમજાય નહિ.' મેં જવાબ આપ્યો.

પછી પુરિયા વાતોએ ચડી, મારી આગળ ચાલતી રહી અને કેટકેટલી વાતો કરતી રહી. તે આદિવાસીઓનાં ગીતો ગાય છે. તેણે મને સમજાવવા કોશિશ કરી. હોળીનાં, વાવણીનાં, કયા વૃક્ષનો કેવો ઉપયોગ કરી શકાય, તેનાં પાન અને ફળનો સ્વાદ કેવો છે તથા તેના વૈદકીય ગુણો શા છે – તેવું પણ તેનાં ગીતોમાં આવે. એક સાવ જુદા જ પ્રકારના ગીતનો અર્થ તેણે મને સમજાવ્યો. 'અમારા પરદાદાને ચાર આનામાં માથે ઉપાડી શકાય તેટલા વાંસ મળતા. દાદાને એટલા જ વાંસ એક રૂપિયામાં મળ્યા. બાપાએ ત્રણ રૂપિયા દેવા પડતા અને અમારે તો એક વાંસના જ ચાર રૂપિયા આપવા પડે છે.' આર્થિક ઇતિહાસને વણી લેતાં ગીતો હોય તેની મને નવાઈ લાગી. મેં તે ગીત નોંધી લીધું. પુરિયા કહે કે આવાં બીજાં કેટલાંય ગીતો તેને મોઢે છે. ઝાડનાં ગીત ઉપરાંત સીતાજીને શોધવા નીકળેલા રામનું ગીત અને આવાં ગીતો પણ તેને આવડે છે, ત્યાંથી માંડીને રામબલી દુષ્ટ છે, તેના પર શંકા કરે છે – ત્યાં સુધીની વાતો તે કરતી ગઈ.

'મેરા પેટ નહિ.' તેણે વચ્ચે કહ્યું, 'એ વાસ્તે બોલે હે મુંને.' કહી તે થોડું મૌન સેવી રહી. પછી મારા તરફ ફરીને ઊભી રહી. તેના કાળા નમણા ચહેરા પર દુઃખની એક ઝલક ચમકી અને તરત જ તેનો પેલો પરમ આનંદ તેની આંખમાં આવીને બેઠો. તે હસી પડી અને બોલી, 'મેરા કા ? મું નીં જાઉં સાસરે.'

એક સાથે આવડો આનંદ અને આટલો વિષાદ આ હંમેશાં હસતી- કૂદતી વનબાળા મનના કયા ખૂણામાં સમાવી રાખતી હશે – એ વિચારતાં મેં કહ્યું, 'એ કંઈ બરાબર ન કહેવાય. કોઈ કંઈ કહે એટલે પતિને છોડી દેવાય ?'

'ઓ મા રે !' પુરિયા ખડખડાટ હસી પછી બોલી, 'ઓ હી જ તો હે સબનકી જડ. સચ બોલને સે ડરે હે.' કહીને તે અટકી ગઈ. તેની મોટામાં મોટી ફરિયાદ તેના પતિ પ્રત્યે હતી. બીજા તેને બોલે ત્યારે બચાવ કરવાને બદલે તે પણ પુરિયાને પુત્રહીન કહેતો. પોતાનો બચાવ ન કરી શકે તે પતિને પતિ માનવા પુરિયા તૈયાર ન હતી. પુરિયાએ સ્પષ્ટ ન કહ્યું, પણ મને લાગ્યું કે પુરિયાની આ સ્થિતિ માટે કદાચ તેનો પતિ કારણરૂપ હોઈ શકે.

વચ્ચે એક ઝરણા પાસે અમે નાસ્તો કરવા રોકાયાં. આ અરણ્યોમાં ચાલતા જવું હોય તો કંઈનું કંઈ ખાવાનું સાથે રાખવું પડે અથવા કયા વૃક્ષનું પાન, ફળ, ફૂલ કે મૂળ ખાઈ શકાય તેનું જ્ઞાન હોવું જોઈએ, નહિતર

પથરાળ ઢોળાવોવાળી વનકેડીઓ થકવી નાખે અને ખાલી પેટે એક ડગલું ભરવું પણ મુશ્કેલ બને.

જમતાં-જમતાં પુરિયાએ મને પૂછ્યું કે હું મારી પત્નીને કેમ સાથે નથી લાવ્યો?

'મારું લગ્ન જ નથી થયું.' કહેતાં મને લ્યુસી યાદ આવી. કેટલાય સમયથી મેં કે તેણે એકબીજાને પત્ર લખ્યો નથી.

પુરિયાએ પૂછ્યું, 'બંગા જેસન તો નીં હે?'

'બંગાને શું છે તે મને ખબર નથી.' મેં જવાબ આપ્યો. પુરિયા ફરી હસી પડી અને બોલી, 'લખી કો દેખ બેઠા. ઓ તો ચલી ગઈ.' કહેતી તે ઊભી થઈ, ઝરણામાં હાથ બોળીને ધોયા, ખોબો ભરીને પાણી પીધું, રામબલીના છોકરાને પાણી પાયું, પછી આવીને વાસણો લીધાં, સાફ કર્યાં અને મને એક વાડકો ભરી પાણી લાવી દીધું. બચેલો નાસ્તો અને વાસણ થેલામાં ભરતાં તેણે બંગાની વાત કહી.

લક્ષ્મીનાં માતા-પિતાએ બંગા સો મરઘી લાવી આપે તો લક્ષ્મીને બંગા સાથે પરણાવવી તેવી શરત મૂકેલી. બંગા ત્રણ મહિનામાં એટલી મરઘી લાવી આપવાનો હતો. દરમિયાન નારણિયો વચ્ચે આવ્યો.

'નાંણયા બોલે હે ઓ રેલવાઈ મેં હે. મેં જાનું હૂં, ઓ નીં હે રેલવાઈ મેં. ઓ તો કાભૈ પાટેકે કંત્રાટમેં લગે હે.' પુરિયાએ કહ્યું. નારણિયો રેલવેનાં સ્લીપર બદલનારા કોન્ટ્રાક્ટરને ત્યાં કામ કરે છે અને એ કંઈ રેલવેનો કર્મચારી ન ગણાય તેની સ્પષ્ટ સમજ આ સ્ત્રીને છે તેની મને નવાઈ લાગી, મેં હસીને કહ્યું, 'સાચી વાત છે. એ કંઈ રેલવેની નોકરી ન કહેવાય.'

'ઓ હિ જ તો!' કહેતી પુરિયા ઊઠી. બાળકને પાછું ખોયામાં ટાંગ્યું અને પીઠ પર લટકાવ્યું. અમે આગળ ચાલતાં થયાં ને પુરિયાએ કહ્યું, 'સબન સેતાન હોવે હે.' તેના કથન વિશે મારે કંઈ કહેવાનું ન હતું. હું મૌન સેવી રહ્યો અને પુરિયા બોલતી ગઈ. નારણે લક્ષ્મીના પિતાને સમજાવ્યા કે પોતે રેલવેમાં સારા પગારથી કાયમી કામ પર છે. માલગાડીમાં બેસીને સ્લીપર અને પાટા લેવા-મૂકવા ટિકિટ લીધા વગર છેક જબલપુર જઈ-આવી શકે છે. મોટા સાહેબો તેને નારણ કહીને બોલાવે છે. બસ, પોતાની પુત્રીના સુખનો વિચાર કરતા પિતાને આનાથી વધુ શું જોઈએ? વળી સો મરઘી તો બંગાની ત્રણ માસની મુદત સામે નારણિયો તો દોઢ-બે માસમાં જ લાવી આપવાનો હતો. કા'ભઈ પાટા પાસે વ્યાજે એડવાન્સ પૈસા તેને મળે જ.

લક્ષ્મીનો વિવાહ નારણિયા સાથે થઈ ગયો. બંગાએ કોઈ ઝઘડો ઊભો

ન કર્યો. તે માત્ર એક વાર લક્ષ્મીના પિતાને અને પછી નારણિયાને મળ્યો અને તેમને સ્પષ્ટ સમજાવી આવ્યો કે જો લક્ષ્મી ભૂખે મરશે, તેને પહેરવા-ઓઢવાની ખામી આવશે, લક્ષ્મીના પૈસામાંથી નારણિયો કંઈ વાપરશે કે તેને કોઈ પણ જાતનું દુઃખ દેશે, તો બંગા નારણિયા અને લક્ષ્મીનાં મા-બાપનાં માથાં ફોડી નાખશે.

'મેં તો કહું હૂ ઓ લખીકા જ માથા પઈલે ફોડ.' પૂરિયા જાણે બંગાને સામે ઊભો રાખીને કહેતી હોય તેમ હાથનો લટકો કરીને બોલી.

'એમાં લક્ષ્મીનું માથું શા માટે ફોડવું ?' મેં પૂછ્યું.

'ઓ હિ જ તો ગઈ રેલવાઈમેં બેઠણે.' પુરિયા હસીને બોલી. આગળ કંઈ વાત થાય તે પહેલાં પાછળથી કોઈએ બૂમ પાડી, 'પૂરિયા હો...' અને અમે ઊભાં રહ્યાં. અમે પાછળ જોયું તો ઝૂરકો લગભગ દોડતો આવતો હતો. આવતાંવેંત તે પુરિયાને વઢતો હોય તેમ ઉગ્ર સ્વરે તેની ભાષામાં કંઈક કહેતો રહ્યો. પછી મને સમજાવ્યું કે પુરિયા કોઈને કશું કહ્યા વગર રામબલીના છોકરાને લઈ આવી હતી. કેન્દ્ર પર બાળકની શોધખોળ ચાલી. એ તો સારું થયું કે બિત્તુબંગાએ પુરિયાને બાળક સાથે જતી જોયેલી. મેં પણ ઝૂરકાનો સાથ આપ્યો અને પુરિયાને કહ્યું, 'આમ કોઈને કહ્યા વગર કેમ ચાલી આવી અને પાછી છોકરાને ઉઠાવી લાવી ?'

પુરિયા કંઈ બોલી નહિ. પોતે કંઈક ખોટું કર્યું છે તેવું તેને લાગ્યું નહિ. અમારા બધા પર તેને ક્રોધ આવ્યો. તે ત્યાંથી જ પાછી આશ્રમ તરફ ચાલવા લાગી. કદાચ તેની આંખો ભરાઈ આવી હતી. ઝૂરકો તેની પાછળ બબડતો ચાલ્યો. હું એકલો કીકા વૈદને ગામ પહોંચવા સામેની ટેકરી ઓળંગવા કેડીએ ચડ્યો.

કીકો વૈદ ઘરે ન હતા. બે દિવસ પછી આવવાના હતા. ગોરાણીને મેં મધ આપ્યું. થોડા પૈસા આપ્યા તો કહે, 'એ વૈદરાજને આપજો. મને ખબર નથી.' ગોરાણીએ સુપરિયાના ખબર પૂછ્યા, તેનાં માતા-પિતાને સંભાર્યાં. મને થયું કે તે વનિતા વિશે કંઈક વાત કાઢે તો સારું, પણ તેવું ન થયું. હા, તેમણે બિત્તુબંગાને યાદ કરીને વનિતા વિશે કહ્યું. 'નારદીના છોકરા આ બિત્તુડો ને એનો ભાઈ.' મને ચા આપતાં ગોરાણી બોલ્યાં, 'નારદીનો વર બંગાના જનમ પહેલાં તાવમાં મરી ગયો. વનિતા નારદીને પોતાને ઘરે લઈ ગઈ. વર-વહુ બેય જણાં ખાદીવાળાં અને નવો-નવો આશ્રમ કાઢેલો. તેઓ જેમ-તેમ ગાડું ગબડાવે. એમાં નારદી ને એના બે છોકરા. પેલાં બેય પોતે અડધું ખાઈને આ આદિવાસીને ખવડાવે એવાં.'

કહી ગોરાણી ઘરકામે વળગ્યાં. પાણિયારું સાફ કરતાં વળી આગળ બોલ્યાં, 'ગણેશ શાસ્ત્રીની ને સુરેનની ભાઈબંધી પાકી, એટલે વનિતાની છોકરી ગ્વાલિયરની મોટી નિશાળે ભણી. એ ભણી તોય પાછી અહીંયાં જ આવીને રહી.'

ગોરાણીએ કામ પૂરું કરીને મારા સામે બેસતાં પૂછ્યું, 'રાત રોકાવાનો છે? તો રોકાઈ જા.'

'કાલે વૈદરાજ આવશે?' મેં પૂછ્યું.

'નહિ આવે. એને તો બે દી' થાશે જ. કદાચ ત્રણ પણ થાય. પણ તું આવ્યો છો તો રોકાઈ જા.'

'ના.' મેં કહ્યું, 'જઉં. ફરી ક્યારેક આવીશ. પાછો એકલો છું અને રસ્તો લાંબો છે.'

'બિત્તુને સાથે લાવવો હતો ને.' ગોરાણીએ કહ્યું. પછી હસીને બોલ્યાં, 'એ બેય ભાઈ આવે તો ભેગા જ આવે. નામેય એવાં પાડ્યાં છે. બિત્તુબંગા બોલીએ તોય એક જ નામ બોલતાં હોઈએ એવું લાગે.' કહેતાં ગોરાણીનો સ્વર આર્દ્ર થયો. તેમણે આગળ કહ્યું, 'ને છેય એવું, ભાઈ! બેય જીવ એક જેવા છે. નારદી મરી ગઈ, વનિતા નહિ. છોકરી કૉલેજ ભણે. બંગો માંડ ત્રણ વરસનો. આ તમારા વૈદરાજ છોકરાને તેડવા ગયેલા કે અહીં લાવીને રાખું, તો દવા ખાંડવા-બાંડવામાં મદદરૂપ થાય ને છોકરા પણ રખડે નહિ. પણ માળા, ન આવ્યા. બિત્તુએ મા ઉછેરે એમ બંગાને ઉછેર્યો. એને કેડમાં તેડીને જંગલમાં ભટક્યા કરે ને ક્યાંક જગ્યા ભાળી નથી કે છીણી-હથોડા લઈને બેસે કાંક ડેરા બનાવવા.'

ગોરાણીની વાતો સાંભળવાની મજા પડતી હતી, પણ મારે મોડું થતું હતું. વનિતાના આટલા ઉલ્લેખ પછી પણ તે ક્યારે અને ક્યાં ચાલી ગઈ તે વાત ન આવી તેની મને નવાઈ લાગી અને થોડો વસવસો પણ રહ્યો. 'વૈદરાજ આવે ત્યારે ફરી આવીશ' કહીને મેં રજા લીધી.

પાછા ફરતાં કોઈ વાહન ન મળ્યું. અંતે એક ડીલિવરી વૅન ભાડે કરી. ડ્રાઇવર પાસે બેઠો. એ પણ કેવો આનંદી હતો! રસ્તામાં કોઈ આદિવાસી મળે કે કોઈ પણ જતું-આવતું મળે તો હાથ ઊંચો કરે. પછી મને કહે, 'મૌજ મેં આવેંગે યે લોગ. સોચેંગે, આજ ડ્રાઇવરસા'બને હમકો સલામ કરી!'

સાતમા મોડે મને ઉતારતો ગયો અને કહે, 'સમાલ કે જાઈઓ.' પછી મજાકમાં કહેતો હોય તેમ કહે, 'શેર હોતે હૈં ઈસ જંગલમેં!' "

# 10

"બપોર હજી હમણાં જ થઈ હતી. સાંજ ઢળતાં કેન્દ્ર પર પહોંચી જવાશે તેમ વિચારીને હું ચાલી નીકળવાને ઇરાદે મારો સામાન ઉપાડવા નમ્યો.

તે જ સમયે રસ્તાની સામી બાજુના ખડકોને કોતરીને બનાવાયેલા પાંચ ગોખલા મારી નજરે પડ્યા. હું ત્યાં ગયો તો જોયું કે દરેક ગોખને અંદર ઢળીને આરામથી બેસી શકાય એમ ખાસ કોચવામાં આવ્યા છે. નીચે લખ્યું છે: 'ભીમ તકિયા.' પછી 'બિત્તુબંગા' અને પેલી આકૃતિ. પાંડવોને માટે બનાવાયેલા ગોખલામાં હું બેઠો. પથ્થરને આવો કાળજીપૂર્વકનો આકાર આપી શકનાર બંને ભાઈઓને મેં મનોમન વખાણ્યા અને લ્યુસીને જવાબ લખવો બાકી છે તે વિચારતાં તેને પણ સ્મરી લીધી. વધુ બેસી રહેવું પાલવે તેમ ન હતું. મેં મારા થેલા ઉપાડ્યા. હાથમાં લાકડી-રૂપે એક સૂકી પાતળી ડાળ લીધી અને ચાલ્યો.

રસ્તાથી થોડે જ દૂર પહોંચ્યો અને મને સમજાયું કે સૂમસામ વનોમાં એકલપંડે ચાલવું કલ્પનામાં જેટલું રોમાંચકારી લાગે છે તેટલું હોતું નથી. આસપાસની સૃષ્ટિ દેખાતી બંધ થઈ અને ઊંચાં ઊભેલાં મહાવૃક્ષો વચ્ચે હું એકલો જ છું એ ખ્યાલ આવતાં જ મારો અરણ્ય-ભ્રમણનો ઉત્સાહ ઓસરવા માંડ્યો.

વાઘ તો આવે કે ન પણ આવે, મારાં ગાત્રો શિથિલ થવા માંડ્યાં. લાકડી પણ ન કહેવાય તેવી ડાળ એ હથિયાર નથી એ જ્ઞાન પણ મને લાધ્યું.

લગભગ ગભરાઈને પાછો રોડ પર જવાની તૈયારીમાં જ હતો ત્યાં હું એક તરફથી થોડી ખુલ્લી જગ્યાએ પહોંચી ગયો. અચાનક મારી દૃષ્ટિ સમક્ષ પ્રકૃતિનું મનમોહક સ્વરૂપ ઊઘડ્યું હોય તેમ નીચેનો ઢોળાવ, પછી મેદાન, થોડાં ખેતરો, વૃક્ષો અને દૂર વહી જતી નર્મદાની ચળકતી જળરેખ મારા સમગ્ર અસ્તિત્વને સ્પર્શતાં હોય તેમ નજરે પડતાં હું રોમાંચિત થઈ ઊભો રહી ગયો.

મધ્યાકાશ પાર કરી ચૂકેલાં સૂર્યનાં કિરણો સદા જીવંત મહાનદ નર્મદાના પ્રવાહને ચાંદીના દોર જેમ ચમકાવતાં હતાં. જાણે પૃથ્વીની કેડ પર ચળકતો કંદોરો. નર્મદા નજરે પડતાં જ મને રાહત લાગી. ઘડી પહેલાં

લાગેલો ભય નાશ પામ્યો હોય તેમ હું નિર્ભય અને નચિંત થઈને દૃશ્ય જોવામાં લીન થઈ ગયો.

આવું શાથી થયું તે હું નક્કી ન કરી શક્યો. કદાચ ખુલ્લી જગ્યામાં આવીને વધુ મોટો વિસ્તાર જોયાની કે પછી ધ્યાન બીજે જતાં વિચાર-પરિવર્તનની માનસિક અસરને કારણે હું હળવાશ અનુભવતો હોઉં તેવું પણ હોઈ શકે.

હું હજી આગળ ચાલું કે નર્મદાને નીરખ્યા કરું તે વિચારતો હતો એટલામાં પાછળથી કોઈ ચાલ્યું આવતું હોય તેવો બોલાશ સંભળાયો.

'કોણ છે રે?' મેં બૂમ પાડી.

'બાબરિયા હૂં, સાથમેં લોટિયા.' સામેથી જવાબ આવ્યો.

બાબરિયો હોય તો તે આશ્રમે જ જતો હોવો જોઈએ. હું થોડી પળો રોકાયો અને પેલા બંને જણ મારી સાથે થઈ ગયા.

મેં કંઈ પૂછ્યું ન હતું છતાં બાબરિયાએ પોતે અહીં હોવાનું કારણ જણાવતાં કહ્યું, 'પુનેમ હે, ઈથે ગુપતાજી કા બિયાજ દેણે આણાં થા લોટિયા કુ.'

'તો?' મેં પૂછ્યું.

'એકલા કેથે આવે? રાડ પડે હે.'

'એટલે તું જોડે આવ્યો, એમ?' મેં પૂછ્યું.

'હોવ, સંગાત.' કહેતાં તેણે મારા હાથમાંથી અને ખભેથી થેલા લઈ લીધા. લોટિયો અને બાબરિયો વાતો કરતા આગળ ચાલ્યા. મને અરણ્યોની માયા સ્પર્શી અને હાથમાંની લાકડી ગોળ ઘુમાવતાં મેં ગીત ગણગણ્યું.

એક ત્રિભેટે પેલા બે જણ ઊભા રહ્યા. બંને તેમની બોલીમાં કંઈક ચર્ચા કરતા હતા. મેં પાસે જઈને પૂછ્યું, 'કેમ? શું થયું છે?'

'લોટિયા જાવે હે.' બાબરિયાએ કહ્યું, પણ પેલો ગયો નહીં. મને લાગ્યું કે તે બંનેને સાથે જવા બાબતે કંઈક મૂંઝવણ છે. 'તારે જવું હોય તો તું જા. હું તો અહીંથી એકલો જતો રહીશ.' મેં બાબરિયાને કહ્યું.

'કાહે?' બાબરિયાએ પૂછ્યું. પછી આગળ કહે, 'ઓ તો શામ સે પઈલે જિંદાસાગબાન કરીબ હો જાવેગા.' પછી લોટિયા તરફ ફરીને કહ્યું, 'ઈહાં પંઉચા તો ફિર કા બાત કા ડર?'

'વાઘ આવે હે.' પેલા લોટિયાને એકલા જતાં ડર લાગતો હતો.

બાબરિયાએ તેને સમજાવતાં કહ્યું, 'ઓ ગુરુજી હે. એકલા ની છોડ સકું હૂં. તું જા બસ. આધ ઘંટે ભર ચલ, તો સાગબાન કી છાયા પકડ લેવે હે. ફિર કાહે કા ડર?'

પેલો અચકાતો-અચકાતો પણ ગયો, મારા મનમાં સાગબાન અને તેની છાયા વિશે જિજ્ઞાસા જગાવતો ગયો. વાઘથી ડરતો માણસ સાગબાનની છાયામાં હોય તો ડર ન લાગે તેવું સાંભળીને મને અત્યંત અચરજ થયું. સાગ તો આ અરણ્યોનાં પ્રાણવૃક્ષ છે. વાઘ-દીપડા-રીંછ આ બધાં આ સાગવૃક્ષો તળે જ રહેઠાણ અને ભ્રમણ કરતાં હશે. સાગના ઝાડથી વાઘ દૂર રહેતો હોય તે મારા માન્યામાં ન આવ્યું. મારી સમજણમાં કંઈક ભૂલ થતી હશે તેમ વિચારીને મેં બાબરિયાને પૂછ્યું, 'શાની છાયા સુધી પહોંચી જવાનું?'

'જિંદાસાગબાન તલક.' બાબરિયાએ કહ્યું, પછી સ્વગત બોલતો હોય તેમ બબડ્યો, 'ઉહાં બાઘ તો કા, કોઈ દૈત બી ના સતા સકે હે.'

બાબરિયો દરેક સાગની નહિ પણ કોઈ ખાસ જિંદાસાગબાનની વાત કરે છે તે સમજાતાં મેં પૂછ્યું, 'એવું કેમ?'

બાબરિયાએ મારી વાતનો સીધો જ જવાબ આપવાને બદલે સામે પ્રશ્ન કર્યો, 'મા'દેવ હે. ના સમજે? મા'દેવજી.'

'હા,' મેં કહ્યું. 'શંકર ભગવાન.'

'હાં, ઓ હી જ.' બાબરિયાએ જવાબ આપ્યો, 'આ પૂરા જંગલ બનાયા મા'દેવને, નરબદામાં કે ખેલન વાસ્તે.'

'અચ્છા?' મેં પ્રશ્નાર્થભાવે કહ્યું.

એ પછી બાબરિયો જાણે હજારો વર્ષ પહેલાંના સમયમાં સરકી ગયો હોય અને નજર સામે બધું જોતો હોય તેમ કહેતો ગયો. તેની કથા મને પણ કોઈ જુદા જ ભાવવિશ્વમાં ખેંચી ગઈ.

બાબરિયો બોલતો રહ્યો. કથા અને અમારાં ચરણો સાથે-સાથે આગળ વધતાં હતાં. વાત એ છે કે સ્વયં ભગવાન શિવે, પોતાની અતિ લાડકી પુત્રી નર્મદાના આનંદ ખાતર આ અરણ્યોની રચના કરી છે. અરણ્યોના ઉદ્ભવ પછી કોઈને આ અરણ્યોનાં તમામ વૃક્ષોનો અધિપતિ નીમવા શિવજીએ પાર્વતીને આજ્ઞા કરી. દેવી પાર્વતીએ નંદી પાસે અભેદ્ય વનો વચ્ચે ટેકરીઓથી ઘેરાયેલા સપાટ મેદાનમાં એક દેદીપ્યમાન પર્વત બનાવરાવ્યો. તે પર્વતની બરાબર ટોચ ઉપર શક્તિએ પોતાના કુમળા હાથે સાગનું એક વૃક્ષ વાવ્યું.

શ્રીગંગાનદીના ઉદ્ગમસ્થાન પાસે બનાવેલી આ ટેકરી પર ઊભેલા આ ચિરંજીવ સાગવૃક્ષને પાર્વતીએ આ અરણ્યોના અધિપતિ તરીકે સ્થાપ્યું છે. ભગવાન શિવ અને માતા પાર્વતીએ સ્વમુખે આ વૃક્ષને આદેશ આપ્યો છે કે તેણે આ અરણ્યોનાં તમામ વૃક્ષોની, તેમાં વસતાં પ્રાણી, પક્ષીઓ અને જીવજંતુઓની અને જેણે પાપ ન કર્યું હોય તેવા મનુષ્યની રક્ષા કરવી.

જે દિવસે વાવવામાં આવ્યું તે જ દિવસે માણસની ઊંચાઈ જેટલું વધી ગયેલું તે સાગવૃક્ષ અત્યારે તો આકાશનાં વાદળોને અડી શકે એટલું ઊંચું થઈ ગયું છે.

જિંદાસાગબાન કદી સુકાયું નથી અને પ્રલયકાળ સુધી ક્યારેય સુકાવાનું નથી. આ મહાવૃક્ષ પાસેથી પસાર થનાર જો પોતે મનુષ્ય હોય તો તેણે વૃક્ષને નમન કરવું પડે. આવું ન કરવાની છૂટ માત્ર પ્રાણીઓને છે.

આ સાગબાનની છાયામાંથી એટલે કે શ્રીગંગાની આસપાસના પ્રદેશમાંથી પસાર થનાર માણસ બૂરો વિચાર, ચોરી કરવાનો વિચાર કે જાદુટોણા કરવાનો વિચાર કરે તો સાગબાનને તેની ખબર પડી જવાની અને જિંદાસાગબાન એની સજા પણ કરવાનો.

અરણ્યોમાં ચાલ્યો જતો હું મનોજગતમાં સૃષ્ટિના સર્જનકાળ સુધી પ્રવાસ કરી આવ્યો. વચ્ચે એક પણ પ્રશ્ન કર્યા વગર મેં જિંદાસાગબાનની વાત સાંભળી. બાબરિયો વાતવાતમાં મને સવાલ કરી બેઠો, 'ઓ રાત કરથલી કા ડાયા અને ઉણકા ચોરંટાકા હાલ કા હુવા, માલૂમ?'

'નહિ માલૂમ.' મેં ચાલતાં રહીને જ જવાબ આપ્યો.

'કરથલી ડાયા અપને કો બોત હુસિયાર જાણે હે.'

'કેમ?'

'ની માને જિંદાસાગબાન કો. તભી તો ગયા થા શિરિગંગાકા સહદ લેણે વાસ્તે.' કહીને બાબરિયાએ કરથલી ટોલાના ડાયા અને તેના ચોરની વાત કરી.

થોડાં વર્ષો અગાઉ શ્રીગંગાનાં વનોમાં પુષ્કળ મધ બેઠું હતું. ઘણાને મન થાય કે ત્યાં જઈને મધ લઈ આવીએ, પણ જવું શી પેરે?

'પૂરા એલાકા સાઠસાલી ટોલા કા.' બાબરિયાએ કહ્યું, 'દૂજે જિંદાસાગબાન કા ડર. અગર ઓ જાગ ગયા તો સમજ લો પ્રલ્લે હો જાવે.'

બાબરિયાની વાત કહેવાની રીત અદ્ભુત હતી. હું મુગ્ધ બનીને સાંભળતો ગયો.

કરથલી ટોલાનો ડાયો પોતાની લાલચ રોકી ન શક્યો. એક રાત્રે પોતાના બે ચોરંટા સાથે લઈને ગયો, શ્રીગંગાનાં અરણ્યોનું મધ ઉતારવા.

સદ્ભાગ્યે સાઠસાલી ટોલાનું તો કોઈ મળ્યું નહિ, પણ જેવો બીડીનો ધુમાડો મધપૂડા પર ફૂંક્યો કે માખીઓએ જ જિંદાસાગબાનને સાદ કર્યો હશે કે ગમે તેમ પણ વૃક્ષપુરુષ જાતે પ્રગટ થયા - જાણે અવંતીનગરીનો રાજા ભોજ તમામ અલંકારો પહેરીને વનમાં આવી ચડ્યો હોય તેવા રૂપાળા!

આવીને મધપૂડાને બચાવવા ઊભા. સાગબાને પોતાનું ખડ્ગ તો હજી ઉગામ્યું પણ ન હતું ને પેલા બે ચોરંટામાંથી એક તો બેભાન થઈને પડ્યો. કરથલીનો ડાયો અને બીજો ચોરંટો માંડ-માંડ પેલા બેભાન થયેલાને ઊંચકીને ભાગ્યા ત્યારે જીવ બચ્યો.

'તને ક્યાંથી ખબર? આ વાત કરથળીના ડાયાએ તને કહી?' મેં બાબરિયાને પૂછ્યું.

'ની કેવે.' બાબરિયાએ જવાબ આપ્યો, 'આપણે મુંહ સે કા બોલે? પણ માલુમ તો પડે.'

'કેવી રીતે?' મેં પૂછ્યું.

'દૂસરે જ દિન સે કરથલી કા ડાયા અપણી સબ બેદ્યા ભૂલ ગીયા. અબ ના દવા કર સકે હે, ના મંતર-દોરા.'

'અને પેલા બીજા બેઉ?'

'ઉનકો કા હે? ઓ તો આપણે ડાયે કી બાત સે ગયે લાગે.' મને લાગ્યું કે ખરેખરી જવાબદારી કોની હોઈ શકે તે નક્કી કરવામાં આ પ્રજા સહેજ પણ વાર કે ભૂલ નથી કરતી. તે દિવસે પુરિયાએ લક્ષ્મીને અને આજે બાબરિયાએ કરથલીના ડાયાને પ્રથમ જવાબદાર વ્યક્તિ તરીકે ઓળખાવતાં જરા પણ વાર ન કરી. એ સાથે મને એમ પણ લાગ્યું કે વૃક્ષમાં વૃક્ષદેવ કે વૃક્ષપુરુષ હોય તે વાત માત્ર દંતકથા અને અંધશ્રદ્ધા ગણાય તેવું બાબરિયાને સમજાવવું તે શિક્ષક તરીકે મારી ફરજ ગણાય; પરંતુ હું તેમ કરી શકું તે પહેલાં જ મને યાદ આવ્યું: હજી થોડા સમય પહેલાં જ સોમદ્રવા નર્મદાનું દર્શન મને અભયદાન આપી ગયું હતું. મને, એક ભણેલા, વિચારશીલ અને દરેક ઘટનાનું વિશ્લેષણ કરવાની ટેવવાળા માણસને પણ એક નદીને દૂરથી જોઈને આવી અનુભૂતિ થઈ, તો પછી આ અભણ, ભોળા આદિવાસીઓ એકાદ પરિચિત વૃક્ષ પાસે પહોંચીને પોતાને સલામત માનતા હોય તો મારે શા માટે તેમને રોકવા? બાબરિયાને મેં પૂછ્યું, 'અહીંથી કેટલે દૂર છે તે સાગબાન?'

'દૂર તો પડે હે.' તેણે કહ્યું, 'બસ બોત નહિ. થોડા ચલે બાદ છાયા તો લગ જાવે, પર હે દૂર.'

'ક્યાં?' મેં પૂછ્યું.

મારાં રોમરોમ ઊભાં થઈ જાય તેવો જવાબ મળ્યો: 'રાણીગુફા કે ઉપર.'

રાણીગુફા શબ્દ સાંભળતાંવેંત જાણે ક્ષણમાત્રમાં હું જિમી બની બેઠો; અને મારી તમામ લાયકાતોની ઉપરવટ થઈને બાબરિયાને પૂછી બેઠો, 'તું

મને ત્યાં રાણીગુફા લઈ જઈ શકે?'

'મું નીં જા પાવું.' બાબરિયાએ કહ્યું, 'સાઠસાલી નીં આને દે મુંને. સાઠસાલીકા ડાયા રજામંદી દેવે તો હિ જ જા પાવું હૂં.'

જિંદાસાગબાન! રાણીગુફા! મારી જિજ્ઞાસા ચરમસીમાએ પહોંચી ગઈ. મારે ત્યાં જવું જ છે. જરૂર પડે તો સાઠસાલી ટોલાના ડાયાને મળીને પણ રજા મેળવવી છે. આ માટે શું કરવું, કોને પૂછવું તે વિચારતો હું મૂંગો-મૂંગો ચાલતો રહ્યો. સાંજ ઢળતાં અમે કેન્દ્ર પર પહોંચ્યા."

# 11

"આ અભેદ્ય મહા અરણ્યો મે-જૂનમાં આટલી કંગાળ અને વસ્ત્રહીન દશાને પામતાં હશે તે મેં કલ્પેલું નહિ. જેમ-જેમ સૂર્યનો પ્રકોપ વધતો ગયો તેમ-તેમ લીલો રંગ બદલાઈને પીળો કે ખાખી થતો ગયો. પાનખરમાં ખરેલાં સાગનાં પાન ઢોળાવો પર જાણે રાખ પથરાઈ હોય તેવાં ભાસે છે. વસંતમાં ફૂટેલાં નવાં પાન હજી બાળ કે કિશોરાવસ્થામાં જ છે, તેથી વૃક્ષો હજી નવપલ્લવિત નથી લાગતાં.

હું જેને સદાકાળ જલભરી, ઝરણાંઓથી તૃપ્ત રહેતી અનેક વનસ્પતિઓના ભંડાર સમી માનતો તે કપિલમુનિની આ ભૂમિ, મેની શરૂઆતથી જ જળ, ઝરણ અને ફળ-ફૂલ-વિહીન દશામાં આવી ગઈ છે.

પાણીની શોધમાં ભટકતાં પશુઓ છેક નર્મદાતટે જઈને અટકે છે. ક્ષીણદેહા નર્મદા પણ ખુલ્લા પથરાળ પટમાં શોધવી પડે તેમ જાણે કોઈ નાના ઝરણ જેમ વહી રહી છે. પથ્થરો પર વરસતો સૂર્યાગ્નિ અમને બાળી મૂકે છે.

અન્ય ઋતુઓમાં વનોમાં સહેલાઈથી સંતાઈ શકતાં પશુઓ અત્યારે એકાદ વૃક્ષના થડ પાછળ રહીને જાતને સંતાડવાનો પ્રયત્ન કરે છે. આશ્રમના ફળિયામાં ઊભા રહીએ તોપણ સામેની ધાર પર થઈને નર્મદાતટે જતાં હરણો, ચિત્તળ, સસલાં, નીલગાય કે ક્યારેક દીપડાને પણ સ્પષ્ટ દેખી શકાય છે. પક્ષીઓ પણ હવે છૂપાં રહી શકતાં નથી. ચાંદની રાતે ઢોળાવો પર સાગ, સરાઈનાં થડ અને ડાળીઓ જાણે લશ્કરી શિસ્તથી ઊભેલાં હોય તેવાં લાગે છે.

ત્રણ દિવસે ડાયરી લખવાની ફુરસદ મળી. ત્રણે દિવસ મારા માટે નવાનવા અનુભવો લઈને આવ્યા – ગયા. એક તો હરિખોહ તરફના દરવાજા પાસેનું સદાકાળ લીલું રહેતું બોરસલીનું વૃક્ષ મારું કાયમી સાથી બન્યું. ત્યાં નિશાળ કરવા માટે સાફસૂફીનું કામ એક આખો દિવસ ચાલ્યું. આસપાસની જગ્યાએ નાનો સમિયાણો બંધાયો. આશ્રમમાં કામે આવતા આદિવાસીઓ ઉપરાંત બહારથી પણ યુવાનો-સ્ત્રીઓ આ કામમાં જોડાવા લાગ્યાં હતાં. બીજે દિવસે તો થડ પર નાનું બોર્ડ પણ લાગી ગયું: 'બેદ્યાવન - બિત્તુબંગા,

ઝૂરકો, પૂરિયા' – હા, આ વિદ્યારણ્ય અહીં બોરસલ્લી તળે કરવાનો નિર્ણય આ ચાર જણાંનો હતો.

આ સ્થળે જ 'આદિવાસી વિવિધલક્ષી સહકારી મંડળી'ની સ્થાપના પણ થઈ. છેક જબલપુરથી સરકારી અધિકારી જાતતપાસ માટે અને સોસાયટીના સભ્યોને મંડળી કેમ ચલાવવી તે સમજાવવા આવેલા. તે દિવસે ગામેગામથી આવેલાં આદિવાસીઓને મેં નવા જ રૂપે જોયાં. તેમનો આનંદ, તેમનાં નૃત્યો, તેમનો ઉલ્લાસ – આ બધું જોઈને મને થતું હતું કે આ પૃથ્વીપટ પર સ્વયં પ્રકૃતિ સિવાય આટલો મુક્ત અને નિર્ભેળ આનંદ કોઈ અનુભવી શકતું હોય તો તે માત્ર આ વનવાસીઓ. અતિશય ગરીબી, ભૂખમરો, ભવિષ્યના અનેક પ્રશ્નો - બધું જ આમ સાહજિક આનંદમાં ઓગાળી નાખવાની શક્તિ આ આરણ્યકો ક્યાંથી મેળવતાં હશે તે હું ક્યારેય સમજી શકવાનો નથી.

લખતાં ગરમીથી ત્રાસીને હું નાહવા ગયો. નાહીને બહાર નીકળ્યો ને બહાર સુપરિયા કોઈ સાથે વાત કરતી આવતી હોય તેવું લાગ્યું. સુપરિયા પોતે મારા ઘરે આવી હોય તેવો પ્રસંગ જવલ્લે જ બનતો. હું બહાર આવ્યો તો સુપરિયા અને ઝૂરકો કંઈક વાતો કરતાં હતાં. તેઓ બંને ઓટલા પાસે આવીને ઊભાં. સુપરિયાએ કહ્યું, 'પુરિયા બે દિવસથી આવી નથી.'

એકાદ જણ કામ પર ન આવ્યું હોય તો કેન્દ્રમાં કાંઈ વાંધો ન આવતો. પુરિયાની ગેરહાજરીથી સુપરિયા ચિંતિત જણાઈ તેની મને નવાઈ લાગી.

'તે દિવસે તો હતી.' મેં કહ્યું, 'મંડળી માટે બધાં ભેગાં થયેલાં ત્યારે આખો દિવસ અહીં જ હતી.'

'એ મને ખબર છે.' સુપરિયાએ કહ્યું. ઝૂરકો કશું બોલ્યા વગર ચાલ્યો ગયો. 'તે દિવસે તમારી સાથે બિવરી આવી ત્યારે તેણે કંઈ વાત કરેલી ?' સુપરિયાએ પૂછ્યું.

'ના. કેમ, કંઈ મુશ્કેલી ?' મેં પૂછ્યું.

'ના. પણ પુરિયા ન આવી હોય તેવું ભાગ્યે જ બને અને કારણ વગર તે ન આવે તેવું ન હોય.' સુપરિયા ઓટલા પર બેસતાં બોલી, 'એમાં આ ઝૂરકો કંઈક નવી વાત લાવ્યો એટલે ચિંતા થઈ.' સુપરિયા અટકી ગઈ. પછી વાત બદલતાં બોલી, 'તમારું તાલુકાનું કામ પત્યું ?'

'હા.' મેં કહ્યું અને જિંદાસાગબાન જોવા શ્રીગંગાના મુખ સુધી મને કોઈ લઈ જઈ શકે કે કેમ તે વાત પણ મેં સુપરિયાને પૂછી.

'લઈ જાય તો આપણા બિત્તુબંગા જ લઈ જાય.' સુપરિયાએ કહ્યું, 'બિત્તુની મા સાઠસાલી ટોલામાં જતી-આવતી, એટલે એ લોકો આ બે

છોકરાઓને ત્યાં સહેલાઈથી જવા દે છે.'

'હું તેમને પૂછી જોઈશ.' મેં કહ્યું.

'તમે ન પૂછશો. હું વાત કરું, પછી જોઈએ.' સુપરિયાએ મને કહ્યું અને ઊભી થઈને પોતાના ઘર તરફ ચાલી. પુરિયાની વાત અધૂરી રહી તેનો થોડો અજંપો મને થયો. ઝૂરકો શી વાત લાવ્યો હતો તે સુપરિયાએ મને કહ્યું નહિ. રાત્રે સૂતાં અગાઉ લ્યુસીને પત્ર લખવાની ઇચ્છા હતી, પણ મોડું થયું હતું તેથી લખ્યા વગર જ મેં લંબાવી દીધું.

આજ સવારથી તો હું સુપરિયા સાથે કેન્દ્રનાં કામોમાં રોકાયેલો રહ્યો હતો. સુપરિયા આદિવાસીઓને પોતાના વિસ્તારોમાં જ કામ મળી રહે તેવું કંઈક કરવા ઇચ્છે છે. સરકારી યોજનાઓની, અન્ય સંસ્થાઓની અને વિદેશોમાં ચાલતા કાર્યક્રમોની શક્ય તેટલી માહિતી એકઠી કરવા પત્રો લખવામાં અને ફાઈલો બનાવવામાં અમે આખો દિવસ કાઢ્યો.

વાતાવરણમાં ઉકળાટ છે, એમાં વળી પંખા બંધ, એટલે બંને જણ પરસેવે રેબઝેબ. સાંજે નિશાળ શરૂ થઈ તો વિદ્યાર્થીઓ પણ ઓછાં હતાં. પુરિયા આજ પણ ગેરહાજર હતી. વચ્ચે તો ઘણી નિયમિત આવતી. મેં રામબલીને બોલાવીને પૂછ્યું, 'તારી બહેન કેમ આવી નથી?'

'મરે રે! નીં આવે તો!' કહી તેણે છણકો કર્યો. મેં આગળ કંઈ પૂછવાનું માંડી વાળ્યું. જગત સમસ્તને ચાહતાં શીખેલાં માનવી પોતાના જ માણસ પ્રત્યે આવો તિરસ્કાર કેમ રાખતાં હશે તે કોયડો હું ક્યારેય ઉકેલી શકવાનો નથી.

ટેમ્પુડિયો બરાબર ધ્યાનથી લખતો હતો. તેને ભણવાની મજા પડતી હતી. મેં પૂછ્યું, 'ટેમ્પુડિયા, શું લખે છે?'

'નીં, ચીતરું હૂં.' તેણે પાટી સંતાડતાં શરમાઈને જવાબ આપ્યો. મારાં વિદ્યાર્થીઓને લખવું અને ચીતરવું તે અલગ ક્રિયા છે એ સમજાવતાં મને હજી લાંબો સમય લાગશે. અનેક વખત સમજાવ્યા પછી પણ આ બધાં 'ક ચીતરું હૂં' કે 'મું કા નામ ચીતરું હૂં' એમ જ બોલે છે.

'લખે તો છે જ. લાવ, પાટી બતાવ.' મેં તેને કહ્યું. તે ડરતો-ડરતો આવ્યો. મને પાટી બતાવી તો ગરબડિયા અક્ષરે લાંબુંલાંબું લખેલું. ભાષા પણ વ્યાકરણના કોઈ ખ્યાલ વગરની – માત્ર છૂટા-છૂટા શબ્દો. મારે એને જ પૂછવું પડ્યું કે તેણે શું લખ્યું છે. તેણે શબ્દેશબ્દનો અર્થ સમજાવતાં અમને બધાંને જે સંભળાવ્યું, તેને ગોઠવવા પ્રયાસ કરું તો આવું લખાણ થાય:

'મારા કૂતરાનું નામ ટીલિયો છે. તે ખૂબ બહાદુર છે. કોઈથી તે ડરે

નહિ. મેં તેનું નામ રાજા પણ પાડ્યું છે. મારું નામ ટેમ્પ્યુડિયો છે. મારી માએ પાડ્યું હશે.'

ટેમ્પુડિયાના સર્જનને હું બિરદાવું તોપણ હાજર રહેલી જનમેદની તેને સમજી શકે કે કેમ તે પ્રશ્ન હતો. મેં ટેમ્પુડિયાને કહ્યું, 'બહુ સરસ લખ્યું છે.' અને પછી મારા વર્ગને પૂછ્યું, 'ટેમ્પુડિયો નામ કોણે પાડ્યું છે – એની માએ જ કે ફોઈએ ?'

જવાબમાં મજાની વાત જાણવા મળી. ટેમ્પુડિયાના જન્મસમયે તેની માતા બીજાં આદિવાસીઓ સાથે શહેર ગયેલી. પાછાં ફરતાં તેઓ બધાં એક ટેમ્પામાં બેઠેલાં. પ્રવાસમાં જ ટેમ્પામાં આ છોકરાનો જન્મ થયેલો. આથી એનું નામ ટેમ્પુડિયો પડી ગયું.

'અરે વાહ !' મેં કહ્યું, 'તારા નામ પાછળ તો મોટો ઇતિહાસ છે !' ટેમ્પુડિયો ખુશ થતો-થતો પાછો ભણવા બેઠો.

રાત્રે મેં સુપરિયા પાસેથી 'મહાભારત' લાવીને વાંચવાનું શરૂ કર્યું. રોજ એકાદ કલાક વાંચીશ તેવું નક્કી કર્યું છે. બને ત્યાં સુધી નિયમભંગ ન થાય તે જોઈશ.

સવારથી મારે ખેતરોનું કામ જોવા જવું હતું, પછી કાગળના કારખાનામાં થોડું રોકાવું હતું. હું ઘરમાંથી બહાર નીકળીને ખેતરો તરફ જવા વળ્યો. લગભગ બધાં જ પોતપોતાના કામ પર આવી ગયાં હતાં. હું મુખ્ય દરવાજા સામેથી પસાર થયો કે મેં લીલાભાઈને દોડતો આવતો જોયો. કામ પર આવતાં મોડું થાય તો દોડવું પડે એવી કડક શિસ્ત તો અમારી છે નહિ. લીલાભાઈ આટલો ઉતાવળે કેમ આવે છે તે જાણવા હું ઊભો રહ્યો.

થોડે દૂરને અંતરેથી લીલાભાઈ ચીસો પાડતો હોય તેમ મોટા અવાજે કંઈક બૂમ પાડવા લાગ્યો.

વાઘ, દીપડો કે એવું કંઈ આ તરફ આવી ગયું હશે ? – મેં મનોમન વિચાર્યું ત્યાં સુધીમાં તો લીલાભાઈ દરવાજામાં આવી ગયો. એ જ ક્ષણે મારા કાન પર મેં ક્યારેય ન સાંભળ્યા હોય તેવા શબ્દો પડ્યા, 'પુરિયા ડાકીન ભઈ લીઈઈઈ...'

લીલો આવીને મારી પાસે ફસડાઈ પડ્યો અને ફરી બોલ્યો, 'ઓ રે મા, પુરિયા ડાકીન ભઈ લી !'

તે શું કહેવા માગે છે તે હું સમજી ન શક્યો. કદાચ પુરિયા મૃત્યુ પામી ! હું બાઘો બનીને ઊભો રહ્યો. લીલાએ ફરી જોરથી, આ કામ કરતા માણસોને સંભળાય તેમ એની ચીસ વહાવી.

ક્ષણભર સ્તબ્ધતા વ્યાપી ગઈ. વળતી પળે જ ખેતરમાંથી, મધકેન્દ્રમાંથી, કાગળ અને વાંસના કામની જગ્યાએથી પોતપોતાનું કામ પડતું મૂકીને બધાં જ બહાર આવી ગયાં. કોઈનીય રજા લેવાની પરવા કર્યા વગર બધાં દરવાજામાંથી નીકળીને પોતપોતાના ગામ તરફ રવાના થવા મંડ્યાં.

ઑફિસમાંથી સુપરિયા એકદમ દોડી આવી. કેન્દ્રમાં હજી થોડા યુવાનો હતા. સુપરિયાને અહીં ઊભેલી જોઈને તેઓ બહાર જતાં જરા ખમચાયા.

'ઝૂરકા!' સુપરિયાએ ઝૂરકાને કહ્યું, 'જલદી જા, ભાઈ, ગણેશ શાસ્ત્રીને ખબર કર.'

ઝૂરકો થોડા વિચારમાં પડ્યો. સુપરિયાએ સત્તાવાહી સ્વરે કહ્યું, 'જલદી જા.' અને પછી સ્વર નરમ બનાવતાં બોલી, 'તું જ જઈ શકશે, ભાઈ, તારા વિના આટલી ઝડપ કોઈની નથી.'

'આટલી ઝડપ' શબ્દો સાંભળતાં જ ઝૂરકો ચમક્યો અને તેણે નવાઈ-ભરી નજરે સુપરિયા તરફ જોયું. સુપરિયાએ હકારમાં મસ્તક ઝુકાવ્યું અને મલકી. આ રહસ્યમય મૌનમય વાર્તાલાપ શો થયો તે હું સમજું ત્યાર પહેલાં તો ઝૂરકાએ હરિખોહ તરફ દોટ મૂકી. હું સ્વસ્થ થઈ ગયો હતો. મેં પૂછ્યું, 'શું થયું છે ?'

'સાંભળ્યું નહિ ?' સુપરિયા સહેજ ચિડાઈને બોલી. પછી દુઃખી અવાજે કહ્યું, 'થયું નથી, થશે. પુરિયાને ડાકણ બનાવી છે તે હવે કરશે કાળો કેર. મારી નાખશે છોકરીને !'

આટલી વારમાં તો બિત્તુ સુપરિયાના બૂટ લઈને આવી ગયો. બંને ભાઈઓ તીર-કામઠાં લઈને તૈયાર ઊભા.

'ચાલો.' સુપરિયાએ સાડીનો છેડો કમ્મરે વીંટ્યો અને મને કહ્યું, 'હું જઉં છું.'

'હું પણ આવું જ છું.' મેં કહ્યું અને આશ્રમના કાયમી નિવાસીઓને થોડી સૂચનાઓ આપીને અમે નીકળ્યાં.

હંમેશની હસતી-રમતી-ગાતી પુરિયા અચાનક ડાકણ બની જાય તે મારા માન્યામાં ન આવ્યું. એ પરમમંગલમયી વનકન્યાને માથે આવી પડેલા અશુભ ભાવિની આશંકાએ મને વ્યગ્ર કરી મૂક્યો.

રસ્તામાં સુપરિયાએ મને જે સમજાવ્યું તે પરથી હું એટલું સમજ્યો કે ડાકણ થઈ જવા સાથે જ પુરિયાએ આ અરણ્યોમાં રહેવાનો અધિકાર ગુમાવી દીધો છે. કાં તો તેણે આ અરણ્યો ત્યાગીને જવું પડે અથવા મૃત્યુ સ્વીકારવું પડે.

'પુરિયા ડાકીન ભઈ લી હોઓઓ...'નો નાદ થોડા કલાકોમાં જ આતંક બનીને બીજની, પીપરિયા અને તેવરથી લઈને જલોરી અને તિલવરાનાં વનોમાં દાવાનળની જેમ ફેલાઈ જશે. એ વખતે દરેક ટોલા, દરેક કસ્બા, દરેક પંથનો આદિવાસી એક જ સ્વરે કહેશે : 'નીં ચાઈએ ડાકીન ઈહાં પે.'

આ હરીભરી વનરાજિમાં, શીઘ્રગામિની નર્મદાના ખોળે, સત્યકામ જાબાલની ભૂમિમાં ઊછરેલી પુરિયા જાય તોપણ ક્યાં ? કાકરાખોહનાં શુદ્ધ પારદર્શક જળ, હરિખોહની લીલીછમ હરિયાળી, સાગ-સરાઈનાં વનો અને સદા સત્ય નર્મદાનાં કોતરો સિવાય જેણે કંઈ જોયું જ નથી એવી એ વનબાળા બીજે ક્યાંક જતી રહે તોપણ જીવે શી પેરે ?

'આપણે પોલીસને જણાવીએ તો ?' મેં સુપરિયાને પૂછ્યું.

'આટલો સમય નથી.' સુપરિયાએ ઉતાવળે ચાલતાં જ જવાબ આપ્યો, 'વળી શહેરના થાણામાં બે-ત્રણ પોલીસ માંડ હશે.' પછી જરા રહીને ઉમેર્યું, 'ને મારે પુરિયાને બચાવવા બીજા પાંચને મરવા નથી દેવાના.'

આવી પરિસ્થિતિમાં પણ સુપરિયા આટલું સ્પષ્ટ વિચારી શકે છે તે મને ગમ્યું. તેની દૃઢતા વધતી જતી હતી. અમે ઝડપથી આગળ ચાલ્યાં.

વચ્ચે-વચ્ચે તીર-કામઠાં લઈને નિશ્ચલભાવે એક જ દિશામાં ચાલ્યા જતા આદિવાસી પુરુષો અમને મળતા રહ્યા. તેમને જોતાં મને સમજાઈ જતું કે આ બધા જો એક જ વિચારે એક જ સ્થળે ભેગા થવાના હોય તો પોલીસ તો શું, ખુદ સુપરિયા કે ગણેશ શાસ્ત્રી પણ તેમને થંભાવી શકવાનાં નહિ.

ઈશ્વર જેવું કંઈ હોય તો માત્ર તે જ હવે પુરિયાને સહાય કરી શકે અથવા તેનું સર્જેલંત એવું બીજું કોઈ આ સૃષ્ટિ પર હોય તો તે.

ધુલીટોલાનાં વનો સુધી પહોંચતાં દસ-સાડાદસ થઈ ગયા. પથ્થરો અને ઢોળાવો પર સતત ચાલ્યા કરવાથી મારા પગ છોલાતા હતા. ઝાડી-ઝાંખરાંના ઉઝરડા સુપરિયાના હાથ અને ગાલ પર નિશાન છોડતા જતા હતા, પણ તે પૂર્ણ સ્વસ્થ હતી. તેના વીખરાયેલા વાળ, વેરવિખેર મુખભાવો અને અસ્તવ્યસ્ત કપડાં પાછળ તેનું મન કોઈ અતૂટ વિશ્વાસ ધરાવતું હોય તેમ તે નિશ્ચલ ચાલી જતી હતી.

ધુલીટોલા પહોંચતાં પહેલાં વચ્ચે પાકી સડક પાર કરીને નાળામાં ઊતરી જવાનું થશે. આ રસ્તો મેં પુરિયા સાથે ફરવા આવતાં ઘણી વાર જોયો છે. આજે પણ પુરિયા જાણે ગાતી-નાચતી આગળ જતી મને દેખાય છે. દશેક મિનિટ અમે રોકાયાં. બિત્તુબંગાએ ખભેથી નાની પોટલી ઉતારી. તેમાંથી ચણા અને ગોળ કાઢ્યા. અમે ખાધું, પછી તે બંને ઝરણામાંથી પાણી લઈ આવ્યા.

મોસમનો પહેલો વરસાદ કદાચ અત્યારે જ પડશે તેવું લાગતું હતું. વાદળો પાછળ તોફાન સંતાયેલું હોય તેમ આકાશ સૂમસામ, નિઃશબ્દ અને સ્થિર હતું.

સુપરિયા અને હું બંને ઉદ્વિગ્ન છતાં શાંત હતાં. ગણેશ શાસ્ત્રીના વાક્ય ‘શ્રદ્ધા હોવી જોઈએ’ની જાણે કસોટી કરી રહ્યો હોઉં તેમ હું શ્રદ્ધાવાન થવાની કોશિશ કરતો ચાલતો રહ્યો. સુપરિયાના મુખ પર દઢતા અને વિશ્વાસ ટકી રહેલાં મેં જોયાં; પણ હજી મને પોતાને આવો ભાવ જાગ્યો ન હતો.

સૂમસામ સડક, ચારે તરફ ટેકરીઓથી ઘેરાયેલી વનભૂમિને ચીરતી ચાલી જતી ડામરની પાકી સડક, માથે ગોરંભાયેલું પણ હલચલરહિત નિશ્ચલ આકાશ.

અચાનક સામે એક ટેકરી પર વીજળી પડી. મેં ચમકીને ભયાનક ગડગડાટી સાંભળવા જાતને તૈયાર કરી, પણ મોટા ચચરાટ સિવાયનો કોઈ અવાજ થયો નહિ.

થોડે આગળ વધતાં જ આકાશમાંથી જાણે કાપડનો ચંદરવો ચિરાતો હોય તેવા ચચરાટ સાથે તેજલિસોટો બીજી એક ટેકરીને સ્પર્શ્યો. સુપરિયા પણ ચમકી ગઈ. અમે બંને જણ ડામરની સડક પર પહોંચ્યાં. સડક પાર કરીએ તે પહેલાં તો કાળા આકાશમાંથી લંબાતો એક તેજલિસાટો સડક પર તતડી ઊઠ્યો. માથા પર મહાવસ્ત્ર ચિરાતું હોય તેવો ચચરાટ થયો. સુપરિયાએ મને હાથ પકડીને ખેંચ્યો અને અમે બંને જણ દોડીને સડક પાર કરી નાળામાં ઊતરી ગયાં. બિત્તુબંગા પણ પાછળ જ આવ્યા.

મારાં ગાત્રોમાં ભય વ્યાપી ગયો. સુપરિયા પણ થથરી ગઈ હતી. સાવ આટલે નજીક, કદમ-બે-કદમ દૂર વીજળી પડે અને કોઈ માણસ જરા પણ ઈજા વગર બચી જાય તેની મનોદશાનું વર્ણન કરવું અશક્ય છે. સ્વયં અનુભવ્યા વગર એ સ્થિતિને સમજવી શક્ય નથી. કહી કે લખીને એને વર્ણવવાનું સામર્થ્ય ભાષા પાસે નથી હોતું. એ એક એવી સ્થિતિ છે જ્યાં ભય, અભય, દુઃખ, આનંદ અને સ્મૃતિઓ સહિત અનેકવિધ લાગણીઓ મનને ઘેરી વળે છે. એ અનુભૂતિ પાસે ભાષા મૂક રહી જાય છે.

અમે નાળામાં ઊતર્યાં અને વરસાદનાં મોટાં ફોરાં પડ્યાં. સૂકાં પાંદડાંઓ પર અને વૃક્ષો પર પડતાં ટીપાંએ વન ગજવી મૂક્યું. મને હતું કે હવે ઝંઝાવાતી પવન ફૂંકાશે અને આકાશ ધમરોળાશે; પણ એવું ન થયું. ટપ... ટપ છાંટા પડતા રહ્યા અને બાકીનું વાતાવરણ સ્થિર રહ્યું. હવામાં સુગંધ પ્રસરી, પણ ઠંડક ન થઈ. થોડી વારે છાંટા પડતા પણ બંધ થઈ ગયા.

સુપરિયાનું ધ્યાન આ કશામાં ન હતું. તે પુરિયા પાસે પહોંચવા અને શક્ય તે તમામ પ્રયત્ને તેને બચાવી લેવા સિવાયનું કશું વિચારતી નહિ હોય તેવું મને લાગ્યું.

મને શરમ આવી. સુપરિયા આટલી નાની વયે પણ માતા પોતાના બાળકને માટે કરે તેટલી દઢતાથી પુરિયા માટે બધું જ કરી છૂટવા ઇચ્છે છે. સુપરિયા જે રીતે આ આદિવાસીઓને પ્રેમ કરે છે, તેમની ચિંતા કરે છે, એમાંનું કંઈ હું કરતો નથી. જ્યાં સુધી હું એ નહિ કરી શકું ત્યાં સુધી કદાચ હું એક શિક્ષક તરીકે ખ્યાતિ પામીશ, બેએક આદિવાસી જાતિઓ પર રીસર્ચ પેપર કે રિપૉર્ટ તૈયાર કરીશ, બસ, એથી વિશેષ કશું નહિ હોય.

હું ઈશ્વરમાં માનતો નથી, મેં ક્યારેય પ્રાર્થના કરી નથી, છતાં આ પળે મનોમન ઇચ્છતો હતો કે એવી કોઈ શક્તિ જો આ સૃષ્ટિમાં હોય તો તે મને આટલો પ્રેમ અને આટલી સમજણનું દાન કરે કે આ સદા-સદા સત્ય ઋક્ષશૈલા નર્મદાનાં પરમપારદર્શક જળ જેવી નિર્મળ મતિથી, હું જેમને ગંદાં, અભણ અને ગમાર માનું છું, તેઓને ચાહી શકું.

ધુલીટોલા પહોંચતાં જ સુપરિયા અને હું આદિવાસીઓનાં ટોળાં પાર કરતાં સીધાં જ ચોરા તરફ ગયાં. ગામમાં ઝૂંપડાંઓ ખાલી હતાં. માણસો ગામબહાર ટોળે મળ્યાં છે. ચોરામાં ત્રણચાર જાતિના ડાયાઓ, એક સ્ત્રી અને બીજા બે પુરુષોથી વધારે કોઈ હતું નહિ.

ડાયાઓએ સુપરિયાને હાથ જોડ્યા, પણ મારી હાજરી તેમને બહુ ગમી હોય તેવું લાગ્યું નહિ. બિત્તુબંગા ચોરાથી દૂર એક પથ્થર પર બેઠા.

'ડોશી!' સુપરિયાએ પેલી સ્ત્રીને કહ્યું, 'શી છે આ બધી ધમાલ?'

તે સ્ત્રી એકદમ પોક મૂકીને રડી પડી, 'પુરિયા ડાકિન ભઈ લી રે... ઓ મા રે! મારી છોરી ડાકિન ભઈ લી!'

સુપરિયા ડોશીની પાસે બેસી ગઈ અને ખિજાઈને કહ્યું, 'રોયા વગર વાત કર. શું થયું?' પણ પુરિયાની મા રડતી જ રહી અને રડતાં-રડતાં તેણે જે કહ્યું તે સાંભળીને મારાં રૂંવાડાં ઊભાં થઈ ગયાં: પુરિયાની બહેન રામબલીનો છોકરો ગઈ કાલથી ગુમ હતો. બધાં તેને શોધતાં હતાં ને આજ પરોઢે નદીની ભેખડમાં જોયું તો પુરિયા અડધો ખાધેલો છોકરો લઈને બેઠી હતી.

માની ન શકાય તેવી હકીકત સાંભળીને હું મૂઢ થઈ ગયો. પુરિયા બાળકને મારી ખાય તે માનવા હું કોઈ કાળે તૈયાર ન હતો. સુપરિયાએ પાછળ ફરીને પેલા પુરુષોમાંના એકને પૂછ્યું, 'રામબલી ક્યાં છે?'

'ભાગ ગઈ.' તેણે કહ્યું, 'કા વાસ્તે ઈહાં રુકે ? ડાકિન ઉસે છોડેગી કા ?'

'ભાગવા શું કામ દીધી ? તારી વહુ પર આવડું આળ ઓઢાડે એને ભાગવા દેવાય ?'

'છોરે કો ખા ગઈ. રામબલી કો બી ખા જાવે. કા વાસ્તે રુકે ઓ ?' પેલાને કંઈ ખબર જ ન પડી. પુરિયાનો મરદ ખરેખર ગમાર છે તેની મને ખાતરી થઈ ગઈ.

હવે મને લાગ્યું કે મારે સુપરિયાની વહારે જવું જોઈએ. મેં આગળ આવીને કહ્યું, 'છોકરાને કોઈ જાનવરે મારી નાખ્યો હોય અને પુરિયા તેને લઈ આવતી હોય...' હું પૂરું બોલી રહું તે પહેલાં સુપરિયાએ હાથ લંબાવીને મને કંઈ ન બોલવા ઇશારો કર્યો. હું અટકી ગયો.

સુપરિયાએ પેલી સ્ત્રીને કહ્યું, 'સારું, હવે સાંભળ, હું પુરિયાને મારી સાથે લઈ જઉં છું. ત્યાં જ રાખીશ. અહીં નહિ આવવા દઉં.'

મારા અનહદ આશ્ચર્ય વચ્ચે પુરિયાની મા, તેનો પતિ અને ત્રીજો તેનો ભાઈ હોય તેવો દેખાતો પુરુષ એકસાથે બોલી ઊઠ્યાં, 'નીં જાણે દે. ડાકિન ભઈ તો મારની પડેગી. કાટ કે જલાવેંગે.'

'એમ જીવતા માણસને કાપી ન નખાય.' મેં હવે બીક બતાવતાં કહ્યું, 'હું થાણામાં ખબર કરીશ તો પોલીસ પકડી જશે ને પૂરી દેશે.'

જવાબમાં પેલા લોકો કંઈ ન બોલ્યા પણ એક ડાયો બોલ્યો, 'ડાકિન કો મારે હેં, પુલીસ કો કા લેણાદેણા ? માનુસ કો થોડા મારતે હેં ?' અને મારા અજ્ઞાન પર તે થોડું હસ્યો.

'પુરિયા ક્યાં છે ?' સુપરિયાએ ઊંચે સ્વરે પૂછ્યું, પણ કોઈએ જવાબ ન આપ્યો. 'ક્યાં છે પુરિયા ?' તેણે ફરી પૂછીને પુરિયાની માનો ખભો પકડીને તેને હલબલાવી નાખી.

'બંદ કીથી હે. મારે ઘરમેં.'

સુપરિયા આગળ કંઈ બોલ્યા વગર સામેના બંધ બારણાંવાળા ઘર તરફ ગઈ. હું પણ પાછળ ગયો. બીજા કોઈએ અમને રોક્યાં નહિ તેથી મને નવાઈ પણ લાગી અને નિરાંત થઈ.

સાંકળ ખોલી તો સામે પુરિયા. તેના હાથે અને ગાલે લોહીના ડાઘ હતા. કદાચ તેણે બાળકના મૃતદેહને વહાલ કર્યું હશે.

'ચાલ, પુરિયા, ઊભી થા.' સુપરિયાએ અંદર જતાંવેંત પુરિયાનો હાથ પકડ્યો.

'છોડ, છોડ મુંને.' પુરિયાએ આંખો ફાડીને જવાબ આપ્યો. મારા

આશ્ચર્યની સીમા ન રહી. પુરિયા સ્વયં સુપરિયાને આમ કહે તે હું જોવા-સાંભળવા છતાં માની ન શક્યો.

'પુરિયા, ચાલ, ઊભી થા.' મેં પણ કહ્યું.

'ચલા જા ઈહાં સે!' તે ગરજતી બોલી, 'ખા જાઉં તુંને! દેખતા નંઈ? મું ડાકિન ભઈ લી.' તેનો દેહ ધ્રૂજતો હતો.

સુપરિયાએ સામે એવી જ ચીસ પાડી, 'કોણ કહે છે તું ડાકણ છે?'

'મેરા મરદને બી બોલા.' પુરિયાએ કહ્યું, 'રામબલી બોલા. સબ ડાયા લોગ બોલા. મું ડાકિન ભઈ લી.' અને પછી ઉમેર્યું, 'રામબલી કા મરદ બી બોલા: મું છોરે કો ખા ગઈ!'

અચાનક મારા મનોજગતમાં અનેક સમીકરણો રચાઈ ગયાં. માનવસંબંધો, લાગણીઓનાં કેવાં નાજુક જાળાં રચતાં હોય છે તે મને પ્રત્યક્ષ દેખાયું. રામબલીનો, પોતાની માનો, ડાયાઓનો – બધાંનો આક્ષેપ પુરિયા સહી જાત, પોતાનો પતિ તો પોતાની સહાયે આવવાનો જ નથી તે પણ પુરિયા જાણતી હતી, પણ રામબલીનો પતિ, તેનો બનેવી, જેની સાથે તે હસતી, રમતી, આનંદતી તે તેનો સાચો મિત્ર પણ પોતાને સમજી ન શક્યો તે વાત પુરિયાનું મન જીરવી ન શક્યું. જે પળે રામબલીના પતિએ તેને ડાકણ કહી અને પોતાના બાળકની હત્યારી ગણી તે જ ક્ષણે પુરિયાએ સ્વીકારી લીધું કે પોતે ડાકણ થઈ છે. આવા નજીવા કારણસર તે સ્ત્રી મરવા તૈયાર થઈ છે. તેના મનમાં શું છે તે અંતર્યામી જાણે અને સત્ય શું છે તે નદીની અવાવરુ ભેખડો જાણે છે.

આદિવાસીઓનો શોરબકોર અને ખડ્ગની ધાર આ બંનેમાંથી કોઈની ભાષા સમજશે નહિ. હવે શું કરવું તે અમે વિચારી ન શક્યાં. ઝૂંપડીમાંથી બહાર નીકળીને સુપરિયાએ આજુબાજુ જોયું. દરમિયાન પુરિયા બહાર ધસી આવી અને ડાયાઓ તથા બીજા બે પુરુષોએ મળીને તેને પકડી લીધી. ડાયાઓએ કંઈક વિચિત્ર સાદ કર્યો અને ગામ બહાર ઊભેલા જુવાનિયાઓ દોડી આવ્યા.

અમે ઘેરાઈ ગયાં. પુરિયા પોતે છૂટવા માટે જરા પણ તૈયાર હોત તો અમારો પ્રયત્ન સાર્થક થાત, પણ આટલા બધાની સાથે તે પણ અમને દૂર ધકેલતી હોય તેમ ખસી ગઈ.

ટોળું આગળ ચાલ્યું. પુરિયાને ઊંચકી લેવામાં આવી. ચોરા પર ચડીને કેટલાક યુવાનો આ તાલ જોતા હતા. રામબલીનો વર પણ તેમાં હતો. અચાનક સુપરિયા ચોરાના ઓટલે ચડી અને જોરથી બૂમ પાડી. 'પુરિયા... હો...'

પુરિયાએ ચોરા તરફ જોયું તે જ પળે સુપરિયાએ હતી તેટલી તાકાતથી રામબલીના વરના મુખ પર તમાચો જડી દીધો. બધા હતપ્રભ થઈને જોતા રહ્યા અને વળતી જ પળે પુરિયાએ છૂટવાનો પ્રયત્ન કરતાં ચીસ પાડી, 'મુંને નીં ખાયા છોરે કો!'

પણ એ પહેલાં તો ટોળું હો... હો કરતું દોડ્યું અને વળાંકમાં ઢોળાવ ઊતરી ગયું. બિત્તુબંગા આવ્યા ત્યારથી પથ્થરની મૂરત જેમ બેસી રહ્યા હતા તે ઊભા થઈને સુપરિયા પાસે આવી ગયા. હવે શું કરવું તે વિચારતો હું મૂંઝાઈને ઊભો રહ્યો.

સુપરિયા ઢીલી પડી ને ચોરા પર બેસી પડી. બિત્તુએ કહ્યું, 'માર દેંગે, સામ તલક. અંધેરા હોવે તો ડાકિન કો નીં માર પાવે.'

આસુરી શક્તિ રાત્રે બળવત્તર બને છે તે ખ્યાલે ડાકણનો વધ સાંજ પહેલાં કરવાની તૈયારી થઈ ચૂકી હતી. જે નદીની ભેખડોમાં તે મળી આવી હતી ત્યાં જ તેનો અંતિમ શ્વાસ લેવાશે.

સુપરિયા ઊઠી. કંઈક નિર્ણય કર્યો હોય તેમ તેના મુખભાવો બદલાયા. બાજુના ઝૂંપડાના છાપરામાં ભરાવેલી મોટી ફરસી ખેંચીને તેણે હાથમાં બરાબર પકડી અને પૂરા વેગથી તે નદીના વળાંક તરફ દોડી.

તે શું કરવા જઈ રહી છે તે સમજાતાંવેંત હું ને બિત્તુબંગા તેની પાછળ દોડ્યા. મેં મારી તમામ શક્તિ ભેગી કરીને ચીસ પાડી, 'સુપરિયા, રહેવા દેજે!'

પણ તે ઘણી ઝડપથી દોડી ગઈ. અમે પાછળ રહી ગયા હતા. તેને પકડી પાડીએ તે પહેલાં નદીના વળાંક પાસે તે પોતે જ થંભી ગઈ અને ફરસીને જમીન પર ફેંકી દીધી.

સુપરિયાની પીઠ અમારી તરફ હતી. વળાંક પાછળ નદીમાં તે શું જોઈ રહી છે તે અમને દેખાતું ન હતું.

ઉતાવળાં પગલે અમે સુપરિયા પાસે પહોંચ્યા. વળાંક પાછળ જોયું તો નીચે ઊભેલું ટોળું શાંત થઈ ગયું હતું. નદીના સામા કિનારા પરથી ગંડુ ફકીર હથેળીમાં સળગતા કોલસા પર ધૂપ નાખીને 'હટો-હટો' કરતો ટોળા તરફ આવતો હતો. તેની પાછળ બે લંગોટધારી આદિવાસીઓ.

તે ત્રણેય જણની પાછળ મુખ ઢાંકતું મલીર ઓઢીને દૃઢ પગલે ચાલી આવતી હતી કાલેવાલી મા. પાછળ થોડે દૂર સાઠસાલી ટોળાના થોડા યુવાનો દૃઢતાથી ઊભા રહીને તેમની દેવીને જતી જોઈ રહ્યા હતા.

હું નદી તરફ જવા આગળ વધ્યો કે સુપરિયાએ હાથ પકડીને મને

રોક્યો. અમે ત્યાં જ ઊભાં રહીને જોયા કર્યું.

આદિવાસીઓના ટોળામાં કેડી પડી ગઈ. ગંડુ ફકીર તે કેડી વચ્ચે આગળ વધ્યો. ધૂપવાળી હથેળી તેણે આગળ ધરી રાખી હતી.

પુરિયા પાસે પહોંચતાંવેંત તેણે ધૂપનો ધુમાડો પુરિયાના મુખ પર ફેરવ્યો. બીજે હાથે ઝોળીમાંથી કંઈક કાઢીને પુરિયાને માથે ફેંક્યું અને તરત જ પુરિયાનો હાથ પકડીને પાછો ટોળામાંથી બહાર તરફ ચાલ્યો.

કાલેવાલી મા ટોળા સુધી ન આવતાં થોડે દૂર ઊભી હતી. પુરિયાને ખેંચતો ગંડુ ફકીર કાલેવાલી મા પાસે પહોંચ્યો. ટોળા સામે જોઈને તેણે સળગતો ધૂપ અને કોલસા પુરિયાની આજુબાજુ વેર્યા અને મોટે અવાજે બોલ્યો, 'બાંધે હે માને ઈસ ડાકિન કો. લે જા કે બંધ કર દેગી; ફિર કભી નહિ આયેગી યે યહાં પે.'

આટલું કહીને ગંડુ ફકીર ચાલતો થયો. પુરિયા, કાલેવાલી મા અને પાછળ સાઠસાલી ટોલાના લંગોટધારી યુવાનો પણ ધીમે-ધીમે સામા કિનારાની ભેખડો પાર ચાલ્યાં ગયાં. આ બધું એટલું ઝડપથી બની ગયું કે કોઈ કંઈ વિચારે અને બોલે તે પહેલાં તો પૂરું થઈ ગયું હતું.

સુપરિયાએ મારી સામે જોયું. તેના મુખ પર શાંતિ જોઈને મને આનંદ થયો. ગામમાં ગયા વગર અમે સીધાં જ સડક તરફ ચાલ્યાં. બિત્તુબંગા અમારી આગળ ચાલ્યા.

રસ્તે ચાલતાં સુપરિયા બોલી, 'ઝૂરકા, તેં કામ કર્યું ખરું.' મેં ચમકીને સુપરિયા સામે જોયું.

મેં પણ ઝૂરકાને બિરદાવ્યો, 'કાલેવાલી મા, ગંડુ ફકીર – બધાંને એકસાથે સમયસર પહોંચાડવા ઝૂરકો આટલા ટૂંકા સમયમાં ન જાણે ક્યાં-ક્યાં પહોંચ્યો હશે!'

સુપરિયા માત્ર મલકી.

અબુધ આદિવાસીઓના ભોળા ગુનાઓને ધોઈ નાખવા હોય તેમ આકાશ ઓચિંતું વરસવા મંડ્યું. જેમ-તેમ અમે સડક સુધી તો પહોંચ્યાં. હવે બીજા બે-સવાબે કલાક આ વર્ષામાં, વનોમાં ચાલવું શક્ય ન હતું. સડક પર જ પલળતાં બેસી રહ્યાં અને એક ટ્રક આવી તેમાં બેસીને શહેર સુધી પહોંચ્યાં. ગુપ્તાજી ઘરે જ હતા. તેમનાં પત્ની અને મા પણ હતાં.

'અબ ઈસે લગાયા અપને પાછળ! છોરી, તન્ને તો કયા કહું?' માજીએ અમને બંનેને ધમકાવ્યાં. વરસાદમાં પલળતાં આવ્યાં હતાં એથી માજીને જેટલો ક્રોધ આવ્યો હતો એટલી જ ચિંતા થઈ. તરત જ અમને અંગૂછા અપાયા.

બિત્તુબંગાને પણ ખાદીના ગમછા જેવું આપ્યું.

'લે, મેરે પોતે કા હે. આ જાવેગા તુંને' કહેતાં મને નવા જ લેંઘો-ઝભ્ભો કાઢી આપ્યા. સુપરિયાને તો ગુપ્તાજીનાં પત્ની અંદર લઈ ગયાં. મેં બાથરૂમમાં અને બિત્તુબંગાએ ફળીના કમરામાં કોરા થઈને કપડાં બદલ્યાં.

તરત જ ચા અને પકોડાં આવ્યાં. આટલું ઝડપથી બધું જ સંભાળી લેવાની આવડત માત્ર સ્ત્રીમાં જ હોઈ શકે તેવું વિચારતાં મેં બધાંની સાથે નાસ્તો કર્યો.

'કહાં ભટકતે થે ?' પાર્વતીમાએ પૂછ્યું. જવાબમાં સુપરિયાએ તેમને બધી વાત કહી. માજીએ ધીરજપૂર્વક બધું સાંભળ્યું અને સ્વગત બોલતાં હોય તેમ જે શબ્દો કહ્યા તે પરથી મેં જાણ્યું કે સુપરિયાએ એક જ રાતમાં વીસવીસ ગાઉનો પંથ કાપીને ધાડ પાડવાની આવડત ધરાવતા યુવાન ઝૂરકાની શક્તિનો સન્માર્ગે ઉપયોગ કરી જાણ્યો અને ઝૂરકાએ તે વિશ્વાસથી નિભાવી જાણ્યો.

રાત્રે બધાં જુદા-જુદા ઓરડામાં સૂતાં. બહાર તો વરસાદ હતો. માજી રાત્રે એક આંટો મારા કમરામાં પણ મારી ગયાં. મેં સૂતાં-સૂતાં જોયા કર્યું. મને બરાબર ઓઢવા-પાથરવાનું મળ્યું છે તે અને હું સૂઈ શક્યો કે નહિ તે જોવા આવ્યાં હશે. મોડું થઈ ગયું ન હોત તો કદાચ હું હાલરડું સાંભળવાની ઇચ્છા વ્યક્ત કરત.

સવારે ગુપ્તાજીએ ઉતાવળ કરાવી, 'ઠહરે હોંગે લોગ હમારી રાહ મેં.' કહેતા તેઓ જલદી-જલદી બહાર નીકળ્યા. તેમને કોઈ કામસર જવું હશે તેવું લાગ્યું. અમે પણ ઝડપથી તેમની સાથે ગયાં. ડ્રાઇવર જીપ તૈયાર કરીને બજારમાં આવી ગયો હતો. અમે બેઠાં કે તરત નીકળ્યા.

થોડે દૂર જતાં જ બે-ચાર આદિવાસીઓ રસ્તાની કોરે બેઠેલા દેખાયા. ગઈ રાતના વરસાદથી ધોવાઈને સ્વચ્છ થયેલાં વનોની હળવાશ આદિવાસીઓનાં મુખ પર દેખાતી ન હતી.

ગુપ્તાજીએ જીપ ધીમી પડાવી. જીપ ઊભી રહી કે પેલા ટોળામાંથી બે-ત્રણ જણ આગળ આવ્યા. એક જણે રોકડ રકમ ગુપ્તાજીને આપી, બીજાએ મધ આપ્યું અને ત્રીજો હાથ જોડીને ઊભો.

'અગલી પૂરણમાસી પર દેના.' ગુપ્તાજીએ કહ્યું.

આ સાથે જ મને યાદ આવ્યું કે ગુપ્તાજીને વ્યાજ દેવાનો આ દિવસ છે. બાબરિયાએ મને આ કહેલું તે સમયે મને હતું કે વ્યાજ આપવા ગુપ્તાજીની દુકાને જવું પડતું હશે. આમ રસ્તાની કોરે બેસીને જીપ લઈને આવતા ગુપ્તાજીની રાહ જોવાતી હશે તેની મને ખબર ન હતી.

ગુપ્તાજીને મેં આ પ્રથા વિશે પૂછ્યું તો કહે, 'હિંમત નહિ જુટા પાતે શહરમેં આનેકી. બસ યહાં તલક આવેંગે.'

જીપ ચાલી. હું અરણ્યોના નવા રૂપને નીરખતો બેસી રહ્યો. પાછળ રસ્તો સરતો જતો હતો. હવે ચોમાસું આવ્યું એટલે લીલોતરી વધશે. જંગલો જાતજાતનાં વેલબુટ્ટાઓથી સોહામણાં શોભી ઊઠશે. પતંગિયાં અને જીવજંતુઓ પ્રકૃતિનાં રહસ્યોને છતાં કરવા આવી પહોંચે.

વળી થોડે આગળ અર્ધનગ્ન આદિવાસીઓ ટોળે મળીને ઊભા હતા. જીપ ઊભી રહી. વ્યાજ-રૂપે પૈસા અથવા મધ કે કોળું-કાકડી જમા કરવાનો સિલસિલો ચાલ્યો. આવો આર્થિક વ્યવહાર મેં અગાઉ ક્યાંય જોયો-સાંભળ્યો ન હતો. ભૂતકાળમાં ગુપ્તાજી પાસેથી થોડીઘણી રકમ કે અનાજ-કાપડ ઉધાર લીધાં હશે એ એકમાત્ર કારણે આ અર્ધવસ્ત્રા આદિવાસીઓ આજે પૂનમ છે તે યાદ રાખીને વિકરાળ વનો અને ગિરિ-કંદરાઓ પાર કરતા આ રસ્તાની ધારે આવી પહોંચે છે. શહેરની દિશામાંથી જીપ ન આવે ત્યાં સુધી રાહ જોઈને બેસે છે.

'એકાદ જણ પૈસા આપવા ન આવે તો તમે તેને ક્યાં શોધો?' જીપ ઊપડી પછી મેં ગુપ્તાજીને પૂછ્યું.

'શ્રી હરિ.' ગુપ્તાજી મસ્તક પર હાથ ફેરવતાં બોલ્યા. પછી મારી તરફ ફરીને કહે, 'એસા નહિ હોવે. વે લોગ જરૂર આવેંગે.'

'કોઈ લખાણ-હિસાબ કર્યાં હોય તમે?' મેં પૂછ્યું.

'નહિ રે નહિ.' ગુપ્તાજીએ કહ્યું, 'લેન-દેન ચલતી રહતી હે.' પછી ઉમેર્યું, 'અગર મોટી બાત હોવે તો અપના ઘર લીખત દેતે હેં કભીકભી.'

'ઘર?' મને હસવું આવ્યું, 'આ લોકોનાં ઘર તમે જોયાં છે?'

'મેં પૈદા હી યહાં હુવા હૂં, ભાઈ!' ગુપ્તાજીએ કહ્યું, 'સબ જાનતા હૂં. કિસીકો ભી અપના ઘર નહિ હે.' કહી થોડું અટક્યા. પછી ફરી 'શ્રી હરિ' બોલીને માથે હાથ ફેરવ્યો અને આગળ કહ્યું, 'બરસાત મેં બેહ જાવે. દિવાલી પે બને ઈનકી ઝોંપડિયાંઓ બી સરકારી જમીન પર. ન કોઈ ખત ન કોઈ દસતાવેજ.' કહીને ગુપ્તાજીએ ઊંડો શ્વાસ લીધો અને એકલા જ બોલતા હોય તેમ બોલ્યા, 'ફિર ભી ઘર તો આખિર ઘર હોતા હે. તુમ નહિ સમજોગે.'

મને સમજાઈ ગયું – બહુ સ્પષ્ટ સમજાઈ ગયું કે આ ભલાભોળા આદિવાસીઓએ જે ગીરવે મૂક્યું હોય તે ઘર નથી જ હોતું. ઘર તો માત્ર બહાનું છે. આ લોકે ગીરવે મૂકે છે સ્વયં પોતાની જાતને. દેવાદાર ઘર

નથી, દેવાદાર છે ગુપ્તાજી પાસે ધન-અનાજ-કાપડ લેવા પગે ચાલીને ગયેલું અસ્તિત્વ અને તેનું નામ. એ અસ્તિત્વને, એ નામને બંધન છે કે તેણે દેવું અને વ્યાજ ચૂકવવાં. પૂનમના દિવસે વનો ખૂંદીને રસ્તાની એક તરફ ઊભા રહી જવાનો આદેશ આ બધાને પોતાને અંદરથી જ મળે છે, બહારથી નહિ.

આમાંનો કોઈ પણ દેણદાર જો પૈસા ન ચૂકવે તો ગુપ્તાજી કોઈ કાળે તેમનું લેણું વસૂલી શકે તેમ નથી. આ સત્ય હું જાણું છું, ગુપ્તાજી પણ જાણે છે અને સ્વયં પેલા દેવાદારો પણ જાણે છે. પરંતુ સાથે-સાથે એ લોકો એ વાત પણ એટલી જ નિષ્ઠાથી જાણે છે કે તેઓ એવું કરવાના નથી. એમ ન કરવું તે જ ધર્મ છે. ગણેશ શાસ્ત્રીએ કહેલી તેવી સંસ્કૃતિની આજ્ઞા પણ હોઈ શકે. કદાચ આ સરળ સમજણ પણ એક કારણ હોય કે જેને લીધે આ દેશ હજારો વર્ષોથી ટકી રહ્યો છે.

ગણેશ શાસ્ત્રીએ મને જોવાનું, જાણવાનું, આ દેશનાં માનવીઓને ઓળખવાનું, ઘેરા-કાળા પથ્થરો વચ્ચેથી વહી રહેલી નર્મદા જેટલી જ જૂની આ સંસ્કૃતિના તાણાવાણાની બારીકાઈને સમજવાનું સૂચવ્યું છે; પરંતુ મને લાગે છે કે હું મારું બાકીનું આખું જીવન માત્ર આ જ કામ માટે દેશાટન કરવામાં વિતાવું તોપણ દેશને – આ પ્રજાને પૂરેપૂરી ઓળખવાનું શક્ય નથી.''

# 12

"ચોમાસાએ હવે જમાવટ કરવા માંડી છે. સાગનાં મસ્તકો પરની લીલી કળીઓ હવે સફેદ ફૂલ બનીને મુગટ જેવા ગુચ્છ સર્જીને મહાલશે. ઠેકઠેકાણેથી ઝરણાંઓ દદડતાં ખીણમાં થઈને નર્મદામાં ભળવા દોડી જવા લાગ્યાં છે. ન જાણે ક્યાંથી અગણિત જીવડાંઓનાં ટોળાં ચારે તરફ ગુંજારવ કરતાં ઊડે છે. સુપરિયાએ અને મેં મળીને મચ્છરદાનીના ટુકડાઓથી બારીઓ પર પડદા લગાવ્યા છે. રાત્રે દીવાના અજવાળાથી આકર્ષાઈને આવતાં જીવજંતુઓ તે જાળી પર પાંખો ફફડાવતાં રહે છે.

ગઈ કાલ રાતથી પડતો વરસાદ સવારે રહી ગયો. બહાર આવ્યો તો સામે શણની કંથા પહેરેલો એક માણસ ઊભો હતો. મને કહે, 'નર્મદે હર.'

'નર્મદે હર'. મેં કહ્યું, પણ તે ગયો નહિ, કહે, 'પરકમ્માવાસી હૂં, ચાતુર્માસ ઠહરૂંગા.'

'પરકમ્માવાસી ?' મેં પૂછ્યું. પછી લાગ્યું કે કોઈ ઉપવાસી હશે એટલે તેને રસોડા તરફ દોરી ગયો અને કમળાને કહ્યું, 'આમને જમાડવાના છે.'

'ખુદ બના લેંગે.' પેલાએ કહ્યું, 'પરકમ્માવાસી હૈં, માઈ.'

'એ હોવ.' કમળાએ સમજમાં ડોકું હલાવ્યું અને એક ડબામાંથી ચાવી કાઢીને મને આપતાં બોલી, 'પરકમ્માવાસી હોવે હેં.'

હું ચાવી લઈને ઊભો રહ્યો. કમળાને કંઈ પૂછું તે પહેલાં સુપરિયા આવી. કહે, 'પરિક્રમાવાસીઓ માટે પાછળની ઓરડીઓ ખોલવી પડશે. બીજાઓ પણ આવશે, ચાતુર્માસ ગાળવા.'

'શાની પરિક્રમા ?' મેં પૂછ્યું.

'નર્મદાની.' સુપરિયાએ કહ્યું. 'વરસાદમાં જંગલના રસ્તાઓ બંધ રહે અને નર્મદામાં પૂર હોય એટલે પરિક્રમાવાસી જ્યાં સગવડ હોય ત્યાં ચાતુર્માસ ગાળે. આપણે પણ પરિક્રમાવાસીઓની સગવડ બને તેટલી સાચવીએ છીએ. કોઈ-કોઈ આવી ચડે તો રહે.'

નર્મદાની પરિક્રમા ! આટલી લાંબી પથરાયેલી નદીની પરિક્રમા ! મારા અચરજનો પાર ન રહ્યો. સુપરિયાએ મને જે વિગત સમજાવી તે જાણીને પણ હું ઘડીભર માની ન શક્યો કે કોઈ આવું કરે. નર્મદાકિનારાના કોઈ

એકાદ સ્થળેથી માનવી પગપાળો આ યાત્રાએ નીકળી પડે છે, માર્ગમાં ભૂલથી પણ નર્મદાને ઓળંગી ન જવાય તે પ્રતિજ્ઞા સાથે. નગરો, મંદિરો, કસ્બાઓ, અરણ્યો અને પથ્થર-મઢ્યાં એકાંતો પાર કરતો તે નદીના ઉદ્‌ગમ સુધી પહોંચે છે. અમરકંટકમાં જે કુંડમાંથી આ મહાસરિતા વહી નીકળે છે તે કુંડને ફરીને તે સામા કિનારા પર એવી જ કઠિન યાત્રા કરતો, નર્મદાનાં નિર્મળ જળ જ્યાં સાગરને મળે છે ત્યાં સુધી જાય છે. સાગર-સંગમ-બિન્દુની પ્રદક્ષિણા કરીને પાછો ફરે છે એ સ્થળે જ્યાંથી તેણે આ યાત્રા શરૂ કરી હતી. આમ પૂરી થાય છે આ બારસો માઈલ લાંબી પથરાઈને વહેતી નદીની પરિક્રમા! અને તે પણ કોઈ જવલ્લે જ કરે છે તેમ નથી, વર્ષોવર્ષ અનેક જણ આ યાત્રાએ નીકળી પડે છે. લ્યુસી આ જુએ-સાંભળે તો તેને કેટલો રોમાંચ થાય! એમાંયે સ્વયં નર્મદા કોઈક વખત પરિક્રમાવાસીને દર્શન આપે છે તે જાણીને તો તે ઉત્તેજનાથી પાગલ થઈ જાય.

મારું અચરજ જોઈને સુપરિયાએ મને કહ્યું, ‘આ વર્ષે પરિક્રમાવાસીની સેવા તમારા પર. તેમની સેવા કરવી તે લહાવો ગણાય છે.’

‘ભલે.’ મેં કહ્યું. પેલા અજાણ્યા પરિક્રમાવાસીને તેનો ઉતારો ગોઠવાવી આપ્યો. તેને સીધુંસામાન પહોંચાડીને પાછા વળતાં મેં પૂછ્યું, ‘બાબા, અહીં સુધી આવતાં તમને શા અનુભવો થયા તે મારે નોંધવું છે. તમને ક્યારે સમય હશે?’

તે હસ્યો અને કહે, ‘સબ કા સુમિરન સબ કરૈ. ભાઈ, કહા-સુના તુમ્હે કયા કામ આયેગા? તt ખુદ હી ચલ કર દેખ લો. યહી ઠીક રહેગા.’ મેં પરિક્રમાવાસી તરફ જોયું. તે ફરી મલક્યો અને પૂછ્યું, ‘ચલના હૈ તુઝે? તો છોડ યે સબ ઔર નિકલ લે.’

મને પણ આવી પરિક્રમા કરી જોવાની ઇચ્છા તો થઈ. પેલો અજાણ્યો માણસ કહે છે તેમ નીકળી પડીએ તો! આ વિચાર આવતાં જ મને નર્મદાનાં મેં જોયેલાં સ્વરૂપો આંખ સામે તરવર્યાં. આ નદી, આ નદીતટ સાથે હું કોઈ અદશ્ય દોરે બંધાયો છું. ‘નર્મદા રક્ષા કરે’ તેવા આશીર્વાદ આપનારા અને તે સદેહે પ્રગટ થઈને દર્શન આપે છે તેવું માનનારા માનવીઓના પ્રદેશમાં હું એ માન્યતાના સત્યાસત્ય પર વિચારું તો ‘ઈશ્વર શું છે? બ્રહ્મ શું છે? જેને આધ્યાત્મિક અનુભવો કહે છે તે અને સાક્ષાત્કાર શું છે?’ તે પણ વિચારવું જ પડે.

આવું કશું જ મેં કદી વિચાર્યું નથી, જાણ્યું નથી. કદાચ એટલે જ ભૂતકાળમાં મારા વર્ગોમાં મેં ઠેરવી-ઠેરવીને આવી ભ્રમણાઓને નકાર્યા કરી

છે; પરંતુ આજે આ પરિક્રમાવાસીની વાત અને તેનું યાત્રાએ નીકળી પડવાનું નિમંત્રણ મને છાતી ઠોકીને 'આવું કશું હોતું જ નથી' તેમ કહેતાં રોકે છે.

પરિક્રમાવાસીને તેનું કામ કરવા દઈને હું મારા ઘર તરફ ચાલ્યો.

અઠવાડિયું થંભેલો વરસાદ ફરી શરૂ થયો. વનોએ હવે જાણે નવો જન્મ લઈ લીધો છે. સાગ-સરાઈનાં ખુલ્લાં થડને હવે ઉપર ચડતા વેલાઓએ ઢાંકી દીધાં છે.

ખીણોમાં જ્યાં-જ્યાં ગામડાંઓ છે ત્યાં માનવીની હિલચાલ વધી ગઈ છે. બહારના પ્રદેશોમાં મજૂરીએ અને બીજાં કામોએ ગયેલાં સ્ત્રી-પુરુષો વરસાદ થતાં જ પોતાનાં ખેતરો સંભાળવા પાછાં આવી ગયાં છે. અરણ્યો માનવ કોલાહલથી ગાઈ ઊઠ્યાં છે. ચોમાસાએ આદિવાસી કેન્દ્રનાં કેટલાંક કામને પણ ઠપ કરી દીધાં છે. હાથકાગળને અને ભેજને કોઈ કાળે બને નહિ. આથી એ કામ તો સાવ અટકાવી જ દેવું પડ્યું.

હા, પેલી તરફ પગથિયા-ખેતીમાં નાની-નાની ક્યારીઓ પાડીને ડાંગર રોપવાનું કામ શરૂ થયું છે. પર્વતો પર વાદળ-સૂરજની તડકા-છાંયાની ભાત, પાછળ લીલીછમ ખીણોની પશ્ચાદ્ભૂમાં જળભરી ક્યારીઓ, તેમાં નીચાં વળીને ડાંગર રોપતાં આદિવાસી સ્ત્રી-પુરુષો – જાણે કોઈ નવું જ જગત સર્જાયું હોય તેમ હું મુગ્ધ બનીને આ બધું જોઈ રહું છું.

આજે મને પણ ડાંગર રોપવા જવાની ઇચ્છા થઈ. મેં કહ્યું કે 'હું આવું છું', તો બધા મજૂરો હસી પડ્યા. એક જણ કહે, 'નીં હોવે. ની કર સકો હો.'

'છો.' મેં કહ્યું, 'પ્રયત્ન તો કરી જોઈશ. ભલે ન ફાવે.' અને હું તેઓની સાથે ગયો. અમે ઢોળાવ પરની ક્યારીઓએ પહોંચ્યા ત્યાં વરસાદ શરૂ થયો. એક આદિવાસીએ શણનો કોથળો લઈ તેનો બોસલો બનાવીને મને ઓઢવા આપ્યો. મેં લેંઘાના પાયસા ગોઠણ સુધી ચડાવી દોરીથી બાંધી લીધા. વરસતા વરસાદે મેં ડાંગરની ઝૂડી હાથમાં લીધી અને ક્યારીના પાળા પરથી ક્યારીમાં ઊતર્યો. ઊતરતાં જ મારો પગ કાંડાથી ઉપર સુધી કાદવમાં ખૂંપી ગયો. બીજો પગ પણ પાળા પરથી ઊપડી ગયો અને હું સમતોલપણું ગુમાવીને ભરી ક્યારીમાં ચત્તોપાટ પડ્યો.

તરત જ ગોમિયો દોડી આવ્યો. મને ઊભો કરતાં તેનું હસવું તે સંતાડી ન શક્યો. બાકીના બધા પણ ખૂબ હસ્યા. લાગણી સંતાડવાનું ન શીખેલી પ્રજાને ગુનેગાર ગણવી તે હવે મારા માટે શક્ય પણ ન હતું. હું પણ બધા સાથે મળીને ખૂબ હસ્યો.

આખા શરીરે કાદવ. વાળ અને મોં પણ ખરડાઈ ગયાં. પેલો શણનો બોસલો તો તરબોળ વજનદાર થઈ ગયો હતો. તેને ઊંચકીને બાજુ પર મૂક્યે જ વરસાદ કાદવ ધોવે. તે ઉપરાંત ઘરે જઈને નાહવું પડશે.

'નિ કરાં અબ. બેઠ જાવ.' ગોમિયાએ કહ્યું, પણ મેં માન્યું નહિ. કાદવ-નીતરતા ભીના શરીરે, વરસતા વરસાદમાં પલળતાં મેં ડાંગરની પહેલી પણી રોપી. ધરતી સાથે આવો નાતો હું પહેલી વાર બાંધતો હતો. શાળામાં અમે વૃક્ષો વાવેલાં, પણ એ તો તૈયાર ખાડામાં તૈયાર રોપા મૂકીને માટી-પાણી વાળી દેવા જેવું યાંત્રિક. આ ભરી ક્યારીમાં પોચી-પોચી ધરતીના પટ પર ધાન રોપતાં જે અનુભવ થયો તે મારા માટે તદ્દન નવો હતો.

થોડી જ પળોમાં મને એ પણ સમજાવા માંડ્યું કે વરસતા વરસાદમાં ઉઘાડા શરીરે સતત નીચા નમીને ચપચપ ડાંગર રોપ્યે જતા માનવીની વેદના શી ચીજ છે. બરડો જાણે તૂટી પડશે એવું મને લાગ્યું. હું તો માત્ર આનંદ ખાતર આ કામ કરી રહ્યો છું. ગમે ત્યારે અધૂરું મૂકીને બહાર નીકળી જઈ શકું; પરંતુ જેઓને મૂઠી ધાન માટે આ કામ કરતા જ રહેવું પડે છે તેમની વેદના કેટલી અસહ્ય બનતી હશે – તેની કલ્પના મને થથરાવી મૂકે છે.

હવે જ્યારે-જ્યારે ખેતરોમાં કામ કરતાં માનવીને જોઈને સૌંદર્ય માણવાનું વિચારીશ ત્યારે તરત મન બોલી ઊઠશે, 'જગત દેખાય છે તેટલું રમ્ય નથી.'

આજથી ગણેશ શાસ્ત્રી પણ ચાતુર્માસ ગાળવા કેન્દ્ર પર આવ્યા. ચોમાસામાં હરિખોહનો માર્ગ બંધ રહે. પહાડ પાછળના પાકા રસ્તે વારંવાર તેમની પાસે જવું-આવવું પણ લાંબું પડે અને નર્મદા ક્યારે છલકાઈને તેમના શિવમંદિરે આવી ચડે તે કોણ કહી શકે? આથી દર વર્ષે ચાતુર્માસ ગાળવા શાસ્ત્રી અહીં આવી જાય અને આસો ઊતર્યે પાછા નર્મદાકિનારે જતા રહે. કોઈ વર્ષે અહીં ન આવે તો અમરકંટક જઈને રહે છે, તેવું તેમણે કહ્યું.

શાસ્ત્રીજીનો ઉતારો તો મેં મારા જ ઘરમાં રખાવ્યો. સાંજથી જ તેમને કહી દીધું, 'તબલાં શીખવવાં પડશે.' શાસ્ત્રીજીએ હસીને મંજૂરી પણ આપી. તેમનો સાજ-સામાન મેં બરાબર ગોઠવ્યો.

શાસ્ત્રીજી આવ્યા તે દિવસે જ એક વધુ પરિક્રમાવાસી પણ આવ્યો. તેને લઈને પાછળની કુટિયા પર ગયો. કુટિયા જોઈને તે કહે, 'હમ પરકમ્માવાસી હૈ, ઐસી જગા મેં ઠહરાતે હો? જરા અચ્છી જગા દિખાઓ.'

મેં તેને સમજાવ્યો. બાબરિયા અને ગોમિયાને બોલાવીને તેની ઝૂંપડી સરખી કરાવી ખાટલો પણ મુકાવી આપ્યો, તોયે તેને પૂરો સંતોષ થયો હોય તેવું ન લાગ્યું. 'પરકમ્માવાસી કી સેવા કરના નહિ જાનતે.' એવું પ્રમાણપત્ર

આપીને જ મને છોડ્યો અને ઉપરથી સંભળાવ્યું, 'ઐસે પુન્ય મિલતા હે કયા ?'

કોઈ માણસની અંગત સેવા કરવાનો અનુભવ મને ન હતો. એમાંય પુણ્ય કમાવાની વાત તો મારા મનના સાતમા તળે પણ વસે તેમ ન હતી, છતાં કેન્દ્રના નિયમનો ભંગ ન થાય તે માટે મેં કંઈ જવાબ ન આપ્યો.

સાંજે હું તેને જમવાનું આપવા ગયો તે સમયે પણ તેણે ફરી ક્રોધ કર્યો અને ગમે તેવા શબ્દો બોલ્યો. તે પરિક્રમાવાસી હતો એથી એને તો શું કહું ? પણ સાંજે સુપરિયાને કહ્યું, 'તમારું આ પરિક્રમાવાસીની સેવાનું કામ મારાથી નહિ થાય.'

'કેમ ? પેલી નવી મૂર્તિ સાથે નથી ફાવતું ?' સુપરિયાને કોણ જાણે ક્યાંથી પણ સમાચાર મળી ગયેલા લાગ્યા.

'હા.' મેં કહ્યું, 'એ માણસમાં મને કોઈ રસ નથી.'

'એ માણસમાં તો મને પણ રસ નથી.' સુપરિયાએ કહ્યું, 'પણ તે પરિક્રમાએ નીકળ્યો છે એટલું પૂરતું નથી ?'

'તમે પુણ્ય કમાવા ઇચ્છો તો મને વાંધો નથી, મારે પુણ્ય જોઈતું નથી.' મને હતું કે મારા આવા જવાબથી સુપરિયાને લાગી આવશે અને તે 'સારું' કહીને મને મુક્ત કરશે. પણ તે કંઈ બોલી નહિ, સહેજ હસી, ઊંડો શ્વાસ લીધો અને પછી મને પૂછ્યું, 'તમે એમ માનો છો કે હું કોઈ માણસને સાચવું છું ? અને એ પણ પુણ્ય મેળવવા ખાતર ?'

પછી મને જવાબ દેવાનો સમય આપ્યા વગર અદબ ભીડીને બે ડગલાં ચાલીને દૂર ક્ષિતિજ તરફ જોતાં બોલી, 'એવું માનતા હો તો તમે ભૂલ કરો છો.' પછી એકદમ મારી તરફ ફરી અને સ્પષ્ટ શબ્દોમાં કહ્યું, 'સુપ્રિયા કે બીજા કોઈ જે આ સેવા કરે છે તે પરિક્રમાવાસી માણસને સાચવવા નથી કરતા, પરિક્રમાને સાચવવા કરે છે. હજારો વર્ષથી ચાલી આવતી એક પરંપરાને જાળવવામાં મારાથી બનતું બધું હું કરીશ. રેવાને કિનારે ઠેરઠેર આવેલાં મંદિરો, ગામડાંઓનાં સુખી-દુઃખી કુટુંબો, કેટલાંય જાણ્યાં-અજાણ્યાં દાનવીરો કે સાવ ભોળા અબુધ આદિવાસીઓ પરિક્રમાવાસીને સાચવે છે તે એટલા માટે કે આ પરંપરા ટકી રહે. રહી પુણ્યની વાત. તમે તો હવે ઘણું જાણ્યું છે. શાસ્ત્રોમાં પુણ્ય તો એક વચનથી વિશેષ શું છે ?'

હું કંઈ બોલ્યો નહિ. મૌન સેવીને સુપરિયાનું આ નવું રૂપ જોઈ રહ્યો. તે આગળ બોલી, 'પુણ્ય કમાવાની ઇચ્છા તો ત્યારે થાય જ્યારે હું આ પ્રથાને ધાર્મિક ગણતી હોઉં.' કહીને તેણે આંખો વિસ્તારી અને બોલી, 'આ તો ઋષિમુનિઓએ સર્જેલી સાંસ્કૃતિક પરંપરા છે – અમારી બીજી મોટા

ભાગની પરંપરાઓની જેમ. આ પરિક્રમા દરમિયાન પરિક્રમાવાસી પુણ્ય ભલે મેળવતો હોય, પરંતુ એ ઉપરાંત જે મેળવે છે એનું સાંસ્કૃતિક મૂલ્ય તમે પરિક્રમા કરો તો કદાચ જાણી શકો.'

'પણ આવા મૂર્ખને સાચવવાથી શો ફાયદો ?' મારું મન હજી માનતું ન હતું.

સુપરિયાએ મારા તરફ ફરીને કહ્યું, 'તે મૂર્ખ હોય માટે તેની સેવા ન કરું અને જ્ઞાની માણસ હોય તો જ સાચવું તેવું કરીશ તે દિવસે હું પરિક્રમાની સેવા નહિ કરી શકું. માણસ કેવો છે એની મને ચિંતા નથી. તેણે પરિક્રમા લીધી છે એટલું જ મારા માટે પૂરતું છે. મારે પરિક્રમાની સેવા કરવાની છે, પરિક્રમાવાસીની નહિ.'

હું ઊંડા વિચારમાં પડી ગયો. જતાં-જતાં સુપરિયાએ કહ્યું, 'આખો રેવાખંડ જે કરી શકે, અર્ધા ભૂખ્યા રહેતા આદિવાસીઓ પણ કરી શકે તે કામ આપણાથી નહિ થાય ?'

'થશે.' અજાણી પ્રેરણાની અસર તળે હોઉં તેમ વિશ્વાસથી મેં જવાબ આપ્યો અને સુપરિયાને જતી જોઈ રહ્યો.''

# 13

"શાસ્ત્રીજી પાસે તબલાં શીખવાનું હું ચૂકતો નથી. ક્યારેક સુપરિયા પણ સાથે બેસીને ગુરુશિષ્યની સંગત સાંભળે છે. શાસ્ત્રીય રાગોની સમજ સુપરિયાને ઘણી છે, પણ તે કંઈ ગાતી નથી, ક્યારેક શાસ્ત્રીજી સાથે ચર્ચા કરે છે.

આજ શાસ્ત્રીજીએ સુપરિયાનાં માતા-પિતાને યાદ કર્યાં, કહ્યું, 'સુરેન અને વનિતાને સાંભળ્યા પછી બીજાંને સાંભળવાનું મન ન થાય. એ બેઉ હતાં ત્યાં સુધી હું દર ચાર વર્ષે સંગીત-સમારોહ ગોઠવી શકતો. હવે નથી થતું.'

'બાપુ નથી, પણ તમે તો છો ને?' સુપરિયાએ કહ્યું, 'તમે કહો તેવી ગોઠવણ તો થઈ શકે તેમ છે.'

'તોય ન થાય, બેન!' શાસ્ત્રીજીએ કહ્યું, 'સુરેનની તો હવે માત્ર યાદો રહી.'

'તો પછી સમારોહ આપણે મારા બાપુની સ્મૃતિમાં જ ગોઠવીશું. બધી જ વ્યવસ્થા મારે કરવાની, તમારે માત્ર મને માર્ગ ચીંધવાનો.' કહીને તે ગઈ.

શાસ્ત્રીજી સિતાર લઈને તાર મેળવવા બેઠા. હું તબલાં પાછાં મૂકીને બહાર આવ્યો. સામે પોતાના ઘરના ઓટલે સુપરિયા હેડફોન લગાવીને કૅસેટ-પ્લેયર પર કંઈક સાંભળતી બેઠી છે.

સુપરિયા પાસે મેં ક્યારેય રેડિયો પણ નથી જોયો. અત્યારે પહેલી વાર તેને કૅસેટ સાંભળતી જોઈ. કદાચ પોતાના પિતાનું સંગીત સાંભળતી હોય તેમ માનીને મેં કહ્યું, 'તમને કૅસેટ સાંભળતાં જોઈને નવું લાગે છે.'

'લાગે છે નવું,' તેણે હેડફોન ઉતારતાં કહ્યું, 'પણ છે જૂનું. સાંભળવું છે તમારે?' કહી હેડફોન મારા તરફ લંબાવતાં આગળ બોલી, 'તમારો પરિચિત અવાજ છે. ઓળખો જોઉં!'

મારો પરિચિત અવાજ કોનો હોઈ શકે – તે વિચારતાં મેં યંત્ર કાને લગાવ્યું. સુપરિયાએ ટેપ રીવાઇન્ડ કરીને ફરી ચલાવી.

'હું આ બીજી વખત ભારતમાં આવ્યો છું ત્યારે મને મારી પહેલી ભારતયાત્રાનો એક પ્રસંગ યાદ આવે છે.' મારા અગાધ આશ્ચર્ય વચ્ચે પ્રોફેસર રુડોલ્ફના શબ્દો મારા કાને પડ્યા. સુપરિયાએ ટેપ રોકીને મને

તત્ત્વમસિ ● 87

પૂછ્યું, 'ઓળખ્યા ?'

'તેઓ વળી અહીં ક્યારે આવેલા ?' મેં સુપરિયાને પૂછ્યું.

'અહીં નહિ, ગ્વાલિયરમાં. અમારી યુનિવર્સિટીમાં તેમનું પ્રવચન હતું.' સુપરિયાએ કહ્યું અને ટેપ આગળ ચલાવી :

'આજથી દશેક વર્ષ પહેલાંની એ વાત. હું કૉન્ફરન્સમાં હાજરી આપવા દિલ્હી આવેલ. ત્યાંની એક બૅન્કમાં હું ગયો અને મારી સહી કરીને ચેક રજૂ કર્યો.' પ્રોફેસર ધીમે-ધીમે બોલતા જતા હતા. હું સાંભળી રહ્યો :

'બૅન્કના કારકુને મને ચેક પરત આપતાં કહેલું, બૉલપેનની સહી ચાલશે નહિ. તમારે શાહીથી સહી કરવી પડશે.' બિચારા પ્રોફેસર ! તેમણે કેવું વિચાર્યું હશે તે કલ્પું ત્યાર પહેલાં તેમના આગળના શબ્દો મારા કાને પડ્યા, 'તે સાંભળીને મને આનંદ થયેલો. જગતમાં એક પ્રજા એવી છે જે આંખો મીંચીને નવી ટૅક્નોલૉજી સ્વીકારી લેતી નથી. શરૂઆતમાં વિરોધ કરશે, પછી પરખશે, ધ્યાનથી સમજશે અને પછી સ્વીકારવા લાયક લાગે ત્યારે પ્રેમથી અપનાવશે.'

વચ્ચે ક્ષણેક માટે પ્રોફેસર અટક્યા હોય તેમ શબ્દો વગરની ટેપ થોડું ફરી અને વાત આગળ ચાલી : 'આજે ફરી અહીં આવીને જોઉં છું તો તમે બધાં જ બૉલપેન વાપરો છો, તમારી પરિપક્વ સ્વીકૃતિ સાથે વાપરો છો. એક પ્રજા તરીકે તમારો આ ગુણ મને અભિભૂત કરે છે.

આવી પ્રજા જ હજારો વર્ષની સંસ્કૃતિ ધરાવી શકે, પોતાની પરંપરા ધરાવી શકે, પોતાનું આગવું અસ્તિત્વ ટકાવી શકે. હવે પછી આખા જગતમાં ખૂબ ઝડપી પરિવર્તન આવશે. સંસ્કૃતિનો લોપ થવાનો ભય માત્ર અહીં જ ઊભો થશે તેવું નથી, આખા વિશ્વમાં એમ બનવાનું છે.

જેઓ આર્થિક રીતે નબળા છે તેમને માટે આ ભય મોટો છે. કદાચ મજૂર તરીકે કે માણસ તરીકે તેઓ ટકી જાય તોપણ પ્રજા તરીકે સાંસ્કૃતિક રીતે ટકી શકશે કે કેમ તે વિચારનો વિષય છે. આથી તમને યુવાનોને મારું સૂચન છે કે આવી પ્રજાની સંસ્કૃતિને અનુરૂપ ઉદ્યમ તેમને શોધી આપો. આવું કંઈ તમે કરી શકશો તો તે તમારે પોતાને માટે જ કરશો. આફ્રિકામાં અમે આવાં કામો ઉપાડ્યાં છે અને ત્યાંના યુવાનોને જ એમાં લગાવ્યા છે. તમે મને મળી શકો છો અથવા પત્ર પણ લખી શકો છો.'

પ્રવચન પૂરું સાંભળીને મેં હેડફોન સુપરિયાને પાછું આપતાં કહ્યું, 'એટલે તમે આ કામ સ્વીકાર્યું.'

'એવું તો નહિ, પણ મારો જન્મ જ આ પ્રદેશમાં. વળી શાસ્ત્રીજી આ

સંસ્થા ચલાવતા તો હતા જ. તે વખતે કામ નાનું હતું. મને થયું: આ જ કામ હું આગળ ચલાવી શકું તેમ છું, એથી મેં પ્રોફેસરને પત્ર લખ્યો અને કામ શરૂ કર્યું.'

'પરંતુ પ્રોફેસરે મને ક્યારેય એ વાત નથી કરી કે તમે તેમને મળ્યાં છો.'

'બહુ મળી નથી. બસ, તેમની મુલાકાત વખતે મેં તેમને અભિનંદન આપેલાં, આ સંસ્થાની થોડી વાત કરેલી અને તેમનું સરનામું લીધેલું.'

સુપરિયા સાથે હું વાતો કરતો રહેત, પરંતુ શાસ્ત્રીજીએ બહાર આવીને સાદ કર્યો: 'ફરવા જવાનો સમય થઈ ગયો છે, ભાઈ.'

હું અને શાસ્ત્રીજી ફરવા નીકળ્યા. અમે ક્યારેક ચર્ચ સુધી તો ક્યારેક સોભદરા બાગાન સુધી જઈએ છીએ. કેટલીક વાર પહેલો આવેલો છે તે પરિક્રમાવાસી પણ સાથે હોય છે. આજ તે નથી. રસ્તે મને સુપરિયાના વિચારો આવ્યા કર્યા. ભણેલી-ગણેલી સુપરિયા એક ધૂન લઈને આ રીતે અહીં રહીને આદિવાસીઓ વચ્ચે કામ કરે છે તે બરાબર છે કે ખોટું છે તે મેં વિચાર્યા કર્યું. તેનાં માતાપિતા પણ આવી જ ધૂનથી અહીં કામ કરતાં જીવી ગયાં. સુપરિયાના પિતા હવે નથી તે હું જાણું છું. તેનાં માતા વનિતા ક્યાં છે તેની મને ખબર નથી. તે દિવસે પાર્વતીદેવીએ સુપરિયાને કહેલું, 'એક બાર તેરી મા સે મિલું.' આથી તેઓ ક્યાંક છે તો ખરાં જ, પણ ક્યાં તે હું નથી જાણતો. સુપરિયાને પૂછવાની ઇચ્છા નથી. કોઈના અંગત જીવનમાં ડોકિયું કરવું તે અમારે ત્યાં અવિવેક ગણાય છે.

ચાલતાં-ચાલતાં હું અને શાસ્ત્રીજી સોભદરા બાગાન સુધી ફરી આવ્યા. ચર્ચમાં પાદરી થોમસ આવી ગયો હતો. તે ક્યારેક ગામડાંઓમાં ગયો હોય તો નથી હોતો. હોય ત્યારે કોઈ વાર બાળકોને વાર્તાઓ કહેતો, ગીતો ગવરાવતો કે કોઈને પાટાપિંડી કરતો હોય તો અમે તેના તરફ હાથ ઊંચો કરીને તેને બોલાવીએ. ક્યારેક ચર્ચના ઓટલે બેસીને બધા વાતોએ ચડીએ. વરસાદ વરસતો હોય ત્યારે બહાર જવાનો કાર્યક્રમ રદ થાય અને સંગીત ચાલે.

"પ્રિય લ્યુસી,

તેં સોંપેલું કામ ન થાય ત્યાં સુધી મારે પત્ર લખવો ન હતો. તેં પણ મને લખ્યું નથી તેથી હું ક્યારેક થોડો અસ્વસ્થ થઈ જઉં છું. કદાચ એટલે જ હું પણ તને પત્ર ન લખવાની જીદથી મને જ પીડું છું. આજે ડાયરીનો ઉતારો સરને મોકલું છું તો તને પણ કંઈક લખવાનું મન રોકી શકતો નથી. ડાયરી તું પણ જોઈ જજે. પરિક્રમાની વાતથી તો તને અચરજ થશે જ. પુરિયા, બંગા, સુપરિયા, ગણેશ શાસ્ત્રી – આ બધાં વચ્ચે રહીને પણ હું

તને સતત યાદ કરું છું.

ડાયરીમાં વરસાદનો ઉલ્લેખ છે; પરંતુ હવે તો ચોમાસાએ વિદાય લીધી છે. પરિક્રમાવાસીઓએ તેમનો પ્રવાસ આગળ વધાર્યો છે. મકાઈ-જુવાર લણવા-લાયક થઈ ગઈ અને ડાંગર પાકવા આવી છે. ઑક્ટોબરની બીજી તારીખથી અમારી નિશાળ ફરી શરૂ થઈ. હવે શાસ્ત્રીજી પણ આજકાલમાં વિદાય લેવાની વાતો કરે છે. તને ગમે એવું અહીં ઘણું છે, તો અહીં આવવાનું ગોઠવ...'

પત્ર લખીને મેં બિત્તુબંગાને આપ્યો. તેઓ શહેર ગયા. પાછા ફર્યા ત્યારે તેમની સાથે, 'મુશ્કીલ હે હજી, જંગલ હજી ખૂલા નહિ' કહેતા ગુપ્તાજી પણ આવ્યા, શાસ્ત્રીજી સાથે એકાદ દિવસ રહેવા અને પાર્વતીમાએ અમારી શાળાને મોકલેલી ભેટ આપવા. માજીએ સાઠ નંગ ખાદીનાં ધોતિયાં મોકલ્યાં છે, શાળામાં નિયમિત આવતા હોય તેવા વિદ્યાર્થીઓને આપવા. રાત્રે ગુપ્તાજી, હું અને શાસ્ત્રીજી સુપરિયાના ફળિયામાં ખુરશીઓ ઢાળીને બેઠા.

વાતવાતમાં ગુપ્તાજી કહે, 'ગનેશ, સોચતા હૂં માગસરમાં લડકી કા બ્યાહ કરી દૂં.' કહી થોડું અટક્યા. મસ્તક પર હાથ ફેરવતાં કહે, 'અગલે સાલ તો બરામન લોગ મહૂરત નહિ દેતે. બોલે હે, કોઈ સિંહસ્થ કા સાલ લગે હે.'

હું હસી પડ્યો અને શાસ્ત્રીજી સામે જોઈને કહ્યું, 'આ આવ્યો નિષેધ મુક્તિનાં સંતાનો પર !'

શાસ્ત્રીને પણ હસવું આવ્યું. તેમણે જરા પણ દુઃખ લગાડ્યા વગર કહ્યું, 'નિષેધ તો ખરો, પરંતુ આમાં ધર્મ વચ્ચે નથી આવતો. આ સાંસ્કૃતિક વ્યવસ્થા જ છે.'

'એટલે ?' મેં પૂછ્યું.

'સમજાવું.' શાસ્ત્રીએ કહ્યું. પછી ગુપ્તાજીને પૂછ્યું, 'બિહારી, અહીં મોટો થયો તું, પણ ક્યારેક મહારાષ્ટ્ર ગયો છે ?'

'એક બાર નાસિક જાના હુવા થા, માને લેકર કે, અરધ-કુંભ મેં.'

'ઉત્તરપ્રદેશ ?'

'મારા બાપુ કા સરાધ જ વહાં પ્રયાગ મેં કિયા.'

પછી શાસ્ત્રીજી મારા તરફ ફર્યા અને કહ્યું, 'આ દેશની સંસ્કૃતિના ઘડવૈયાઓએ એટલું તો નિશ્ચિત માન્યું હતું કે આ નાનાવિધ લક્ષણો ધરાવતી પ્રજાને એક દોરે બાંધવી હોય તો પ્રજા-પ્રજા વચ્ચેના પ્રાસંગિક મિલનની સહુથી વધુ અગત્ય છે. પ્રવાસથી આ થઈ શકે તેટલું બીજા કોઈ માધ્યમથી

ન બને; પણ સાથે-સાથે મુશ્કેલી એ હતી કે આ અફાટ વિસ્તાર ધરાવતી ભૂમિ, ઊંચા પહાડો, વેરાન રણ કે અભેદ્ય વનો પાર કરીને લોકો પ્રવાસે જાય શી પેરે ? વળી ધાન પકવતી પ્રજા પાસે એટલો સમય અને સગવડ પણ ન હોય.'

શાસ્ત્રીજી અટક્યા, થોડું પાણી પીધું અને આગળ બોલ્યા : 'એટલે મેળા અને તીર્થસ્થાનોનાં દર્શનની પરંપરા સર્જાઈ. આ માટે ખાસ સમય નક્કી હોય એટલે બધા એ સમયે સંઘ કાઢીને જાય. કોઈને એકલા ન જવું પડે. વળી આ સંઘને જમાડવો તે મહાપુણ્યનું કામ ગણીને એ વ્યવસ્થા શ્રેષ્ઠીઓ કે પહોંચતા માણસો, મહાજનો માથે નાખી.'

પછી ગુપ્તાજી તરફ જોતાં શાસ્ત્રીએ કહ્યું, 'કેમ બિહારી, તેં કેટલા સંઘો જમાડ્યા છે ?'

'બચપન મેં આતે થે સંઘ. અબ તો સબ ગાડી-બસોં સે જા રહે હૈં.' ગુપ્તાજીએ જવાબ આપ્યો.

શાસ્ત્રી હવે મને ઉદ્દેશીને બોલ્યા, 'તને થશે કે સિંહસ્થમાં લગ્નના બાધની વાત કરતાં શાસ્ત્રી વળી બીજી વાતે ચડી ગયા. પણ સાંભળ, દર વર્ષે એકએક રાશિ વટાવતો બૃહસ્પતિ સિંહરાશિમાં આવે તે સિંહસ્થનું વર્ષ ગણાય. આર્યાવર્તના સર્વાધિક મહત્ત્વના ધાર્મિક પ્રસંગો, મેળાઓ અને તીર્થસ્નાન આ સિંહસ્થના વર્ષમાં ગોઠવાયાં છે. પ્રયાગમાં કુંભમેળો પણ આ સિંહસ્થના વર્ષે જ ભરાય છે. આમ, દર બાર વર્ષે નક્કી સમયે, નક્કી સ્થળે જવા માટે દેશના ખૂણેખૂણેથી માણસો પ્રવાસે નીકળે.'

લાંબું બોલીને થાક્યા હોય તેમ શાસ્ત્રી થોડું અટક્યા, પછી કહે, 'તું પણ સાંભળ, બિહારી ! અને વિચાર, જે વર્ષે માણસને ચાર ધામની યાત્રાએ કે કુંભમેળામાં જવું હોય તે વર્ષે તેને ઘરે લગ્નનું આયોજન પોસાય ? ઘરે તો ઠીક, ગામમાં કે સગાં-સંબંધીઓને ત્યાં પણ લગ્ન હોય તો યાત્રાએ કે મેળામાં જઈ શકાય નહિ. સંઘમાં જોડાવું હોય તો બીજું કોઈ મહત્ત્વનું અને ખર્ચવાળું કામ ન થઈ શકે.' પછી શાસ્ત્રી મલકીને કહે, 'વળી, અમારાં જ્ઞાતિનાં પંચો ને બ્રાહ્મણો ક્યારેક દબાણથી પ્રસંગ ગોઠવાવે એવાં ખરાં. એટલે શાસ્ત્રાજ્ઞારૂપે જ આ સિંહસ્થનો નિષેધ મૂકવો પડે.'

'સો તો સચ હે.' ગુપ્તાજીએ જવાબ આપ્યો. મને હજી શંકા હતી. શાસ્ત્રી મારી મનોદશા સમજ્યા હોય તેમ તેમણે કહ્યું, 'હું આજની વાત નથી કરતો. એ સમયનો વિચાર કર, જ્યારે રેલવે કે બીજાં વાહનો વિશે કલ્પના પણ ન હતી. માણસો પગે ચાલીને, પશુઓ પર સામાન લાદીને

યોજનોના યોજનોનો પંથ કાપતા. જરાક વિચાર, કઈ શક્તિ તેમને આ તાકાત આપતી હશે?'

'ભાઈ,' શાસ્ત્રીનો અવાજ જરા ભીનો થયો, 'હજારો વર્ષથી આ પ્રજા આમ જ તીર્થાટન કરતી રહી છે. ચાર ધામોની યાત્રા, ગંગા-યમુનાનાં સ્નાન માટે યાત્રા અને ચાર અલગઅલગ દિશામાં ભરાતા મહામેળા કુંભમાં જવાની યાત્રા અને પોતપોતાના પ્રદેશનાં નાનાંમોટાં તીર્થોની યાત્રા તો જુદી. આ સંસ્કૃતિ તીર્થાટન કરનારાઓના પગે ઊભી છે, તેમના પગે પ્રસાર પામી છે. એ યાત્રાઓએ જ અમને જીવનના નવા-નવા અર્થો આપ્યા છે, ધર્મમાં ઔદાર્ય આપ્યું છે.' કહીને શાસ્ત્રીએ ભારપૂર્વક ઉમેર્યું, 'માટે જ કહું છું કે આ પ્રજાના મનમાં ધર્મ કરતાં પણ ઊંડાં મૂળ અધ્યાત્મનાં છે. તે સિવાય આ પ્રજા આટલી બળકટ ન હોય.'

હું ઊંડા વિચારમાં પડી ગયો. 'મહાભારત' મેં હમણાં જ પૂરું કર્યું. તેમાં આવતાં સ્થળનાં, લોકોનાં, તેમનાં રીતરિવાજોનાં વર્ણનો એટલી વિગતે આપેલાં છે કે મને એમ જ લાગતું કે કોઈ પણ સ્થળનું આટલું તાદશ વર્ણન ત્યાં જાતે ગયા વગર શક્ય નથી. તો પછી મહર્ષિ વ્યાસ શું સદાકાળ ભ્રમણ કરતા રહેતા હશે? જવાબ મને તો એક જ જડે છે: 'હા.'

હું હજી વિચારતો જ રહેત, પણ શાસ્ત્રીજીએ કહ્યું, 'બિહારી, આવતા વર્ષે લગ્ન ન થાય એવું માનવાની હવે જરૂર નથી. અત્યારે તો આખો દેશ થોડા દિવસોમાં ફરી આવવાની સગવડ છે. એટલે આ જૂનો રિવાજ ત્યાગવાથી કોઈ નુકસાન નથી. પહેલાંના જમાનામાં આખી પ્રજાને સમય આપવા, સામૂહિક સગવડ કરી આપવા સિંહસ્થમાં લગ્ન ન કરવાની પરંપરા હતી. હવે એવું જરૂરી નથી.'

હું શાસ્ત્રીજીના અર્થઘટન પર વિચાર કરતો હતો ત્યાં મારા આશ્ચર્ય વચ્ચે વળી તેમણે કહ્યું, 'છતાં તને કોઈ બાધ લાગતો હોય ને શાસ્ત્રાજ્ઞાનો ભંગ કરવાનું મન ન હોય તો મુંબઈ જઈને દીકરીને પરણાવ. ત્યાં તને કંઈ નહિ નડે.'

'કેમ?' મેં નવાઈ પામતાં પૂછ્યું.

'નીચે દક્ષિણના સમુદ્રતટનો વિસ્તાર, કોંકણપટ્ટીનો આખો પ્રદેશ પરશુરામક્ષેત્ર ગણાય છે.' કહીને શાસ્ત્રીજી અટક્યા. પછી કહે, 'આ પણ સાંસ્કૃતિક પરંપરા છે. એ પ્રજા દરિયા સાથે જીવનારી. તેમનાં ઋતુ પ્રમાણેનાં કામો પણ બાકીના દેશ કરતાં અલગ. આથી એમનાં રીતરિવાજો જુદાં. એથી બાકીના દેશને લાગુ પડતા નિયમો તેમના જીવનમાં અડચણરૂપ ન બને તે

માટે આવું નક્કી કરાયું હશે.'

મને શાસ્ત્રીનાં અર્થઘટનો રસપ્રદ લાગ્યાં. દરેક વાતનું વિશ્લેષણ કરવાની મારી તાલીમનો ઉપયોગ હું મને ન સમજાતી બાબતોમાં અર્થઘટન માટે કરું તો કદાચ મને ઉપયોગી થાય.

'શાસ્ત્ર કી બાત મેં નહીં જાનું.' ગુપ્તાજી બોલ્યા, 'મેં તો ઓ હી કરું જો ગનેશશાસ્ત્રી કહે.' કહેતાં ગુપ્તાજી ઊભા થયા. અમે ખાટલા ઢાળ્યા અને સૂવાની તૈયારી કરી...

અહીં સુધી વાંચીને અટકી લઉં. કેટલાંક પાસાંઓ પર એક નજર નાખી લઉં. શાસ્ત્રીની વાતે તેને વિચારતો જરૂર કર્યો છે. પોતાના અરણ્યભ્રમણના અનુભવોને તેણે શાસ્ત્રીની વાત સાથે મૂલવી જોયા. તીર્થાટને આ દેશને ઘડ્યો હોય તેથી આ દેશની પ્રજા પાસે અનોખી જીવનદૃષ્ટિ છે એવું કે પ્રવાસથી માણસની જીવન પ્રત્યે જોવાની દૃષ્ટિ બદલાય છે, જેને અધ્યાત્મ કહેવાય છે તેનું જ્ઞાન કે દર્શન પણ થઈ શકે છે તેવું સ્વીકારતાં પહેલાં તે પોતે આ રીતે તીર્થભ્રમણ કરે તો કદાચ દેશના છેવાડેથી તેના મધ્ય સુધી આવતા અને પાછા જતા માણસો કેટલી અને કેવી અનુભૂતિઓ સાથે લઈ જતા હશે તે તેને સમજાય. તે જો જરાક લાંબું વિચારે તો રામના વનવાસનો કે યુધિષ્ઠિર, પાંડવો તથા દ્રૌપદીના દેશાટનનો ઉદ્દેશ પણ કદાચ તે જાણે છે તેના કરતાં જુદો હોઈ શકે તેવું તેને લાગે.

આવું તેને સૂચવવું શાસ્ત્રીને કેમ ન સૂઝ્યું તેની મને નવાઈ લાગે છે. ખેર! કદાચ સર્વશક્તિમાનની એવી ઇચ્છા હશે. વિધાતા મહાન કસબી છે. બરાબર ઘસે, કાપે, ટીપે, તપાવીને ઓગાળે તે પછી જ ઘાટ ઘડવા બેસે. સુપરિયાએ તેને રુડોલ્ફનું પ્રવચન સાંભળવા આપ્યું તે વિધિના નિર્માણ જેવું સમયસર જ હતું ને! જ્યારે જરૂરી ન હતું ત્યારે સ્વયં રુડોલ્ફે પણ તેને કહ્યું ન હતું કે તેઓ સુપ્રિયાને મળ્યા છે. સુપરિયા પહેલી વખત મુનિ કા ડેરા પર તેને મળી ત્યારે તેણે પણ 'કેમ છે પ્રોફેસરસાહેબને?' એવું પૂછ્યું નહિ. વિધાતાએ આ પળો જાળવી ન હોત તો તે અત્યારે જે કરી રહ્યો છે તે કરતો ન હોત. આ યુવાન પણ હવે પળને, કણને તથા ઝરણને જોતો થઈ ગયો છે.

14

"ચોમાસામાં ડહોળાયેલાં ઝરણાંઓ હવે પારદર્શક થઈ ગયાં છે; આકાશ ધોવાઈને સ્વચ્છ. રાત્રીઓ અગણિત તારાઓના પ્રકાશપૂંજે રમ્ય લાગે છે. અનાજ ઘરે લઈ જતાં આદિવાસીઓ રોજ ઉત્સવ હોય તેમ નાચતાં-ગાતાં રહે છે. સૂર્ય પોતાના હૂંફાળા તડકાથી વૃક્ષોને વહાલ કરે છે એવા સમયે હું અને લક્ષ્મણ શર્મા અરણ્યોમાં ભમીએ છીએ.

લક્ષ્મણ શર્મા અલગારી માણસ છે તેવું તો તેની પ્રથમ મુલાકાતે જ મને લાગેલું. તે આવ્યો ત્યારે પહેલાં તો તેને પોતાની પાછળ આવતા બે ભીલોને સૂચનાઓ આપવાનું, સામાનને જાળવીને ઉતરાવવાનું અને મારા ઓટલા પરથી ઘરમાં મુકાવવાનું જ મહત્ત્વ હતું. એટલે પોતે કોણ છે, હું કોણ છું અને તેના આવવાનું પ્રયોજન શું છે – બધું જ ગૌણ.

સામાન વ્યવસ્થિત મુકાઈ ગયો પછી તેણે પાણી માગ્યું. મેં પાણી ભરેલી બોઘરણી અને ત્રણ પ્યાલા તેની સામે ઓટલે મૂક્યા. પાણી પીને સ્વસ્થ થતાં જ તેણે કહ્યું, 'તમે જિલ્લા ઉદ્યોગ કેન્દ્ર પાસે મધમાખી ઉછેર યોજનાની માહિતી મંગાવેલી ને ?'

'હા.' મેં તેના સહેજ શ્યામ ચહેરા પર નજર કરતાં જવાબ આપ્યો.

તેની તેજસ્વી આંખો હસી. ખાદીના પાટલૂન પરથી ધૂળ ખંખેરતાં તેણે કહ્યું, 'બધી જ માહિતી લઈને આવ્યો છું.' અને હવે છેક પોતાનું નામ કહ્યું, 'લક્ષ્મણ શર્મા.' પછી તરત કહે, 'તમને ક્યારે સમય હશે ?'

'સમય તો છે જ.' મેં કહ્યું, 'પણ રાત્રે બેસીએ તો ઠીક રહેશે. મારે બીજાંઓને પણ બોલાવવાં છે.'

'તો એમ કરીએ –' લક્ષ્મણે કહ્યું, 'કાલે ગામડાંઓમાં ફરીએ અને માણસોને બોલાવી લાવીએ.'

'બીજાંઓ' એટલે મારા મનમાં તો સુપરિયા, બિત્તુબંગા, ઝૂરકો કે બાબરિયો – આટલાં જ હતાં, પણ લક્ષ્મણ જો આ વિસ્તારના આદિવાસીઓને ભેગા કરીને વાત કરવા ઇચ્છતો હોય તો તે વધુ સારું થશે તે વિચારે હું સહમત થતાં બોલ્યો, 'ભલે. સવારે તમારી સાથે કોઈને મોકલીશ.'

લક્ષ્મણ કંઈ બોલ્યો નહિ, તે થોડો ઝંખવાયો હોય તેમ લાગ્યું, પણ

તરત ઉત્સાહમાં આવતાં તેણે કહ્યું, 'બધાને બોલાવી શકાય તો મજા પડે તેવું કામ થાય. પણ કંઈ નહિ, બધાનું આજે અનુકૂળ ન પડે તો પછી થશે. આજ આપણે જ વાત કરી લઈએ.' કહીને તેણે પોતાનો બગલથેલો ફંફોસતાં કહ્યું, 'જરા નાહી-ધોઈ લઉં?'

મેં તેને ઘર આખું બતાવીને કહ્યું, 'નિરાંતે સ્વસ્થ થાઓ પછી જમવા માટે રસોડે જવાનું છે.' કહીને તેને એકલો મૂકીને હું ઑફિસ તરફ ગયો.

જમવાના સમયે હું ઘરે ગયો તો લક્ષ્મણ ત્યાં ન હતો. તેણે તેનો સામાન ખોલીને થોડી ગોઠવણી કરી હતી. ટેબલ પર એક કાગળમાં તેણે સંદેશો મૂક્યો હતો તે મેં વાંચ્યો: 'જમવા જઉં છું.'

હું રસોડા તરફ ગયો તો લક્ષ્મણ અને સુપરિયા પોતાની થાળીઓ લઈને આસન તરફ જતાં હતાં. મને જોઈને લક્ષ્મણે હસીને માથું હલાવ્યું. મારી થાળીમાં પીરસાવીને હું પણ જઈને તે બંનેની સાથે બેઠો.

'આખા મધપૂડામાં રાણી એક જ હોય.' લક્ષ્મણ સુપરિયા સાથે વાતો કરતો હતો તે મેં સાંભળી, 'હજારોમાંથી એક ઈંડાને ઉછેરીને તેમાંથી રાણી બનાવવાનું નક્કી પણ સેવક-માખીઓ જ કરે. જે ઈંડાના નસીબમાં રાણી બનવાનું લખાયું હોય તેને રાણીખાનામાં મૂકવામાં આવે.' લક્ષ્મણે કહ્યું. મને તેની વાતમાં રસ પડ્યો. તે વાર્તા કહેતો હોય તેમ વાત કરતો હતો, 'રાણીવાસમાં મૂકેલા ઈંડાને સેવક-માખીઓ સારામાં સારા મધ અને પરાગરજનો ખોરાક આપ્યા જ કરે, એટલે એ ઈંડાના લારવામાંથી સોળ દિવસે રાણી તૈયાર થાય.' કહીને લક્ષ્મણે રોટલો મોંમાં મૂકતાં કહ્યું, 'સેવકો પોતે તો સેવકો જેવો જ ખોરાક પામે.' કહીને તે હસ્યો અને ઉમેર્યું, 'એક જ માતાનાં હજારો ઈંડાંમાંથી કેટલાંકને માળો બાંધનાર બનવાનું, કેટલાંકે માળાના રક્ષણ માટે સૈનિકો બનવાનું અને કેટલાંકે નર્સ બનીને નવા લારવાને દાણા-પાણી આપવાનાં અને દેખભાળ કરવાની. છે ને અદ્ભુત વાત?' લક્ષ્મણે પૂછ્યું. પછી પાણી પીધું. સુપરિયા જમતી-જમતી શાંતિથી લક્ષ્મણને સાંભળતી હતી.

લક્ષ્મણે આગળ કહ્યું, 'અજાયબીઓનો તો પાર નથી મધપૂડામાં.' અને છેલ્લો કોળિયો લઈ ઊભો થતાં કહે, 'એક અજાયબી તો એ કે ઈંડામાંથી સેવક થશે, કડિયો થશે, સૈનિક થશે તેનો આધાર પેલી નર્સ-માખીઓ ઈંડાંને કેટલો અને કેવો ખોરાક આપે છે અને ઈંડાં કયા માપના ખાનામાં ઉછેરે છે તેના પર રહે છે.'

અમે વાસણો સાફ કરીને ઘર તરફ ચાલ્યાં. ઘરે પહોંચતાં જ લક્ષ્મણ કામે વળગ્યો. એક અલગ થેલામાં તેણે કેટલીક વસ્તુઓ ભરીને થેલો ખીલી

પર ટાંગ્યો. બધું ગોઠવ્યા પછી તેણે એક સ્લાઇડ પ્રોજેક્ટર કાઢ્યું, એક પડદો કાઢ્યો અને ટેબલ આઘા-પાછાં કરીને પ્રોજેક્ટર ચાલુ કરી જોયું.

'બેનને બોલાવી લાવું' કહી તે ગયો. સુપરિયા અને બિત્તુબંગા આવ્યાં. કેન્દ્રમાં કામ કરતા માણસોનું નાનકડું ટોળું પણ આવીને બેઠું.

કમરામાં અંધારું થયું અને સફેદ પડદા પર એક અપ્રતિમ દશ્ય ઝળક્યું. પર્વતની ટોચ પરથી નમેલા પથ્થરની ધાર પર મહાકાય મધપૂડો વાદળની પશ્ચાદ્‌ભૂમાં તબકતો હતો. શક્તિશાળી દૂરબીન કૅમેરાથી લેવાયેલી આ તસવીરમાં મધપૂડાની ચમક અનોખી લાગતી હતી. તસવીરની નીચે બે લીટીનું લખાણ હતું :

*'અમારી પ્રીતિ છે શ્રમ, વન, ફૂલો ને રસ વિશે.*
*મનુષ્યો, લો, પામો સભર થઈ મીઠાશ શ્રમની.'*

પ્રકૃતિની લાડકી, ફૂલો અને પરાગરાજ જેવી જ સુંદર અને કોમળ મધમાખીના અખંડ પરિશ્રમની ભવ્ય કથા જેવો વાર્તાલાપ અને સ્લાઇડ-શો અમે લગભગ એક કલાક સુધી એકાગ્ર થઈને માણતાં રહ્યાં.

સ્લાઇડ-શો પૂરો થયો. કમરામાં ફરી ઉજાશ થયો. હાજર રહેલા દરેક જણના ચહેરા પર કંઈક નવું, કંઈક જુદું જોયા-જાણ્યાનો આનંદ દેખાતો હતો. લક્ષ્મણ વ્યવસાયે શિક્ષક ન હતો, પણ આ એકાદ કલાકમાં તેણે જે જ્ઞાન આપ્યું હતું તેનાથી અમારા દરેક સાથે તેણે એક સૂક્ષ્મ સંબંધ સ્થાપી દીધો હતો, જે આપોઆપ અમને શીખવાની પ્રક્રિયા તરફ દોરી ગયો.

'લક્ષ્મણ,' મેં કહ્યું, 'હું તારી સાથે આવીશ.' અને બધાં વાતો કરતાં વીખરાયાં. લક્ષ્મણ નિરાંતે ઊંઘવા મંડ્યો. મેં ટેબલલૅમ્પના અજવાળે ડાયરી લખી.

વહેલી સવારે અમે નીકળ્યા ત્યારે સૂર્યોદય થવાને થોડી વાર હતી. ખીણોમાં ઊતરતી કેડી પર ચાલતા લક્ષ્મણને તો જાણે બાળપણ મળી ગયું હોય તેમ તે વનફૂલો જોતો, પથ્થરોને ઠેબે ચડાવતો, પક્ષીઓના ટહુકાના જવાબ આપતો અને આગળ સામાન લઈ જતા ભીલો સાથે, તેમની જ ભાષામાં વાતો કરતો આખે રસ્તે આનંદ કરતો આવ્યો. હું તેના આનંદને નીરખતો ચાલ્યો આવ્યો. અહીં ખીણના તળિયે ઝરણામાં નાહીને લક્ષ્મણ ઘાસમાં લાંબો થઈને સૂતો છે અને આકાશ સામે હાથ લંબાવીને ગીતો ગાય છે.

'તને બહુ મજા પડતી લાગે છે અહીં.' મેં કહ્યું, 'પણ હવે ઊઠ, ખાવા-પીવાનું કંઈક કર.'

'આ ઊઠ્યો.' કહેતાં તે ઊભો થયો અને સામાન ખોલવા બેઠો. અચાનક મને કહે, 'એક મજાની વાત કહું?'

'કહે ને!' મેં જવાબ આપ્યો અને મધમાખીની કોઈ ખાસિયત સાંભળવા તૈયાર થયો. ત્યાં તો લક્ષ્મણે કંઈક જુદું જ કહ્યું, 'મારી માના દૂરના કોઈ ભાઈ બિકાનેર છાયાજ્યોતિષી છે.'

'તો?' મેં પૂછ્યું.

'હું ચોથા ધોરણ સુધી તેમને ત્યાં રહીને ભણ્યો. એક વાર મારી મા આવેલી તેણે મામાને કહ્યું કે મારું છાયાકથન જોઈ દે. મામા કહે, ''પોતાના માણસનું જોઈએ તે સાચું ન પડે.'' પણ મા પરાણે અમને અગાસીમાં લઈ ગઈ. મામાએ મારો પડછાયો માપ્યો, પછી ''ભૃગુસંહિતા''નો ગ્રંથ કાઢીને મારી માને કહે, ''ગયા જન્મમાં તારો પુત્ર મોટો વેપારી હતો. તેનાં વહાણો દરિયે જતાં.''

'વાહ!' મેં કહ્યું, 'પછી?'

' ''આ જનમનું કહે ને.'' મારી માએ કહ્યું, ''આ જન્મે તો રણ વચ્ચે રહીએ છીએ. હવે આગળ શું થવાનું છે?''

મામા કહે, ''તું સાંભળ. તે વેપારી હતો અને એક વખત મધનો વેપાર કરવા મધપૂડા પડાવ્યા હતા. એ માખીઓના શાપથી આ જન્મે રણમાં જન્મ્યો.'' ' કહીને લક્ષ્મણ ખડખડાટ હસ્યો.

'એટલે તેં આ કામ ઉપાડ્યું – મધમાખીની સેવાનું?'

'ખબર નહિ.' લક્ષ્મણે જાજમ પાથરતાં કહ્યું, 'તે વખતે મામાએ આ જનમનું ભવિષ્ય ન કહ્યું તે ન જ કહ્યું; પણ મને મધમાખીનો શાપ યાદ રહી ગયેલો. જ્યાં પણ મધપૂડો જોઉં કે ઊભો રહીને જોતો જ રહું. એમાંથી આ રવાડે ચડી ગયો.'

'લક્ષ્મણ, તું ગયા જન્મમાં માને છે?' મેં પૂછ્યું. લક્ષ્મણે કંઈક જુદી જ રીતે મારી સામે જોયું, સહેજ મલકાયો અને પૂછ્યું, 'તમે આ જન્મમાં માનો છો?'

લક્ષ્મણનો આ પ્રશ્ન અણધાર્યા ઘા જેવો આવ્યો અને મારું હૃદય ખળભળાવતો ગયો. મેં મને જ પૂછી જોયું, 'હું આ જન્મમાં માનું છું?'

અચાનક મને કંઈક નવો જ અનુભવ થયો. ઝરણાં જાણે થંભી ગયાં છે, હવા જાણે સ્થિર થઈ છે, પર્ણોનો ફરફરાટ જાણે ખોવાઈ ગયો છે. આ ખીણ નથી, અહીં પર્વતો નથી, આ અરણ્યો નથી. તો આ શું છે? અને તરત મનમાં જ બીજો પ્રશ્ન ઊઠી આવ્યો, 'હું કોણ છું?'

કદાચ આ પ્રશ્ન, આ પ્રશ્નનો જવાબ શોધવાની વૃત્તિ, આ દેખાય છે તે શું છે તે સમજવાની વૃત્તિ અને પોતે જન્મ-જન્માન્તરમાં, માયામાં, ઈશ્વરમાં, પામરમાં અને પરમમાં માને છે કે નહિ, માને છે તો તે સત્ય છે કે નહિ તે શોધવાની વૃત્તિ જ આ દેશની ભાતીગળ પ્રજામાં સંતાઈને રહેલું પેલું સામ્ય છે? આ માટીમાં જન્મ લેનારના લોહીમાં ધર્મ અને ધર્મથી ઉપરની અવસ્થા વચ્ચેની ભિન્નતાની સાદીસીધી સમજ ઉતારતું તત્ત્વ પણ આ પ્રશ્ન જ છે? કોઈક જન્મમાં કરેલાં કર્મોનાં ઋણ સાથે લઈને જન્મતી, જીવતી આ પ્રજા હજારો વર્ષોથી એકધારી ટકી રહી છે તેનું રહસ્ય પણ શું આ પ્રશ્નો જ હશે?

લક્ષ્મણે સાવ સહજ રીતે પૂછેલો પ્રશ્ન મને આટલો સ્પર્શી કેમ ગયો તે હું સમજી ન શક્યો. મેં કંઈ પણ ઉત્તર આપવાનું ટાળ્યું..."

ચાલ્યા જનારે અહીં મૂકેલો આ ફોટોગ્રાફ કોઈ અણઘડ હાથે લીધો હોય તેવું સ્પષ્ટ દેખાય છે, છતાં તેમાં દેખાતી ગતિ તસવીરને જીવંત બનાવે છે. જમીન પર પડેલો લક્ષ્મણ, લાકડી ઉગામીને ફટકો મારવા તૈયાર થયેલો દીતિયો ભીલ, દીતિયાને કમરેથી પકડવા હાથ લંબાવતો બિત્તુ અને લક્ષ્મણ પર નમવા જતો તે.

તેને કે લક્ષ્મણને આવું પણ બની શકે તેની ખબર ન હોય તે સમજાય તેવું છે. પણ સુપ્રિયાને આવું બનશે તેનો અણસાર ન આવે તેવું કેમ બને? મધ-ઉછેરનું કામ આદિવાસી કેન્દ્રમાં જ શરૂ કરવાનો તેનો આગ્રહ, આદિવાસીઓ પોતાના ગામમાં જ પોતાના ઘરે મધમાખી પાળવાનું કામ કરે તેવી યોજનામાં તેની અસહમતી, આ કામ કેન્દ્ર બહાર જ કરવું હોય તો બિત્તુબંગાના ગામેથી શરૂ થાય તેવો તેનો આગ્રહ, બિત્તુબંગાને પોતાના ગામ જવાની સૂચના અને બિત્તુની પત્ની જોગાને ખાસ સંદેશો મોકલીને લક્ષ્મણના અને તેના સાથીના ઉતારાની વ્યવસ્થા કરવા કહેવરાવવું – આ બધા પરથી એ વાત જાણી શકાય કે સુપ્રિયાને આવું કંઈક બનવાની આશંકા તો હતી જ.

"ત્રણેક ગામમાંથી ગામદીઠ ચાર-પાંચ યુવાનોને અમે અમારી સાથે લીધા. સાંજે બિત્તુબંગાને ગામ પહોંચ્યા તો તેઓ બંને હજી પહોંચ્યા ન હતા. જોગા ઘરે હતી.

'ભિલાળા નીં હે?' જોગાએ નવાઈ પામતી હોય તેમ અમને પૂછ્યું. પછી બબડતી હોય તેમ કહે, 'નીં કરને દેવે શઅદ.' અને અમારી આગતા-સ્વાગતામાં પડી.

જોગાના પ્રશ્નને સમજવાનો પ્રયત્ન મેં કે લક્ષ્મણે કર્યો નહિ. જોગા પણ

વધુ કંઈ બોલી નહિ. રાત્રે લક્ષ્મણે અમારી સાથે આવેલા યુવાનોને અને ગામમાંથી આવેલા માણસોને પોતાની સ્લાઇડો બતાવી, પછી મધમાખીપાલનથી થતા લાભો વિશે સમજાવ્યું. મધપૂડા ઉછેરવાની પેટી ખોલીને બતાવી અને છેલ્લે યુવાનોને આ કામમાં જોડાવા સમજાવ્યું. મેં પણ આ કામથી થનારા આર્થિક લાભની વાત કહી અને યુવાનોને આ કામમાં જોડાવા નિમંત્રણ આપ્યું. શાળાના આચાર્યને પણ પોતાની રીતે ગામલોકો સમક્ષ બોલવા ઊભા કર્યા.

મને હતું કે મોટા ભાગના યુવાનો પોતાનું નામ લખવા કહેશે. સોસાયટી રજિસ્ટર કરાવતી વખતે થયું હતું તેમ આનંદ-મંગળ સાથે આ મધકેન્દ્રો શરૂ થઈ શકશે; પણ મારા આશ્ચર્ય વચ્ચે એક પણ જણ ઊભો ન થયો. કેટલાકને તો અમે નામ લઈને ઊભા કરીને પૂછ્યું તો જવાબ મળે, 'મું નીં કરાં શઅદ પેટી.' અને ટોળું વીખરાઈ ગયું.

આવું કેમ થયું તેની મને સમજ ન પડી. હું થોડો નિરાશ થયો. શાળાના આચાર્યે વિદાય લેતાં કહ્યું, 'સારું કામ છે. આ લોકો કરશે જ, પણ વાર લાગશે. તમારે ધીરજથી કામ લેવું.'

બીજા દિવસે અમે આચાર્યને મળવા ગયા. શાળાના કમરામાં બેસીને અમે હવે શું કરવું તેની ચર્ચાએ ચડ્યા.

'કરવું તો બધાને છે.' આચાર્યે કહ્યું: 'પણ મધ ઉતારવાનું કામ ભિલાળાનું ગણાય. એ લોકો જ આ કામ કરે એવી માન્યતા અહીં પ્રવર્તે છે.'

'એમાં ને એમાં જ આ લોકો આગળ નહિ વધી શકવાના.' મેં મારા નિરાશાજન્ય ગુસ્સાને માર્ગ આપ્યો.

'એ તો શું થાય ?' સાવ સહજ વાત હોય તેમ આચાર્યે કહ્યું, 'એમાંય મધમાખીને પેટીમાં પૂરવાની એટલે દેવીમાતા કોપે એવું બે-ત્રણ જણ કહેતા હતા.'

મારા ક્રોધની સીમા ન રહી, પણ હું કંઈ કરી શકું તેમ ન હતો. મનમાં ને મનમાં મેં પ્રોફેસર રુડોલ્ફને ગાળો ભાંડી. તેઓ કહેતા હતા, 'એક પ્રજા એવી છે જે નવી ટૅક્નૉલૉજીને આંખો મીંચીને અપનાવતી નથી.' આ એમની મહાન પ્રજા – અંધશ્રદ્ધા અને વહેમોમાં ખદબદતી! હજારો વર્ષ પાછળ રહેવામાં આનંદ માનતી આ પ્રજા! હું વધુ કંઈ વિચારું કે બોલું ત્યાં બહાર ચોકમાં કોઈ ગાળાગાળી કરતું હોય તેવું લાગ્યું.

અમે બધા ઊભા થઈને પરસાળમાં આવ્યા. બિત્તુબંગા પરસાળમાં બેસી રહેલા તે ઊભા થયા. સામેથી ત્રણ-ચાર ભીલો આવતા હતા અને તેમના નાયક જેવો દેખાતો જણ મોટેથી બબડતો શાળા તરફ આવતો હતો.

કમ્પાઉન્ડમાં આવીને તેઓ અટક્યા.

'દિત્યા,' શિક્ષકે પેલા નાયકને કહ્યું, 'જતો રહે અહીંથી. ટાંટિયા તોડી નાખીશ અહીં નિશાળમાં ગાળો બોલીશ તો!'

'નીં જાઉં!' દિત્યો વધારે જોરમાં આવ્યો અને કંઈક બોલ્યો. અમે તેની બોલી સમજી શકીએ તેમ ન હતા. તે પૂરા નશામાં હોઈ સ્પષ્ટ બોલી પણ નહોતો શકતો.

લક્ષ્મણને ખભે કૅમેરા હતો. તેણે આ ભીલોની તસવીર લેવા કૅમેરા આંખે લગાવ્યો, તો દિત્યો પથ્થર ફેંકવા વળ્યો.

'એ ખિજાયો છે તમારી મધ-ઉછેરની વાત પર.' શિક્ષકે અમને કહ્યું. સત્ય સમજાતાં જ લક્ષ્મણે કૅમેરા શિક્ષકના હાથમાં આપ્યો અને દિત્યાને સમજાવવા તેની પાસે ગયો.

હજી અમે કંઈ કરી શકીએ તે પહેલાં દિત્યાએ ધક્કો મારીને લક્ષ્મણને નીચે પાડી નાખ્યો અને ડાંગ ઉગામી. હું અને બિત્તુબંગા એકસાથે દોડ્યા. બિત્તુએ દિત્યાને કેડેથી પકડીને ફંગોળી દીધો. હું લક્ષ્મણને ઊભો કરતો હતો. દિત્યાએ ધકેલાઈ જતાં પણ લાકડી ફેરવી, પણ તેનું નિશાન નિષ્ફળ ગયું. મને માથાના પાછળના ભાગે ઘસરકો કરીને તેની લાકડી હવામાં ફંગોળાઈ ગઈ.

'દિત્યા!' શિક્ષકે કહ્યું, 'લાકડીઓ લઈને નિશાળમાં પેઠા છો ને મારામારી કરો છો!' આચાર્યનો અવાજ ક્રોધથી ઊંચો થયો, 'આ કારસ્તાનનો ફોટો બતાવીને તને પોલીસમાં પકડાવી દઈશ!'

દિત્યો અને તેના સાથીદારો આ વાતથી મૂંઝાયા. 'હવે શું થશે?' તે ભયે કે પોતાની ભૂલનો ખ્યાલ આવવાથી બધા થોડા પાછા પડ્યા અને જવા વળ્યા. દિત્યો હજી બબડાટ કરતો હતો.

શિક્ષકે તેનો બબડાટ સાંભળીને કહ્યું, 'કરજે તું તારે જે કરવું હોય તે. મરઘો તો શું પાડો ચડાવજે માતાને. મારજે જે મંતર મારવા હોય તે. હવે ચાલતી પકડ અહીંથી.'

આટલો-અમથો નાનકડો પ્રસંગ પણ મને અંદરથી ભાંગી ગયો. જીવનમાં મેં ક્યારેય વિરોધ સહન નથી કર્યો એવું તો નથી. કેટલીય ચર્ચાઓ, વિચારગોષ્ઠીઓ અને યોજનાઓ દરમિયાન મેં તીવ્ર વિરોધનો સામનો કર્યો છે. મારા વિચારો, મારી વાતો અન્યને સમજાવીને તેને ગળે ઉતારવામાં મને વિજય મળ્યાનો આભાસ થતો, પણ આજે એક અભણ, દારૂડિયા ભીલે મારા ગર્વના ચૂરેચૂરા કરી નાખ્યા. મારી નિરાશા હતાશામાં ફેરવાતી ગઈ.

મને આ કામમાંથી, સુપરિયાની નિષ્ઠામાંથી, પ્રોફેસર રુડોલ્ફ અને ગણેશ શાસ્ત્રીના વિચારોમાંથી રસ ઊડી ગયો. ઘડીભર મને થયું કે આ બધું જ છોડીને પાછો જતો રહું.

હું સાવ નિરાશ થઈને આ કામ અહીંથી જ છોડી દેવા વિશે કંઈક બોલવા જ જતો હતો ત્યાં બે નાનાં-નાનાં વાક્યોએ મારી હતાશાને મારા પર સવાર થઈ જતી રોકી દીધી.

એક તો લક્ષ્મણ શર્માનું વાક્ય – 'હવે તો અહીંથી જ આ કામ શરૂ થશે.' અને બીજું વાક્ય શાળા પર ધમાલ થયાનું જાણીને આવી પહોંચેલી જોગાનું.

ઓટલા નીચે ઊભી રહીને જોગાએ અમને આટલું જ કહ્યું, 'મું કરાં શઅદ પેટી.' હું જોગાને જોઈ રહ્યો. તે એક વાક્ય બોલીને મૌન સેવતી ઊભી હતી, પણ હવામાં હજી પણ તેના શબ્દો જાણે લહેરાતા હતા : 'મધની પેટી હું કરીશ, મારા ઘરે, મારા આંગણામાં, મારા હાથે.'

હું અને લક્ષ્મણ કંઈ જ બોલ્યા વગર ઊભા રહ્યા. બિત્તુએ એકાદ ક્ષણ પોતાની પત્ની તરફ જોયું અને તે પણ મૌન સેવતો ઊભો.

હવે છેક મને ખબર પડી કે માથામાં લાકડીનો સ્પર્શ થયેલો ત્યાં મને દુખાવો પણ થાય છે.

'પ્રિય સુપરિયા,

અઢળક સંસાધનો છે. અહીં વનો છે, ફૂલો છે, મધમાખીઓ છે અને આ વાતાવરણમાં રહેતાં માણસો પણ છે. આ બધાં જ સાધનોનો યોગ્ય ઉપયોગ કરી શકાય તો વર્ષે દહાડે ટનના હિસાબે મધ મેળવી શકાશે.

દિત્યાએ આપણા કામ વિરુદ્ધ ઘણી ચડવણીઓ કરી છે, એટલે હાલ તરત તો માનવ-સંસાધનની તંગી છે. લક્ષ્મણ અને જોગા આ કામ શરૂ કરવા કટિબદ્ધ થયાં છે. જોગા તો પોતાના વાડામાં જ પેટી મૂકી દેવા તૈયાર છે; પણ લક્ષ્મણ કહે છે કે દિત્યો પોતે જ આ કામ કરે ત્યાં સુધી રાહ જોવી છે. અમે દિત્યાના વાસ પર જવાના છીએ. અહીં જે ચાલી રહ્યું છે તેના સમાચાર તમને મળતા રહેશે. હું મજામાં છું. હું થોડો નિરાશ થયેલો, પણ હવે મને મજા પડે છે. લાગે છે, અમે કંઈક તો જરૂર કરી બતાવીશું...'

પંદર દિવસ તો એમ ને એમ ગયા. અમે બીજા ભિલાળાઓને પણ મળ્યા અને આજ સાંજે દિત્યાને ત્યાં જવાનું હતું. હું અને લક્ષ્મણ એકલા જ જવા નીકળ્યા. બિત્તુબંગા સાથે આવવાના આગ્રહી હતા, પણ મેં ના પાડી.

'આયા કયા ?' દિત્યાએ પોતાની રીતે અમારું સ્વાગત કર્યું.

'હા.' લક્ષ્મણે જવાબ આપ્યો. 'તું અમને મળવા આવેલો, તારા જોડીદારોને લઈને, પછી અમારે પણ આવવું પડે ને?' કહેતો તે દિત્યાની સામે જ વડના થડિયા પર બેઠો. હું લક્ષ્મણની પાસે જ બેઠો.

'ચીંટિયા કાટે હે ઉથે.' દિત્યાએ અમને ત્યાં ન બેસવા કહ્યું.

અમે ઊભા થઈને દિત્યો બેઠો હતો ત્યાં જમીન પર બેઠા. થોડી મૌનમય પળો વીતી. વાત ક્યાંથી અને કેમ શરૂ કરવી તે અમે કોઈ સમજી શકતા ન હતા, ત્યાં દિત્યાએ જ વાત શરૂ કરી. પેલે દિવસે પોતે જે ધમાલ કરી હતી તે બદલ ક્ષમા માગીને તેણે કહ્યું, 'તુમ કઈતા હો, પર નીં હોવે ઈ કામ ઈતના આસાન.'

પછી તેણે પોતાની વાતો શરૂ કરી. અમે વચ્ચે જરા પણ બોલ્યા વગર શાંતિથી સાંભળ્યા કર્યું. મધમાખી પેટીમાં પૂરીને ટપ કરતું મધ લઈ લેવું સહેલું નથી તેમ તેણે ઠેરવી-ઠેરવીને કહ્યું. જે કામ પોતે રાતભર જંગલોમાં રખડીને, અજાણ્યા અગોચરમાં, છેવટની ટગલી ડાળો પર લટકીને, બીડી ફૂંકતા રહી મધની એક પણ માખી ન મરે એવી સ્વસ્થતાથી કરતો, જે કામ માટે તે કેટલીય વાર જાનની બાજી લગાવી દેતો એ કામ ગામના નાના છોકરા વગર મહેનતે ફટ દઈને કરી જાય તે માનવું દિત્યાના મનને સ્વીકાર્ય ન હતું અને જો કોઈ તેમ કરી બતાવે તો દિત્યાને પોતાનું જીવતર ઝેર થઈ પડવાનું હતું.

દિત્યાની વાતો અખૂટ ચાલતી રહી. આ અરણ્યોમાં પોતે મધ શોધવામાં અને પાડવામાં અજોડ ગણાય છે તેનું અભિમાન તે ત્યાગી શકે તેમ ન હતો. જોકે તેની મધપૂડા અને મધમાખીઓ અંગેની જાણકારી લક્ષ્મણને નવાઈ પમાડી ગઈ. ફૂલોમાંથી રસ પોતાની નાનકડી સૂંઢમાં ભરીને મધમાખી પેટ પરની નાની-નાની થેલીઓમાં ઠાલવે છે એટલી બારીક માહિતી પણ દિત્યાને હતી.

'મહુવર ઓર સાતપૂડા શઅદ માખ પથરતલા પે લગે.' તેણે કહ્યું, 'પથરિયા શઅદ સબસે બઢે.' તેણે કહ્યું. તેને મધમાખીની જાત વિશેની જાણકારી પણ ઘણી હતી. 'ભમરિયા માખ શઅદ બોત દેવે, પર કાટ ખાવે.'

ભમ્મરિયા મધમાખીનું મધ ઉતારવાની હિંમત કોઈ ન કરે. આ આખાય અરણ્યખંડમાં માત્ર દિત્યો અને પાછળનાં વનોમાં રહેતો બલિયો ભીલ બે જ જણ ભમ્મરિયા મધને ઉતારી શકે છે. એ માખીઓ જો ઊડીને વળગે તો માણસને તો શું વાઘને પણ મારી નાખવા સમર્થ છે.

લગભગ એક કલાક સુધી અમે દિત્યાની વાતો સાંભળી. તેણે પોતાની ઝૂંપડીમાંથી મધ લાવીને મને ચખાડ્યું. અમે અમારી યોજનાની કે મધ-

ઉછેરની વાતનો એક પણ શબ્દ બોલ્યા વગર ઊભા થયા. અમે જતા હતા ને દિત્યાએ કહ્યું, 'શઅદ માખ કા ફોટુ દેખણા હોવે.'

લક્ષ્મણે કહ્યું, 'તારે નિશાળે આવવું પડશે. અહીં વીજળી ન હોય એટલે ફિલમ પડે નહિ.'

થોડો વિચાર કરીને દિત્યાએ જવાબ આપ્યો, 'આવું હૂં.'

'તો સાથે જ ચાલ, અત્યારે જ બતાવું.' લક્ષ્મણે તક ઝડપી લીધી, 'પણ એક શરત. તું મધ ઉતારવા જાય ત્યાં અમને એક વખત સાથે લઈ જવાના.'

જવાબમાં દિત્યો જરા મલકાયો, પછી ખડખડાટ હસ્યો અને અમે ત્રણેય જણ શાળા તરફ ચાલ્યા.

પછી તો દિવસો કેમ જાય છે તેની ખબર નથી પડતી. દિત્યો, લક્ષ્મણ અને હું રાતભર અરણ્યોમાં ભમીએ છીએ. કોઈ વૃક્ષ તળે ઊભા રહી દેવીમાની પ્રાર્થના કરતા, ધૂપ સળગાવતા અને પછી ઉપર ચડતા અમને જો કોઈએ જોયા હોય તો તે માની પણ ન શકે કે દિત્યો અને અમે બે જણ અલગ-અલગ જાતિના માણસોએ છીએ. લક્ષ્મણને તો દિત્યો બોલે છે તે મંત્રો પણ આવડવા માંડ્યા છે.

દરેક ફેરામાં લક્ષ્મણ દિત્યાને મધપેટી વિશે અને તેના સરળ સંચાલન વિશે ધીમે-ધીમે સમજાવ્યા કરે છે, પણ આ મુક્ત વનોમાં પહાડો પર કે અદીઠ બખોલોમાં માળા કરનારો જીવ પેટીમાં પુરાય તે વાત દિત્યાને ગળે ઉતારવી કઠિન છે અને ભિલાળાનો આ નાયક જ્યાં સુધી અમને સાથ ન આપે ત્યાં સુધી અમે કામ આગળ ધપાવવાના નથી.

ગાય-ભેંસની જેમ મધમાખી પાળી શકાય તે વાત દિત્યાએ સ્વાભાવિકતાથી સ્વીકારી ત્યાં સુધી અમે રાહ જોઈ. આજે સ્વયં દિત્યો જોગાના વાડામાં મધપેટી ગોઠવવાનો છે અને સાતપૂડા-વંશની માખીઓ તેમાં મૂકવાનો છે.

સુપરિયા આવી છે. તેણે જોગાને થાબડી. દિત્યાને અને બીજા બધાને સારા કામની શરૂઆત કરવા માટે શાબાશી આપી. સુપરિયાએ મને કે લક્ષ્મણને કંઈ જ ન કહ્યું. હા, તે મારી પાસે આવી ત્યારે માત્ર એટલું જ બોલી, 'માણસ સંસાધન નથી તે હવે સમજાયું હશે.' પછી અટકીને કહે, 'મધમાખીને પણ સંસાધન ન ગણશો. એ અસ્તિત્વ છે.' લક્ષ્મણ અને હું એકબીજા સામે જોઈ રહ્યા.

ગામમાં સાત મધપેટીઓ મુકાઈ. સાતપૂડા અને મહુવર માખીઓનો ગુંજારવ અરણ્યોમાં સંગીત ફેલાવે, ભિલાળા સિવાયની જ્ઞાતિઓ પણ અમારા

કામમાં જોડાય તેનો આનંદ લઈને અમે બીજાં ગામોમાં મધ-ઉછેર-કેન્દ્રો સ્થાપવા નીકળીશું તે દિવસ હવે દૂર નથી. સુપરિયા આજે સવારે કેન્દ્ર પર પાછી ગઈ છે.

જતાં પહેલાં જોગાના ઘરે જવું છે. તેની સાથે બે દિવસ તેના જ ઘરે રહેવું, એવી ઇચ્છાવશ બપોરે ગયો તો તે ઘર સાફ કરવામાં પડી હતી. ઝૂંપડામાંથી અડધા ભાગનો સામાન બહાર ફળિયામાં લાવીને મૂકેલો. તેમાં એક ફોટો જોઈને મને નવાઈ લાગી. સુપરિયાનાં માતા-પિતા સાથે એક સ્ત્રી ઊભી હતી. આદિવાસી સ્ત્રીએ એક બાળકીને તેડી છે.

'આ ફોટો તો સુપરિયાનાં મા-બાપુનો છે. તારી પાસે ક્યાંથી ?' મેં પૂછ્યું.

''નારદી હોવે હે. બિત્તુ કી માઈ. સાથ બિન્તા ઓર બાબુ.' તેણે જવાબ આપ્યો, 'બિન્તા જોગન ભઈલી તો ફોટુ નારદી માંગ લાયી.'

હું અવાક્ થઈ ગયો. વનિતા, એક સંગીતપ્રેમીની સંગીતજ્ઞ પત્ની, સુપરિયા જેવી પુત્રીની માતા સંન્યાસ ધારણ કરે ! સ્ત્રી સંન્યાસિની બને ! પોતાના ભાવિનો, પોતાની પુત્રીનો, પોતે ક્યાં રહેશે, કેવી રીતે રહેશે અને પાછલી અવસ્થામાં પોતાનું શું થશે – કોઈ વિચાર તેને નહિ આવ્યા હોય ?

'કેમ સાધ્વી થઈ ?' મેં પૂછ્યું, તો જોગા નવાઈભરી નજરે મને જોઈ રહી. મારો અવિવેક મને સમજાયો. ત્યાં જોગા બોલી, 'મું નીં પૂછા હોવે.' આ બધા પ્રશ્નોના જવાબ જાણવાની ઇચ્છા જોગાના મનમાં નહીં વસી હોય, પણ મારું કુતૂહલ શમવાનું નથી. નારદી હોત તો કદાચ હું તેને પૂછત. સુપરિયા કદાચ જાણતી હોય, પણ તેને હું પૂછી શકવાનો નથી.

જોગા મારી સામે જોઈ રહી, પછી કહે, 'ઓ જોગન જ થી. સુપરિયા બી ઓહી જ હોવે હે.' અને ઝૂંપડામાંથી સામાન બહાર કાઢવા તે અંદર ચાલી ગઈ. તેનો પથારો જોતાં જોગાને ત્યાં રહેવાનું આજનો દિવસ તો જતું કરવું જ પડે તેવું હતું.

હું પાછો વળું ત્યાં લક્ષ્મણ આવ્યો. કહે, 'ક્યારે નીકળવું છે ?'

'કેમ ?' મેં પૂછ્યું, 'તારે ઉતાવળ છે, જબલપુર જવાની ?'

'ના રે.' તેણે કહ્યું, 'પણ તાલીમ દોઢ મહિનાની હોય અને મને ત્રણ મહિના થશે અહીં. બાકી હું તો રજા લેવી પડે તોય જવાની વાત ન કરું.'

મેં થોડું વિચારીને કહ્યું, 'બસ, હવે એકાદ દિવસમાં નીકળીએ.'

'તો આજે રાત્રે નિશાળમાં પંજવાણી ભજવીએ.' તેણે કહ્યું. 'ભલે.' મેં કહ્યું અને અમે સાથે જ ત્યાંથી નીકળીને ઉતારા તરફ ગયા.

મને હતું કે બહાર ગામથી પંજવાણી કલાકારોને બોલાવીને કાર્યક્રમ થવાનો હશે. એના બદલે લક્ષ્મણ પોતે જ ઢોલક લઈને બેઠો. ગામ-આખું આ કાર્યક્રમ જોવા ભેગું થયું હતું. એક આદિવાસી વાજાપેટી લઈને બેઠો. એક-બે જણ કાંસાના મોટા મંજીરા જેવું લઈને બેઠા અને એક બારતેર વર્ષની બાળા ઓટલા પર ઊભી મોરપીંછનો ઝૂડો બાંધતી હતી.

શું નાટક હશે તે વિચારતો હું જોતો હતો. આચાર્ય મારી પાસે જ બેઠા હતા અને ઢોલક પર થાપ પડી. ઓટલા પર જેટલાં કલાકારો હતાં તે બધાંએ મોટા સ્વરે પ્રાર્થના ગાઈ, પછી પ્રેક્ષકોને હાથ જોડ્યા.

ફરી ઢોલક પર હથેળી પડી કે પેલી બાળાના પગમાં અજબનું ચેતન આવ્યું. પગની ઠેક લેતી અને હાથે-પગે બાંધેલી ઘૂઘરીઓ રણકાવતી તે ઓટલાના કિનારા સુધી આવી ગઈ. પાછળ બેઠેલા સાજિંદાઓએ એકસાથે હોંકારો કર્યો 'હાં' અને સાવ નાનકડી બાળાને કંઠે વાત વહેવી શરૂ થઈ.

લક્ષ્મણ શર્માએ ક્યારે આ કથા લખી હશે, ક્યારે શીખવી હશે તે વિચારતો હું આ નવા પ્રકારની પંજવાણી જોઈ રહ્યો. 'શઅદ માખ' બનેલી બાળા અદ્‌ભુત રીતે રજૂઆત કરતી રહી. એક નાનકડી જગ્યામાં માત્ર એક જ કલાકાર ચાર-પાંચ ડગલાં આગળ આવે અને પાછળ જાય, સ્વરની તીવ્રતા વધારે ને ઘટાડે, હાથમાંનો મોરપીંછનો ઝૂડો ઊંચો કરે, લંબાવે કે ગોળ ફેરવે – આટલા-માત્રથી એક જીવંત વાતાવરણ સર્જી શકાય તે જોયા સિવાય માની ન શકાય તેવી વાત છે. અમે બધાં લીન થઈને જોતાં-સાંભળતાં રહ્યાં.

મધમાખીની રાણી, તેના સેવકો, મધ શોધનારી માખી, પૂડો રચનારી માખી - બધું જ આ નાનકડી બાળા વગર અટક્યે બોલતી જાય. વચ્ચે-વચ્ચે પાછળવાળાને પૂછતી જાય, 'મેં સચ બોલું?' પાછળવાળા એકસાથે કહે, 'હોવે.' અને કથા આગળ ચાલે – તબલાં, મંજીરા, પેટી વાગે.

'ઓ હોવે હે ફૂલાં કી ઘાટી!' કહીને છોકરીએ જે નાચ કર્યો તે તો હદ બહારની પ્રશંસા મેળવી ગયો. પ્રેક્ષકોએ ઘોંઘાટ કરી મૂકીને શાબાશી આપી. જ્યારે કોઈ સ્થળે મધનો વિશાળ ભંડાર મળે તેવું દેખાય ત્યારે શોધક મધમાખી પાછી મધપૂડા પર આવીને પૂડાની સામે હવામાં થોડે દૂર ઊડીને ખાસ પ્રકારનું નૃત્ય કરે છે. આ એક માખીના નૃત્ય પરથી બાકીની મધમાખીઓને મધ માટેનો પુષ્પભંડાર મધપૂડાથી કઈ દિશામાં અને કેટલો દૂર છે તેની ખબર પડી જાય. આમ, બધી જ શોધક માખીઓની મહેનત આ એક માખી હવામાં નૃત્ય કરીને બચાવી લે. આ આખીયે હકીકતની રજૂઆત આદિવાસી છોકરીએ શરીરનાં હલનચલન, મોટા-નાના અવાજથી

બોલાતાં વાક્યો અને વચ્ચે-વચ્ચે ગેય કથાખંડો દ્વારા તાદૃશ કરી બતાવી.

વચ્ચે-વચ્ચે ક્યાંક રામાયણ અને મહાભારતના પ્રસંગો પણ આવતા ગયા. એક વખત તો વચ્ચે હનુમાનજીને પણ રજૂ કરી દીધા. 'જઈસન લંકા જલાઈ મા'બલીને અપણે પૂંછેસે; અઈસન આગ લગાઉ કિસીકો કાટું તો' – કહીને ભમ્મરિયા માખી પણ પોતે જ બની.

નાટક પૂરું થયું ત્યારે મધમાખી મોરપીંછનો ઝૂડો ઊંચો કરીને ઓટલાની ધારે આવીને ઊભી. જોવા આવનારા એક પછી એક આવતા ગયા અને કલાકાર સામે મકાઈ, જુવાર – એમ કંઈનું કંઈ મૂકતા ગયા. ભીષણ ગરીબી અને અછત વચ્ચે પણ મફત પંજવાણી જોવાનું કોઈને ન સૂઝ્યું.

ઉતારે પરત આવીને તરત હું ડાયરી લખવા બેઠેલો એથી લક્ષ્મણ સાથે વાત કરવાનું છેક સવારે જ બન્યું. ગઈ કાલ રાતનું તેનું પંજવાણી તેણે ક્યારે અને કેમ તૈયાર કર્યું તે પૂછ્યું.

'રોજ રાત્રે હું અને માસ્તરસાહેબ નિશાળમાં જ બધી તૈયારીઓ કરાવતા. તમે તો ડાયરી લખતા હો.' લક્ષ્મણે કહ્યું, 'અમારે તો તમને વિદાયમાન આપવું હતું એટલે ખાનગી રાખ્યું.'

'માન તો, લક્ષ્મણ, તને મારે આપવું જોઈએ.' મેં કહ્યું, 'તું ન હોત તો મધ-ઉછેર-કાર્યક્રમનું મારું સ્વપ્ન અધૂરું રહેત.'

લક્ષ્મણે કંઈ જવાબ ન આપ્યો. 'માસ્તરસાહેબને મળી આવું' કહેતો તે ઊઠ્યો. હું પણ બિત્તુબંગાને ઘરે જવા ઊઠ્યો. ત્યાં પહોંચ્યો તો જાણ્યું કે બિત્તુબંગા બાજુના ગામડે કોઈને મળવા ગયા છે. જોગા ઝૂંપડાનો સામાન ગોઠવતી હતી. હું તેની મદદે ગયો."

## 15

' "પ્રિય લ્યુસી,

આપણે એકબીજાને ભૂલી ગયાં છીએ એવું લાગે એટલા લાંબા સમયથી તને પત્ર નથી લખ્યો. તારા પ્રશ્નો પણ અનુત્તર હતા. એના જવાબ આજ અચાનક મળ્યા એટલે પત્ર લખવા બેસી ગયો.

છેલ્લા કેટલાક મહિનાઓથી અહીં બિત્તુબંગાના ગામમાં છું. આજે તેમના ઘરે જ રોકાવાનો છું. બિત્તુની પત્ની જોગા તેનું નાનકડું ગાર-માટીનું ઘર સાફસૂફ કરતી હતી ત્યાં મેં લાકડાની લાંબી પેટી જોઈ. એ પેટી પર પેલું શ્વાનમંડળ અને વ્યાધ જેવું ચિત્ર કોતરેલું છે. પેટીમાં સુથારીકામનાં, શિલ્પકામનાં અને થોડાં બીજાં ઓજારો છે જે પ્રણાલીગત ઓજારો કરતાં થોડાં જુદી જાતનાં છે.

જોગાને મેં પેટી વિશે પૂછ્યું, તો તેણે કહ્યું કે સાઠસાલી જાતિના આદિવાસીઓ તરફથી આ પેટી નારદીને – બિત્તુની માને દાયજામાં મળેલી. નારદી તો હવે નથી, પણ જોગાએ ઘણી અગત્યની વાત કહી.

ઘણાં વર્ષો પહેલાં નારદી નાની હતી ત્યારે તેણે સાઠસાલી જાતિના એક બાળકને વરુના મુખમાંથી બચાવેલો. તેનાં પાટા-પિંડી કરી અને પોતે જાતે જઈને છોકરાને એનાં માતા-પિતાને સોંપી આવેલી.

તને લાગશે કે એમાં શી નવાઈ? પણ અહીં આ માણસો, જાતિ-જાતિ વચ્ચેના ભેદ, તેમની અંધશ્રદ્ધા અને વહેમોનાં જાળાંમાં એવાં તો ગૂંચવાઈ ગયાં છે કે બીજી જાતિના ઘાયલ બાળકને લઈને તેમની જ વસ્તીમાં સોંપવા જવાની નારદીની હિંમત પ્રશંસાને પાત્ર ગણાય. પુરિયાની વાત તેં વાંચી હશે તો નારદીના સાહસને તું બિરદાવી શકીશ.

આ પ્રસંગથી જ સાઠસાલી આદિવાસીના ડાયાએ નારદીને પોતાની દીકરી બનાવી. વાર-તહેવારે નારદી સાઠસાલીઓ સાથે રહેવા જતી અને નારદીનાં લગ્ન વખતે સાઠસાલીએ આ પેટી તેને ભેટ આપેલી.

જોગા કહે છે કે સાઠસાલીના રિવાજો ઘણા જુદા હોય છે તેવું નારદી તેને કહેતી. મેં જોગાને પૂછ્યું કે આવું ચિત્ર સાઠસાલીઓ કરે છે? તો તેણે કહ્યું, 'હોવ.'

જોગાને બહુ વિગતે ખબર નથી, પણ નારદીએ તેને કહેલું કે આકાશનો કોઈ તારો સાઠસાલીઓનો દેવ છે. એ તારાનું નામ પણ સાઠસાલી છે અને સાઠસાલીઓનો ડાયો ત્રણ વાર વીસ ગણો એટલી ઉંમરનો થાય ત્યારે એ દેવનો ઉત્સવ કરાવે છે.

લ્યુસી, સાઠસાલી કોઈ અર્થહીન શબ્દ હોવાનું હું માનતો; પણ હવે સમજાય છે કે સાઠ વર્ષના ગાળાને આ જાતિના નામ સાથે ચોક્કસ સંબંધ હોવો જોઈએ. જોગા પાસે પૂરી વિગતો નથી. વધુ પૂછું તો તરત કહે છે, 'મું નીં જાણું હૂં.' મતલબ : આઈ ડુ નૉટ નો! હું સાઠસાલીઓનાં જંગલોમાં જવાનો છું. ત્યાં જે જાણીશ તે જરૂર તને લખીશ.

મેં આટલું જાણ્યું તે તને લખ્યું છે. બિત્તુબંગાની સર્જનશીલતા સાઠસાલીઓ અને નારદીની દેણ છે તે હવે સમજાય છે. નાનપણથી આ ઓજારો સાથે રમતાં-ખેલતાં તેમની કારીગરી ખીલતી રહી હશે...'

પત્ર પૂરો કરીને હું ઊભો થયો ત્યાં બિત્તુબંગા આવ્યા અને અમે સાથે જમવા બેઠા. જોગાએ જુવારનો લોટ બાફીને તેમાં મધ રેડી આપ્યું.

બપોરે થોડું ઊંઘ્યો અને ચારેક વાગ્યે નિશાળે જઈને ટપાલ આપી. માસ્તર-કમ-પોસ્ટમાસ્તર એવા આચાર્યની બધી જ ટિકિટો વપરાઈ ગઈ. સાંજે જોગાને ત્યાં જ રહ્યો. રાત્રે આદિવાસીઓ ચોકમાં ભેગા થયા અને ગીતો ગવાયાં. રાત્રે લક્ષ્મણને તાવ ચડ્યો એથી અમારું જવાનું મુલતવી રહ્યું. ચાર-પાંચ દિવસ ચાલેલા તાવથી લક્ષ્મણ એટલો અશક્ત થઈ ગયો હતો કે અમે બીજા પાંચેક દિવસ રોકાઈ ગયા.

આજે લક્ષ્મણ આચાર્યને ત્યાં રોકાવાનો-સૂવાનો છે. હું ઉતારા પર રોકાયો છું. કાલ સવારે વહેલા નીકળી પડીશું.

રાત્રે એકલો પડ્યો ત્યારે મારું મન પણ ઉદાસીથી ભરાઈ આવ્યું. આ બધાંથી છૂટા પડવાનું ગમતું ન હતું. સાવ અભણ અને કદરૂપા આ ચહેરાઓએ મારા હૃદયમાં જગ્યા બનાવી લીધી છે. મારો અઢાર વર્ષનો વિદેશવાસ ખોવાવા લાગ્યો છે. તે સિવાય આવી લાગણીઓ મને થાય તે શક્ય ક્યાંથી હોય?

વર્ષો પહેલાં કચ્છથી નીકળવાનું હતું તે વખતે પણ મને આવું જ થતું હતું. એ ગામડું મને ગમતું ન હતું. આમ તો અનેક વખત મને મુંબઈ ડૅડી પાસે જતા રહેવાનું મન થતું, પણ જ્યારે ખરેખર જવાનું આવ્યું ત્યારે મન કોણ જાણે કેમ ઉદાસ થઈ ગયેલું.

નવમાસિક પરીક્ષા આવી ત્યાં સુધી નિશાળમાં મને ગમતું જ નહિ.

ત્યાર પછી તો મને શ્વાસ અને ઉધરસ સાથે તાવ-રહેવા માંડ્યો એટલે નિશાળે જઉં-ન-જઉં બધું સરખું.

ખ્રિસ્તી નવા વર્ષના દિવસે તો મને ભુજ લઈ જવો પડેલો અને દાક્તરે ત્રણ દિવસ દવાખાનામાં પણ રાખેલો. ઘરે પાછો આવ્યો ને નાનીમાએ કહેલું, 'આ છોકરાને આંય નથ રાખવો. એના બાપ પાસે મૂક્યાવો. પારકો છોકરો ને એકનો એક.' આ તેમનો આખરી નિર્ણય હોવા વિશે કોઈને શંકા ન હતી.

આ સાંભળીને હું રાજી થવાને બદલે ઉદાસ થઈ ગયો. રેણુ, ચંદરામાશી, મામી અને ઉમેશ – બધાંનાં મોં પડી ગયેલાં લાગ્યાં. મારા જવાથી ઘરનો એક સભ્ય ઓછો થવાનો હોય તેમ હું ગયા પછી પોતાને કેવું લાગશે – તેવી વાતો થતી.

અત્યારે એ વાત યાદ આવે છે તો મને ગણેશ શાસ્ત્રીની 'જોવા અને સમજવા'ની સલાહ પણ સાંભરે છે. નાનપણે નાનીમાના ઘરને હું મારું જ માનતો. એવા જ અધિકાર સહિત ત્યાં રહેતો. હવે નવા સંસ્કારની નજરે જોઉં તો હું તો ત્યાં આશ્રિત હતો. પછીથી જે સમાજમાં હું રહ્યો, ભણ્યો અને મોટો થયો ત્યાં નાનીમાના ઘર જેવી વ્યવસ્થા શક્ય છે કે નહિ તે વિચારું છું તો લાગે છે કે પશ્ચિમમાં પણ દયા, માયા, પ્રેમ – આ બધું જ છે, છતાં ઘરમાં કોઈ આશ્રિતને રાખવામાં આવે તો મને નાનીમાના કુટુંબે રાખેલો તેમ રખાય? મારું તો ઠીક, હું તો નાનીમાની દીકરીનું સંતાન હતો, પણ મારા ગયા પછી દયામામી અને ભદો-ભદી નાનીમાને ત્યાં રહ્યાં જ હશે ને! મને ખાતરી છે કે તેઓ બધાં પણ એ જ સ્વાભાવિકતાથી સચવાઈ ગયાં હશે, જે રીતે હું સચવાયો હતો. નાનીમા પોતે જઈને તેમને પોતાને ત્યાં લઈ આવ્યાં હશે અને બીજી પળથી જ તેઓ નાનીમાના કુટુંબનાં સભ્યો બનીને રહેવા મંડ્યાં હશે, કારણ કે એ દહાડે નાનીમાએ પોતે જ રમુમામાને કહેલું કે દયામામીને ને ભદા-ભદીને તેઓ પોતાના ઘરે રાખશે.

મકરસંક્રાંતનો તહેવાર આવતો હતો. અમે બધાં મામી સાથે તેમને ગામ જવાનાં હતાં. રામ આતાને ગાડે ચડીને જવાનું એટલે રસ્તામાં કેવી મજા કરીશું, ક્યાં ભાતું કરીશું - આવી બધી વાતો કરતાં અમે બે-ત્રણ દિવસ અગાઉથી મસ્તીમાં હતાં. ઉમેશ કહેતો, "ભાયડા તો બાપુ હારે હાલવાના." મહેશમામા રામ આતાની હાજરીમાં મામી સાથે ગાડામાં બેસી ન શકે એથી તેઓ ગાડા પાછળ ચાલતા જવાના હતા. મુંબઈ જતાં પહેલાં આ મારી છેલ્લી-છેલ્લી મજા બનવાની હતી.

પણ હું જઈ ન શક્યો. જવાની આગલી રાતથી મને શરદી અને શ્વાસ.

બધાં ગયાં. હું, નાનીમા, ઓસડિયાંના ઉકાળા અને દવાનાં ચાટણ આટલાં ઘરે રહ્યાં. દેવતાનાના તો હતા જ. તેઓ વળી ક્યાં જવાના?

છેક બીજે દિવસે સવારે મારો શ્વાસ બેઠો, ઊઠીને થોડું જમ્યો અને તડકામાં થાંભલીને અઢેલીને ઉદાસ બેઠો. નાનીમા વાસણ ઊટકવા બેઠાં. એટલી વારમાં ડેલી ઉઘાડતાંકને દયામામી ફળીમાં આવ્યાં. મને પૂછ્યું, 'તારા મહેશમામા છે ઘિરે?'

'ના, ઈ તો ગ્યા મામીને મૂકવા.' મારા બોલવામાં થોડી ત્યાંની ઢબ આવી ગઈ હતી.

નાનીમા 'શું છે, દયા?' કહેતાં ઊઠ્યાં. તેઓ આગળ કંઈ પૂછે તે પહેલાં દયામામી રડી પડ્યાં, 'તમારા દીકરાને જરાય સારું નથ્ય, બા! તમીં હાલો!'

'તે તું શું લેવા આવી? ભદિયાને મોકલવો'તો ને?' નાનીમા સાડલાના છેડેથી હાથ કોરા કરતાં બોલ્યાં અને પગરખાંમાં પગ નાખ્યો.

'ઈને મોઈકલ્યો વૈદને લેવા ને હું આંય તમને બોલાવા આવી. ભદીને ઈના બાપ પાંહે બેહારી છ.'

રમણીકમામા વાર-તહેવારે કે દવાચાટણ લેવા ઘણી વાર નાનીમા પાસે આવતા. મહેશમામાના ગોઠિયા. કથા-વાર્તામાં પણ ક્યારેક રમુમામા મહેશમામા સાથે જતા. અમારા ગામથી થોડે દૂર એમનું ગામ.

'તે તું હાલતી આવી છો?' નાનીમાએ પૂછ્યું અને રસોડાની સાંકળ ચડાવી.

'શું કરું બીજું?' દયામામી બોલ્યાં, 'ગાડાં તો વયાં ગ્યાં'તાં.'

'કાંય વાંધો નંઈ.' નાની ઝપાટાભેર કપડાંની પોટલી બાંધીને દેવતાનાના પાસે ગયાં, 'હું જાઉં છું. રમુને ઠીક નથી. તમે હવેલીએથી મોકલે ઈ ખાઈ લેજો. ભૂખ્યા નોં રે'તા. હું હવેલીએ ખબર કરતી જાઉં છું.'

દેવતાનાના માટે જવાબ આપવા જેવું તો કંઈ હતું નહિ. તેઓ મૂંગા રહી નાનીમા સામે જોઈ રહ્યા.

'ભાણા, ઊભો થા. હાલ ભેગો.' કહી નાનીમાએ મને સાથે લઈને ચાલવા માંડ્યું. હવેલીએ સંદેશો આપીને પાદર પહોંચતાં જ ભરવાડનું ઊંટગાડું જોડાવરાવ્યું. લગભગ અડધા-પોણા કલાકે અમે દયામામીને ગામ પહોંચ્યાં. વૈદ્ય આવી ગયા હતા. ભદિયો રમુમામાના ખાટલા પાસે બેઠો હતો.

'કેમ છે, વૈદ્યરાજ?' નાનીમાએ પૂછ્યું.

'તમારી જરૂર છે.' વૈદ્યે કહ્યું. હું કંઈ સમજ્યો નહિ. બારણે ટેકો દઈને ઊભો રહ્યો.

'રમણીક !' નાનીમાએ ખાટલા પાસે બેસતાં પૂછ્યું, 'કાંઈ કે'વું છે, ભાઈ ?'

જવાબમાં રમુમામા તરત તો કંઈ બોલ્યા નહિ. થોડી વારે રડતા હોય તેવા અવાજે કહ્યું, 'મારાં છોકરાં...'

'છોકરાંની ચિંતા કર મા. હું બાર વરહની બેઠી છું.' નાનીમાએ કહ્યું.

રમણીકમામા થોડી વાર શાંત પડ્યા રહ્યા, પછી ફરી બોલી ઊઠ્યા, 'હે ભગવાન, શું થશે ?'

'કાંય થવાનું નથ્ય.' નાનીમાએ તાણેલા અવાજે કહ્યું અને ઉમેર્યું, 'જીવને કકળાવ મા. લે પાણી મૂક્યું. તારાં ભદો ને ભદીને મારાં નાનિયા ને રેણુની હારોહાર ગણીશ ને દયાને મારી ચંદરા ગણીને સાચવીશ. પણ તનેય કાંય થવાનું નથ. ચિંતા છોડ ને સાજા થવાનો વિચાર કર. આ વૈદ તારી દવા કરે છે ને ? પછી શું છે ?'

થોડી વારે વૈદે રમુમામાને ફરી કંઈક ચાટણ ચટાડ્યું. નાનીમા બહાર નીકળીને ક્યાંક ગયાં. થોડી વારે પાછાં આવ્યાં ત્યારે કોઈ અજાણ્યાં બહેન તેમની સાથે હતાં. તે બહેન મને પોતાના ઘરે લઈ ગયાં. બીજા દિવસે મામા-મામી આવીને મને ઘરે લઈ ગયાં. ઘણા દિવસો ગયા તોયે નાનીમા હજી રમુમામાને ત્યાંથી આવ્યાં ન હતાં ને ડૅડી આવીને મને લઈ ગયા. ત્યાર પછી મેં નાનીમાને ક્યારેય જોયાં નથી.

કેટલાં વર્ષો વહી ગયાં એ વાતને ! આ અરણ્યોની તારામઢી ઠંડી રાતે આદિવાસીઓની ઝૂંપડીઓ વચ્ચે એકલો બેસીને એ બધું સંભારું છું.

કુટુંબપ્રથામાં રહેલી પરસ્પરની લાગણી, આ માયા, આ લગાવ કદાચ આખા દેશને એકતાંતણે બાંધી રાખતી પેલી છૂપી કડી તો નહિ હોય ? – મારા મનમાં પ્રશ્ન ઝબકીને શમી ગયો...''

## 16

તેની ડાયરીમાં જે નથી તે પ્રસંગો મારે કહેવાના છે. તે, લક્ષ્મણ, બિત્તુબંગા – આ બધા આદિવાસી કેન્દ્રથી દૂર અરણ્યોમાં કામ કરતા હતા ત્યારે કેન્દ્રનું કામ યથાવત્ ચાલતું હતું. સુપ્રિયા ગામડાંઓમાં જતી, સ્ત્રીઓને તાલીમ આપતી. તેણે શાળાને પણ વ્યવસ્થિત કરી. છોકરીઓ કેન્દ્ર પર રહીને ભણી શકે તે માટેની સગવડ પણ થઈ. કાગળકામ કરતો ઝૂરકો સુપ્રિયા સાથે રહેતો.

સુરેનની સ્મૃતિમાં સંગીત-સમારોહ ગોઠવવાનો વિચાર સુપ્રિયાના મનમાં રમ્યા જ કરતો હતો. આ આખું વર્ષ તો બધાં છૂટાં-છવાયાં થઈ રહ્યા અને આયોજન થઈ ન શક્યું. આવતા વર્ષે તો સમારોહ ગોઠવવો જ છે તેવું વિચારીને તેણે ગણેશ શાસ્ત્રીને ત્યાં ચર્ચા ગોઠવી. ગુપ્તાજી અને તેમનાં મા પણ ગણેશ શાસ્ત્રીને ત્યાં આવ્યાં.

'હું વિચારતો હતો કે તું રજા આપે તો થોડા મહિના હિમાલયમાં રહી આવું. આવતી સાલ તો મારે બદરી-કેદાર જવા વિચાર છે.' ગણેશ શાસ્ત્રીએ કહ્યું, 'એ પછીના વર્ષે ગોઠવ.'

'ભલે.' સુપ્રિયાએ કહ્યું, 'પણ તમે પાછા આવો કે તરત બધાને ભેગા કરવા જ છે.'

'કહે આ બિહારીને.' ગણેશ શાસ્ત્રીએ ગુપ્તાજીને હવાલે કામ સોંપ્યું, 'મારે તો તું અને બિહારી કહે તેમ કરવાનું છે. વ્યવસ્થાની બધી ચિંતા તમારે કરવાની છે.'

'ચિંતા ક્યા બાતની?' ગુપ્તાજીએ કહ્યું, 'સારી બેવસ્થા હો જાવેગી.'

અહીં આ શંકરના મંદિરે આ ચારેક માણસો ત્રણ દિવસ રહ્યા. કોને નિમંત્રણ મોકલવું, કલાકારો અને શ્રોતાઓને માટે રહેવાની વ્યવસ્થા ક્યાં અને કેમ કરવી – આવી બધી વાતો તો ચાલતી જ રહી. વચ્ચે હજી આખું વર્ષ હોવા છતાં જાણે આવતા મહિને જ કાર્યક્રમ ગોઠવવાનો હોય એટલી ઝીણવટથી સુપ્રિયા નોંધ કરતી. ગુપ્તાજી તેની મજાક ઉડાવતા, 'સો મિલ દૂરથી માલૂમ પડે – સુપરિયા ચલી આતી હૈ.'

'ભલે.' સુપ્રિયા કહેતી, 'વરસ તો આમ નીકળી જશે. મને પહેલેથી

બધી ખબર હોય તો મારે ફરી તમને બધાને ભેગા ન કરવા પડે.'

પાર્વતીદેવી વચ્ચે પોતાની વાત કાઢતાં કહે, 'ગણેશ, મેં કહું ઈ છોરી કો બિયાહ કરવા દો.' પછી કહે, 'કા પતા કોણ સમજાવે છોરી કો?'

'મને સમજાવવાની જરૂર નથી, માજી.' સુપ્રિયાએ જવાબ આપ્યો, 'મારે શું કરવું તેની મને ખબર છે...'

'હા, બહેન,' માજી બોલ્યા, 'અબ મેં અનપઢ તુંને કા સમજાઉં? તું જ મન્ને સમજા દે.'

ગણેશ શાસ્ત્રીએ કહ્યું, 'બેટા, માજીની વાત ખોટી નથી. છોકરો હું બતાવું. તારે જો નિર્ણય લેવો હોય તો આ યોગ્ય સમય છે. પછી મોડું થઈ જશે.'

'તમે બધાં ખોટી ચિંતા કરો છો.' સુપ્રિયાએ કહ્યું, 'અત્યારે હું જે કામ કરું છું તેમાં મને મજા પડે છે. હજી મને એકલું પણ નથી લાગતું. જ્યારે એવું લાગશે ત્યારે જે થશે તે જોયું જશે.' કહીને પોતાના કમરામાં ગઈ.

માજી સ્વગત બોલતાં હોય તેમ બોલ્યાં, 'બિન્તા, ઈસસે તો ભલા હોતા તું તારે ઘર ચલી આતી.'

માજીનું વાક્ય સાંભળવા વનિતા અહીં ક્યાં હતી!?

આ તરફ ગામડેથી તે અને લક્ષ્મણ વિદાય થયા તે સાથે જ પેટીના મધનો ખેપિયો બોઘરણામાં મધ ભરીને કેન્દ્રમાં જમા કરાવવા ચાલ્યો. લક્ષ્મણે તો સીધો શહેર જવાનો ઇરાદો કરેલો, પણ તેનો થોડો સામાન આદિવાસી કેન્દ્ર પર હતો તેથી તેને પણ કેન્દ્ર પર જ જવું પડ્યું. બિત્તુબંગા તેમની સાથે નીકળ્યા.

'અમે આશ્રમે પહોંચ્યા ત્યાં જાણ્યું કે સુપરિયા ત્રણ દિવસથી ગણેશ શાસ્ત્રીને ત્યાં છે. મારા આશ્ચર્ય વચ્ચે નિશાળ ચાલતી હતી. અત્યારે બધા બોરસલ્લી નીચે હોય તેના બદલે ઢોળાવવાળા ખેતરથી થોડા ઉપરના ભાગે આવેલ મેદાનમાં બેઠા હતા. થોમસ પાદરી ભણાવતો હતો. મને જોઈને તેણે વિદ્યાર્થીઓને કહ્યું, 'લો, આવી ગયા તમારા ગુરુજી.'

મેં થોમસ સાથે હાથ મેળવતાં કહ્યું, 'અત્યારે તો બધા તમારા શિષ્યો છે અને સંખ્યા જોતાં લાગે છે કે આમ જ ચાલશે તો એક ગુરુજી હજી જોઈશે.' વિદ્યાર્થીઓને મળીને મેં બધાના ખબર પૂછ્યા. ટેમ્પુડિયો જરા મોટો લાગવા માંડ્યો છે. તેનો અવાજ પણ બદલાયેલો લાગ્યો. મારી નજર પાછળના ભાગે નવા બંધાયેલા મકાન પર પડી. હું કંઈ પૂછું તે પહેલાં જ થોમસે કહ્યું, 'ગર્લ્સ હૉસ્ટેલનું મકાન છે. આ સત્ર પૂરતી શાળા પણ તેમાં જ ચાલશે. દિવસે નિશાળ, રાત્રે નિવાસસ્થાન.'

થોમસથી છૂટો પડી, હૉસ્ટેલનું મકાન જોઈને હું હરિખોહ જોવા ગયો. કેટલાય સમય બાદ જોવા મળેલી આ ખીણને મન ભરીને જોયા જ કરી. આ ઘાટીને અનેક વખત જોયા પછી, તેમાં પગપાળા રખડ્યા પછી પણ તેને વારંવાર જોવાનો મોહ હું છોડી નથી શકતો. વૃક્ષો પર, વેલાઓ-ફૂલો પર પતંગિયાંઓ અને કીટકો અહીં પોતાના અગણિત રંગોને હરિખોહના લીલા રંગની અદ્ભુત છટા વચ્ચે વેરતાં રહી પ્રકૃતિનાં ગોપનીય રહસ્યો ખોલતા રહે છે. કોઈ પણ માનવી જેણે એક વખત આ હરિત જગત જોયું છે તે કોઈ કાળે તેની મોહિનીમાંથી મુક્ત થઈ જવાનો નથી.

હરિખોહથી પાછા ફરતાં મેં જોયું કે કમળા ડોલ ભરી લાવીને બોરસલ્લી તળેનો ઓટલો ધોતી હતી. મેં જોયું તો આસપાસની બેસવા જેવી તમામ જગ્યાઓ તેણે ધોઈ સાફ કરી છે. મને સહેજ નવું લાગ્યું. કમળાનું કામ તો રસોડાનું છે. તેને આ રીતે પોતાના કાર્યક્ષેત્રની બહારનું કામ કરતી જોઈને મને નવાઈ લાગી. 'કમળા, રસોડામાંથી તને બદલી કે શું?' મેં પૂછ્યું, 'કે પછી કોઈ મહેમાન આવવાના છે?'

કમળા મૂંઝાઈને ઊભી રહી. ઘડીભર તે કંઈ બોલી ન શકી. પછી 'નીં હોવે.' કહીને ઓટલો વાળવામાં પડી. મેં ફરીથી કહ્યું, 'આ ઉંમરે આટલું પાણી સારી-સારીને માંદા પડવું છે?'

જવાબમાં કમળાએ જે કહ્યું તેની મને કલ્પના પણ નહોતી. કમળાએ કહ્યું, 'કલ આવેગી છોરી લોગન. મા-બાપ છોડ ઈહા. ઈથે દૂર.' કહીને તેણે ભાંગીતૂટી ભાષામાં મને સમજાવ્યું કે પોતાનાં માતા-પિતાને છોડીને છોકરીઓ અહીં હૉસ્ટેલમાં રહેવા આવશે. કોઈ દિવસ ઘર છોડીને બીજે રહેવા ન ગયેલી નાની-નાની બાળાઓને સાંજ પડ્યે ઘર સાંભર્યા વગર થોડું રહેવાનું? હૉસ્ટેલમાં સાંજે ન ગમે. એટલે બધી વિદ્યાર્થિનીઓ બહાર નીકળીને આ વૃક્ષોના ઓટલે રમશે, બેસશે, કદાચ રડશે પણ ખરી. કમળા અહીં સફાઈ કરીને બેસવા જેવું બનાવી રાખે તો મોટું પુણ્યનું અને કમળાને પણ શાતા આપતું કામ થવાનું. એથી તે ઓટલા ધોઈને તૈયાર રાખે છે – આવું કંઈક કહીને તેણે ઉમેર્યું, 'મું મા તો નીં હૂં, પન કોઈ તો લાગું હું.'

અન્યત્ર મને કોઈએ આવો જવાબ આપ્યો હોત તો મેં તેનો કેવો પ્રતિભાવ આપ્યો હોત તે હું વિચારી ન શક્યો. તે દિવસે કમળાને રસોઈ-ઘરમાંથી છૂટી કરવાનો વિચાર મને આવેલો. કદાચ ત્યાંના કામ માટે તો હજી પણ કમળાની યોગ્યતાને હું ન સ્વીકારું; પણ મને લાગે છે કે કમળાની ક્યાંક તો જરૂર છે જ. આ કેન્દ્ર ચાલે છે, આટલું વિકસ્યું છે એનો યશ જેટલો

સુપરિયાને જાય છે તેમાં ક્યાંક આવાં કમળા જેવાં પાયાનાં કાર્યકરોનો પણ ભાગ છે જ. ધોવાતા ઓટલા પરથી નીતરતા પાણીમાં પગ ન પડે તે રીતે ચાલીને હું લક્ષ્મણના ઉતારે ગયો. તે જવાની તૈયારીમાં હતો. સુપરિયાને ન મળાયું તે દુઃખ સાથે લક્ષ્મણે વિદાય લીધી. તેને કાકરાખોહની ધાર સુધી વળાવીને હું પાછો આવ્યો.

બિત્તુબંગા તેમના સોભદરા બાગાનની સાફ-સૂફીમાં હતા. આખો બાગ સરખો કરતાં તેમને બે દિવસ લાગ્યા. એ કામ પૂરું થયું તે સાંજે બેઉ જણ મારી પાસે આવીને કહે, 'રૂપિયા માંગું હૂં.'

'શાના કાજે ?' મેં પૂછ્યું.

તો જવાબ મળ્યો – ગલસંટો બનાવવો છે.

મારા તમામ જ્ઞાનકોશો જે શબ્દનો અર્થ બતાવવા શક્તિમાન ન બન્યા તેવો શબ્દ સાંભળીને હું મૂંઝાયો.

'ક્યાં બનાવવો છે ગલસંટો ?' મેં પૂછ્યું.

'ઈહાં જ.' આ 'ઈહાં' એટલે ક્યાં તે ઈશ્વર અને બિત્તુબંગા સિવાય કોઈ જાણતું નહિ હોય તે વિશે મને શંકા ન હતી.

'સારું.' મેં કહ્યું, 'સુપરિયા એકાદ દિવસમાં આવશે. તેને વાત કરજે. એ કહેશે એટલે પૈસા આપીશ. છે તારા ખાતામાં ?'

નામદાર સુપરિયાની કચેરીમાં આ બજેટ મંજૂર કરાવતાં પહેલાં ગલસંટાનું સ્વરૂપ, સ્થળ અને કાર્ય – બધું જ સમજવું પડે. આ બેઉ આદિવાસીઓએ મને આ બધું કહ્યું હોત તોપણ હું કંઈ સમજી શક્યો હોત કે કેમ તે શંકાનો વિષય છે. એના કરતાં સુપરિયાને સમજાવે તે વધુ સારું.

સાંજે સુપરિયા આવી. મને કહે, 'પેલા બંનેને સો રૂપિયા આપજો.'

'ગલસંટા માટે ?' મેં પૂછ્યું. 'હા.' કહીને સુપરિયા હસી પડી અને બંને આદિવાસીની આ નવીન યોજના વિશે મને સમજાવ્યું.

વાત એવી હતી કે અમારા આશ્રમની જમણી દીવાલ પાછળથી એક નાનકડું ઝરણું વહે છે. થોડે નીચે જતાં નાની સપાટ જગ્યા આવે તેમાં થઈને ઝરણું નર્મદા તરફ વહેતું થાય છે. આ સ્થળે બે ખડકો વચ્ચેથી નાનકડો ધોધ પણ પડે છે. આ બંને સ્થપતિઓ ધોધ આસપાસના ખડકો વચ્ચે એક ચેક-ડૅમ બનાવવાના છે. ડૅમ હોય એટલે દરવાજો પણ હોવાનો. લોખંડની ફ્રેમમાં પતરાનો દરવાજો ફિટ થશે અને ફ્રેમ પેલા ખડક સાથે જડી લેવાશે. દરવાજો ખોલવા અને બંધ કરવા ઉપરના ભાગે મોટો સ્ક્રૂ લગાડી દેવાનો. એક ગોળ પૈડું આ સ્ક્રૂમાં બેસાડીને ફેરવીએ એટલે દરવાજો ઊંચો-નીચો

થઈ પાણીને જવા દે અને રોકે.

આ ડેમ માટેની તમામ સામગ્રી આ અરણ્યો જ મફતમાં પૂરી પાડશે, પણ પેલો લોખંડનો દરવાજો તો અહીં કોઈ બનાવી શકે નહિ. એ માટે આ બંને આદિવાસીઓ ચૌદ કિલોમીટર ચાલીને શહેર જશે અને પૈસા પણ આપવા પડવાના જ.

મહત્ત્વની વાત એ છે કે આ ડેમમાં વપરાનારી દરેક ચીજનું નામ બિત્તુબંગાને આવડે છે; પણ પેલા ઉપર-નીચે થતા દરવાજાને શું કહેવાય તેની ખબર નથી. એ બંને આવી બાબત કોઈને પૂછવા જાય તો બિત્તુબંગા શાના? જાતે જ નામ પાડી દીધું 'ગલસંટો.' આમ, બાકીનું જગત જેને ડેમના દરવાજા તરીકે ઓળખે છે તે રચનાને નવું નામ મળ્યું.

આ આખીય પરિયોજનાની પાછળનો હેતુ પૂછો તો માત્ર એટલો કે આવતા ઉનાળામાં આ બંને આદિવાસીઓ પોતાના ગલસંટાથી રચાયેલા સરોવરમાં યક્ષ અને કિન્નરોના અધિકારપૂર્વક જળવિહાર કરી શકે.

મેં નાણાં ચૂકવ્યાં તેના પંદરમા દિવસે તો બિત્તુબંગા અમને તેમનું સરોવર જોવા લઈ ગયા. પચીસ-ત્રીસ ફૂટના ઘેરાવામાં ભરાયેલું પાંચેક ફૂટ ઊંડું નિર્મળ સ્ફટિક સમું પાણી. ખડકાળ તળિયાવાળો એક નાનકડો ખાડો. માત્ર જળની હાજરીને કારણે જ કોઈ સ્થળ આટલું રમ્ય જગત સર્જી શકે તે જોયા વગર માની ન શકાય તેવું સત્ય છે. સુપરિયા કહે, 'પ્રકૃતિનું નિરાકાર સ્વરૂપ જો અંતરીક્ષ હોય તો તે જળરૂપે સાકાર થતું હશે.'

ડેમની મજબૂતાઈ અંગે તાત્કાલિક તો શંકાનું કોઈ કારણ ન જડ્યું. વાંસ, વેલા, માટી ને જાણે શું-શું લાવીને બિત્તુબંગાએ કામ તો પાકું કર્યું હતું. કેટલાંક નાનાં છિદ્રોમાંથી પાણી વહી જવા છતાં આ ડેમ કંઈ તૂટી પડે તેવો તો નથી જ.

હા, અષાઢના પ્રથમ દિવસે યક્ષના સંદેશવાહકો જ્યારે આ મોહક સ્થાને રોકાશે તે સમયે આ પરમ સૌંદર્યમય પ્રદેશની અને તેને રક્ષનારા ગલસંટાની ગતિ શી થશે તેના વિશે કોઈ જાણતું નથી.

જોકે એની ચિંતા કરવાની જરૂર પણ નથી, કારણ કે આવું બને ત્યારે પહેલાં તો આ બંને ભાઈઓની આ સરોવરમાં યથેચ્છ વિહાર કરવાની ઇચ્છા પરિતૃપ્ત થઈ ગઈ હશે.

ગલસંટેથી પાછા ફરીને ઑફિસે ગયો. ટપાલમાં વિદેશી છાપવાળું કવર આવેલું જોઈને સહુથી પહેલું તે જ ખોલ્યું. પ્રોફેસરનો અને લ્યુસીનો પત્ર હતો. પ્રોફેસરે લખેલું: 'તારા પત્રો મળ્યા છે. તને સૂઝે તે કરજે. તારા

પ્રશ્નોનો ઉત્તર તારે જ શોધવો તેમ સૂચવું છું.' રુડોલ્ફના જવાબથી મને નવાઈ લાગી; છતાં કોઈ ખુલાસા વગરનો, તેમનો બે-ત્રણ વાક્યોનો પત્ર મેળવ્યા પછી પણ કોણ જાણે કેમ મને તે જ જવાબ યોગ્ય લાગ્યો.

લ્યુસીનો પત્ર વાંચીને હું ક્ષણભર વિચારમાં પડી ગયો. તેણે લખ્યું છે : '...તમારો પત્ર મળ્યો. મારા અચરજનો પાર નથી. હું વચન માંગું છું કે હવે પછી તમે જે વાંચવાના છો તે હું તમને મળું નહિ ત્યાં સુધી જાહેરમાં કહેશો નહિ અને બીજું કે મને સાથે લીધા વગર તમે સાઠસાલીઓના ગામે નહિ જશો. હું અત્યારે જ ત્યાં આવવા ઉત્સુક છું, પણ હમણાં મારો ઇજિપ્તનો પ્રવાસ ગોઠવાઈ ગયો છે.

હવે ધ્યાનથી વાંચો : સાઠસાલીઓ જે ચિત્ર દોરે છે તે શ્વાનમંડળ અને વ્યાધનું જ છે તે હું ખાતરીપૂર્વક કહી શકું છું. રહી વ્યાધને સ્થાને બે ટપકાંની વાત. એ વિશે સ્પષ્ટતા કરું છું કે વ્યાધ એ જોડિયો તારો છે; પરંતુ મોટા, આઠ ઇંચ વ્યાસના દૂરબીન વગર વ્યાધને યુગ્મતારક-રૂપે જોવો શક્ય નથી. આથી આકાશદર્શનના શોખીનો અને વિજ્ઞાનીઓ સિવાય ભાગ્યે જ કોઈને વ્યાધ યુગ્મતારક છે તેની ખબર હોય. મારી ઉત્તેજના એ કારણે છે કે સાઠસાલીઓને વ્યાધ જોડિયો તારો છે તે ખબર કઈ રીતે હોઈ શકે?

એનાથી પણ વધુ રહસ્યમય બાબત મને પેલા સાઠ વર્ષે ઊજવાતા તહેવારની લાગે છે. તમે શ્વાસ થંભાવીને આગળ વાંચજો. વ્યાધ અને તેનો સાથી તારક એક ખગોળીય બિન્દુ આસપાસ ભ્રમણ કરે છે અને તેમના એક ભ્રમણની અવધિ છે પૃથ્વી પરનાં સાઠ વર્ષ.

હું રાત્રીનું તારાજડિત આકાશ જોઉં છું ત્યારે દરેક વખતે બ્રહ્માંડની અજાયબીઓ મને અભિભૂત કરે છે. આજે લાગે છે કે પૃથ્વીનાં રહસ્યો પણ અંતરીક્ષનાં રહસ્યો જેવાં ઊંડાં અને અગમ્ય છે. મેં ગ્રીક અને ઇજિપ્તની ખગોળકથાઓ એકઠી કરી છે. આજના વિજ્ઞાનના સંદર્ભે આ કથાઓને મૂલવતાં મને ઘણી વાર એવું લાગ્યું છે કે એ વાર્તાઓમાં એવું કેટલુંય છે જેના પ્રમાણિત પુરાવા હવે આપણી પાસે છે.

આવતા વર્ષના અંતે કે તે પછીના વર્ષે ભારત આવું છું. સુપ્રિયાને મારી યાદ. ભૂલથી પણ તમે કોઈને હમણાં વ્યાધ વિશે વાત ન કરશો. લ્યૂસી.'

પત્ર વાંચીને મને તરત જ સાઠસાલીઓને મળવા જવાની ઇચ્છા થઈ આવી. આમેય લ્યુસીને આ માહિતી તેના પ્રયત્નોથી નહિ, સાવ અજાણતાં જ મારા પત્રોથી મળી હતી. આમ છતાં તે તેને પોતાના અધિકારની બાબત ગણે તે મને ખૂચ્યું. મેં કાગળ સુપરિયાને વાંચવા આપ્યો.

'લ્યુસીએ બીજાંને ન કહેવાનું લખ્યું છે.' પત્ર વાંચીને સુપરિયાએ કહ્યું.

'જાહેરમાં.' મેં કહ્યું, 'અને તમને એટલા માટે વંચાવું છું કે આ વાંચ્યા પછી સાઠસાલીઓ પાસે જવાની ઇચ્છા હું એકલો રોકી ન શકું તો તમે મને રોકો અથવા તો જવાની ગોઠવણ કરી આપો – તે મારે જાણવું છે.'

સુપરિયા હસી અને કહે, 'તમારી અને લ્યુસીની વચ્ચે કેવી અને કેટલી સમજણ પ્રવર્તે છે તે હું નથી જાણતી. પણ હું તમને જે રીતે જાણું છું તેના પરથી મને લાગે છે કે તે પોતે જ આમાં આગળ વધે એ તમે ચલાવી લો તો ?'

'તમને પોતાને કંઈ જાણવાનું મન નથી થતું ?' મેં સુપરિયાને નાણી જોઈ. જવાબમાં તેની આંખો હસી. તેણે ધીમેથી કહ્યું, 'આમાંનું કંઈ સાચું હશે તોપણ તે આપોઆપ કે લ્યુસી દ્વારા મારી સામે આવશે ત્યારે હું માનીશ.'

હું અજાણતાં જ સુપરિયા અને લ્યુસીની સરખામણી કરી બેઠો કે નહિ, તે સમજું ત્યાર પહેલાં તે ચાલી ગઈ. આગળ કંઈ પણ વિચારવું મને યોગ્ય ન લાગ્યું."

## 17

"જળ : આ પૃથ્વી નામના ગ્રહ પર જેણે જીવન સર્જ્યું તે, પારદર્શક કે ડહોળાયેલાં, વહેતાં કે તળાવ-સરોવર વચ્ચે સ્થિર, સાગરમાં ઊછળતાં, આકાશમાં ચડી આવીને વરસતાં - જે સ્વરૂપે હોય તે સ્વરૂપે મનુષ્યને મોહિત કરે જ છે.

બિત્તુબંગાની સાથે હું એક વાર તલાવડીમાં નાહવા ગયો. પછી તો રોજની રઢ લાગી ગઈ છે. નાના બાળકની જેમ અમે ત્રણે જણ તલાવડીમાં કૂદી પડીએ છીએ. કદરૂપા અને અસંસ્કારી માનીને જે જાતિના માણસો સાથે વાત કરતાં પણ મને માનસિક આભડછેટ વર્તાતી તે જ જાતિના યુવાનો સાથે ખભાને ખભો અડે એટલી જગ્યામાં હવે હું કલાકોના કલાકો પડી રહું છું. તલાવડીમાં પડતાં જ અમે ત્રણેય જણ પ્રકૃતિમય બની જઈએ છીએ. અમારી સાથે હોય છે એક ચોથો મિત્ર. બિત્તુબંગાએ ચોથા મિત્રને નામ આપ્યું છે : તકસક.

ચોમાસામાં અમારો ગલસંટો તણાઈને ખોવાઈ ન જાય એ માટે તેને દોરડાથી બાજુના વૃક્ષ સાથે બાંધ્યો છે. ડૅમ તૂટી પડે તો અમે ત્રણેય મળીને ફરી બનાવશું, પણ ગલસંટો ખોવાય તો નવો બનાવરાવવો પડે.

તક્ષક તે વૃક્ષના પોલાણમાં જ રહે છે. પહેલી વાર તો ગલસંટાને ભરાઈને સાપ બેઠો છે તે જોતાં જ મેં નાહવાનું માંડી વાળેલું. ત્યારે બિત્તુબંગાએ થોડું પાણી છાંટ્યું એટલે સાપ જઈને વૃક્ષના થડે બેઠો. તે વખતે હું નાહ્યા વગર જ પાછો આવેલો.

બિત્તુબંગાએ મને કહેલું, 'ઈથે જ રહે હે તકસક. નીં કાટે.'

ધીમે ધીમે મને હિંમત આવી તેમ તલાવડીમાં ઊતરતો થયો છું. હવે તો તક્ષક બેઠો હોય અને અમે નાહીએ એવી દોસ્તી થઈ ગઈ છે.

આજ સાંજે નાહીને પાછા ફરતાં જરા મોડું થયું તો ઝૂરકો ડૅમ ઉપર અમને તેડવા આવ્યો. કહે, 'બુલાવે હે.'

સુપરિયા બોલાવે છે તે સમજી શકાયું. પણ એવું અગત્યનું કયું કામ હશે કે ઝૂરકાને બોલાવવા મોકલ્યો તે ન સમજાયું. અમે જલદી કપડાં બદલ્યાં અને ચાલી નીકળ્યા.

કેન્દ્ર પર પહોંચતાં જ સુપરિયાએ કહ્યું, 'જબલપુર વન-ખાતામાં અરજી કરવાની છે. એક વાઘ માણસખાઉ થયો છે. તમે લોકો પણ હવે સાંજે નાહવા ન જશો.'

''પ્રિય પ્રો. રુડોલ્ફ,

દવાખાનાની પરસાળમાં બેસીને આ પત્ર લખું છું. થોડા દિવસો પહેલાં દૂરનાં અરણ્યોમાં એક વાઘે એક માનવીની હત્યા કરી. વર્ષોથી પરસ્પર વિશ્વાસ અને સહજીવનની ચાલી આવતી સાંકળ ક્યાંક તૂટી. આટલી વાતે આ નિતાંત શાંત અરણ્યોની શાંતિમાં વલયો સર્જાયાં છે. અમે જબલપુર વન-ખાતાને અરજી કરી તે પછીના ત્રણેક દિવસ શાંતિ રહી અને ગઈ કાલે ફરી તેવરનાં વનોમાં એક કિશોરને વાઘ ઉપાડી ગયાની વાત આવી.

સુપરિયાએ વાઘને પકડવા સરકારને લખ્યું છે એ વાતથી માણસોને રાહત તો થઈ, પરંતુ એટલા-માત્રથી એમનો ભય દૂર થઈ શકે તેમ નથી.

સ્વયં હું પણ હવે સાંજે તલાવડી પર નથી જતો. કામ પર આવતા માણસો પણ વહેલા જતા રહે, મોડા આવે. ક્યારેક મોડે સુધી કામ ચાલે તો અહીં કેન્દ્ર પર જ રોકાઈ જાય છે. આવી સ્થિતિમાં જ અમારે અહીં આવવાનું થયું છે.

છેલ્લે તમને મોકલ્યાં તે પાનાં લખીને હું ઊભો થતો હતો ને કાગળના કારખાના પાસે કોલાહલ થયો. હું અને સુપરિયા એકસાથે દોડીને પહોંચ્યાં તો બાબરિયાનો હાથ યંત્રમાં આવી ગયો હતો. સદ્‌ભાગ્યે ઝૂરકાએ દોડીને મશીન બંધ કર્યું તોપણ બાબરિયાની હથેળી છૂંદાઈ ગઈ.

અમારી પાસે હતાં તેટલાં સાધનોએ અમે પાટાપિંડી કર્યાં અને તરત જ પ્લાસ્ટિકનું ફોલ્ડિંગ સ્ટ્રેચર લાવીને બાબરિયાને તેમાં સુવરાવ્યો.

હું, ઝૂરકો, બિત્તુબંગા અને ટેમ્પુડિયો આટલાં જણ બાબરિયાને લઈને દસમા મોડ તરફ ચાલવા મંડ્યા. બહારથી બીજા ત્રણેક ઝૂંપડાવાસી અમારી સાથે થયા.

બાબરિયાને અહીં દાખલ કર્યો છે. હજી તેને વીસેક દિવસ રહેવું પડશે. તેની પત્નીને મેં આ ખબર મોકલ્યા કે તે પોતાનાં છોકરાં પાડોશમાં સોંપીને દોડી આવી. બાબરિયો સાજો થઈ જશે તેવું આશ્વાસન આપીને મેં તેને કહ્યું, ''તારે અહીં રહેવું પડશે. તારાં છોકરાંને અમે આશ્રમ ઉપર લઈ જઈશું એટલે તેમની ચિંતા ન કરતી. બાબરિયાનું ધ્યાન ડૉક્ટર રાખશે. ગામમાં ગુપ્તાજી પણ છે. કંઈ કામ હોય તો તેમને મળજે. અમે પણ વચ્ચે આંટો મારી જઈશું.'

આ આખીય વાતના ઉત્તરમાં તેણે કહ્યું, 'પૈહા નીં હે.' અને પોતાના ગળામાંથી હાંસડી ઉતારી મને આપતાં તેણે હાંસડી વેચીને જે મળે તે લઈ આવવા કહ્યું. એ પૈસા ઓછા પડે તો સુપરિયાએ કે મારે ઉમેરવા. મને આટલું કહીને તે આગળ બોલી ન શકતી હોય તેમ તેની આંખો ભરાઈ આવી. બાબરિયાએ બીમાર પડીને અમને જાણે મુશ્કેલીમાં મૂક્યા હોય એવા ભાવથી તે કંઈક બોલી, પછી રડી પડી અને કહ્યું, "પૈહા ભર દું હું મજૂરી કરકે."

સર, મારું મગજ ઘડીભર સુન્ન થઈ ગયું. મારું હૃદય ચિરાઈ ગયું. મેં કંઈ જવાબ આપવાની સમર્થતા ગુમાવી દીધી. મારું મન કહેતું હતું, "ઓ રે અબુધ વનવાસિની! તારી આ એક જ વાતે તને મારા કુટુંબની જ એક સભ્ય બનાવી દીધી છે. ભલે તું અમારા ઘરમાં જન્મી-ઊછરી ન હો, પણ આ ઘડીથી તું અમારી છે. એક અજાણ્યા રહસ્યમય અદૃશ્ય દોરથી તેં અમને બાંધ્યા છે."

સર, આવી જ સ્થિતિ જો ત્યાં કે કોઈ વ્યાપારી સંસ્થાનમાં ઉદ્ભવે તો ઘટનાક્રમ અને વાર્તાલાપ કેવાં હોય તે વિચારું છું તો બાબરિયાની પત્નીને ભોળી ગણું, મૂર્ખ ગણું કે આ તેની માણસાઈ ગણું તે હું સમજી શકતો નથી. હા, ઊંડે-ઊંડેથી એક જવાબ મળે છે કે આમ કરવું તેને તે પોતાનો ધર્મ ગણે છે.

ધર્મનો અર્થ જો આટલો ઊંડાણથી તપાસીએ તો તેને ટકાવી રાખવા માટે પેલી ધર્મથી ઉપરથી અવસ્થા — અધ્યાત્મના બળની જરૂર પડે જ. તો પછી ક્યારેય ધ્યાન, ધરમ, ઈશ્વરસ્મરણ ન કરતી આ સ્ત્રીને આધ્યાત્મિક ગણું? મને લાગે છે કે આ સમાજની સંસ્કૃતિના મૂળમાં, આ ભૂમિની સુગંધમાં, આ પ્રજાના લોહીમાં કંઈક એવું છે જે દેશના નાનામાં નાના, અભણ ગામડિયામાં, પ્રખર પંડિતોમાં અને પરમ જ્ઞાની ઋષિઓમાં એકરૂપે વ્યાપેલું છે. એ શું છે તે મને મૂંઝવતો પ્રશ્ન છે.

હું કંઈ બોલી ન શક્યો. મેં તેની હાંસડી મારા હાથે તેના ગળામાં પહેરાવી. ખિસ્સામાં હતા તેટલા પૈસા તેના હાથમાં આપ્યા અને કહ્યું, "તારે બાબરિયાનું ધ્યાન રાખવા સિવાયની કોઈ ચિંતા કરવાની નથી?" '

પત્ર લખી રહ્યા પછી અમે ગુપ્તાજીની રાહ જોઈ. તે આવ્યા એટલે બાબરિયાની ભલામણ કરી અમે નીકળ્યા. બાબરિયાનાં બાળકોને લઈને આશ્રમે પહોંચવું તેવું નક્કી કર્યું.

બિત્તુબંગાએ બાબરિયાનાં પડોશીઓને અકસ્માતની વાત કરી અને છોકરાંને આશ્રમ લઈ જઈએ છીએ તેમ કહ્યું, ઝૂરકાએ જુવારનો રોટલો

અને બાફેલી દૂધી બનાવી નાખ્યાં.

ગામ દશેક ઝૂંપડાંનું. વાઘના ભયે ગામ ફરતે કાંટાળી વાડ કરી છે. રાત્રે તાપણાં સળગાવીને વારાફરતી બધા જાગતા રહ્યા. રાત્રે મને જાગવા ન દીધો પણ મને બરાબર ઊંઘ ન આવી. બિત્તુબંગા તો અડધી રાત વીત્યે જ જવા તૈયાર થઈને બેઠા હતા. મારો આગ્રહ હતો કે સવારે પાંચ પહેલાં નીકળવું નથી. અમે નીકળ્યા ત્યાં સુધી સૂર્યોદય થયો ન હતો.

વનો હજી સૂમસામ હતાં. વહેલી પરોઢથી જ ગાતાં થઈ જતાં આ અરણ્યો કોઈ અજાણ્યા ભયે હજી સુધી મૂક છે. તડકાને પહાડો ઊતરીને ખીણ સુધી પહોંચતાં તો હજી કેટલોયે સમય જશે. વૃક્ષોની તળે ચાલતાં હજી અંધારું લાગે છે. મને અજાણ્યો ભય વ્યાપ્યો અને મેં ઉતાવળે ચાલીને બને તેટલું જલદી ગાઢ વનોમાંથી ઉપર તરફ ખુલ્લામાં પહોંચવા કહ્યું. એકાદ કલાકમાં અમે ખીણમાંથી બહાર નીકળી ગયા. હવે થોડો સમય માથાપૂર ઊંચા ઢોળાવ પાસે ચાલીશું એટલે ચર્ચ પાસે પહાડનું મથાળું આવી જશે.

સહુથી આગળ બંગા, વચ્ચે હું, પાછળ બિત્તુ, તેની પાછળ બાબરિયાનાં બાળકોને પીઠ પર લઈને ચાલ્યા આવતા ઝૂરકા, ટીમુ અને છેલ્લે તીર-કામઠાં હાથમાં લઈને આવતા બીજા બે આદિવાસીઓ. અમે એક કેડી પર સીધી લાઇનમાં ચાલ્યા જતા હતા. બિત્તુના હાથમાં કુહાડી હતી.

ચર્ચ થોડું જ દૂર રહ્યું ને મારા પગથી થોડે આગળ કંઈક સળવળ્યું. મને લાગ્યું કે આગળ જતાં બંગાનો પગ લપસ્યો છે; પણ તે નીચે પડવો જોઈએ તેના બદલે મેં તેને જમણી તરફના ઢોળાવ તરફ ખેંચાતો જોયો. તે જ ક્ષણે મને ખ્યાલ આવ્યો કે ખીણ તરફની ઝાડીમાં છુપાઈને બેઠેલો વાઘ તેને લઈને ક્ષણમાત્રમાં તો ઢોળાવ ચડવા મંડ્યો છે. હું ચીસ પાડું તે પહેલાં તો મારી પાછળ આવતો બિત્તુ ત્રાડ પાડતો કૂદ્યો.

વાઘ જો ઉપરથી કૂદ્યો હોત તો બંગાને લઈને ખીણમાં ઊતરી જઈ શક્યો હોત, પણ તે ખીણ બાજુથી નીકળીને ઉપર જવા ગયો ત્યાં તેને તેની ઝડપ કામ ન આવી. હજી તે ખડકો પર ચડતો જ હતો ને બિત્તુ અજબ ત્વરાથી તેની પાસે પહોંચી ગયો. સ્વયં હનુમાન જાણે તેના શરીરમાં પ્રવેશ્યા હોય તેટલા વેગથી ખડક પર ચડતાંવેંત તેણે પોતાના હાથમાંની કુહાડી પૂરી તાકાતથી વાઘના માથા પર મારી. અમે બધાએ જોરથી હાકોટા કર્યા. બેઉ બાળકો ભયના માર્યાં રડવા લાગ્યાં. વાઘે બંગાને ત્યાં જ છોડી દીધો. જરા ફંટાઈને તે ઘુરકાટી કરતો કૂદીને આગળ નીકળી ગયો. બીજી જ પળે તે ચર્ચની દીવાલ પાસેથી પાછળના ભાગની ખીણમાં અદશ્ય થઈ ગયો.

બંગા ભાનમાં હતો. તે ઊભો થવા ગયો પણ તેની ડોક નમી ગઈ. કદાચ તેની કરોડનો મણકો તૂટી ગયો હતો. વાઘે તેની ડોક દબાવી દેવા ચાહી હશે, પણ તેના મોંમાં માથાનો પાછળનો ભાગ આવી જતાં બંગાની જિંદગી તો બચી ગઈ પણ તેની ખોપરીમાંથી લોહી વહેતું હતું.

તરત જ અમે બંગાને ચર્ચમાં લઈ ગયા. ઝૂરકો જઈને સુપરિયાને બોલાવી લાવ્યો. થોમસ પાદરી અને અમે બધા બંગાની સારવારમાં પડ્યા. થોમસે મીણબત્તી સળગાવી અને ક્રૉસ પર ચડેલા પ્રભુ ઈશુની મૂર્તિ સમક્ષ મૂકી. અમે બંગાની ડોક પાછળ વાંસની પટ્ટી ગોઠવી ને તેના પર પાટો વીંટતા હતા ત્યાં તે બેહોશ થઈ ગયો.

સુપરિયા આવી ગઈ હતી. તેણે સ્ટ્રેચર ખોલ્યું. જે સ્ટ્રેચર પર અમે બાબરિયાને લઈને ગઈ કાલે શહેર ગયા હતા તે જ સ્ટ્રેચરમાં અત્યારે બીજા આદિવાસીને લઈને જવાનો વારો આવ્યો.

સુપરિયા ક્રૉસ તરફ ગઈ અને ઘૂંટણે પડીને ખોળો પાથરીને પગે લાગી. મેં તેને આવું કરતાં પ્રથમ વખત જોઈ. ચર્ચમાં પ્રણામ કરવાની આવી રીત નથી; પણ અત્યારે અમે બધાં જ પ્રણામ અને પ્રાર્થનાની રીતભાતોથી ઉપરની સ્થિતિમાં હતાં. એક હિન્દુ સન્નારી પ્રભુ ઈશુના આશીર્વાદ ઇચ્છે ત્યારે ધર્મ આપમેળે માર્ગ કરી આપે તે સ્વાભાવિક હતું. આવે સમયે કોણ શું છે તે વાડાઓ નથી હોતા, ધર્મની વ્યાખ્યાઓ નથી હોતી, કોઈ સીમા નથી હોતી, હોય છે માત્ર એક ઇચ્છા – કોઈ એવી શુભ શક્તિના આશીર્વાદની, જે ઘાયલ અને આર્ત માનવીને દુઃખમાં શાંતિ આપે અને તેની સારવાર કરનારને હિંમત અને સફળતા આપે. તે શક્તિ પછી ઈશ્વરના આશીર્વાદમાંથી, કોઈ જિન્દાવૃક્ષની છાયામાંથી, કોઈ ડૉક્ટરના હાથમાંથી, મિત્રના હૃદયમાંથી કે અશ્વમેધપુણ્યા નર્મદાના જળમાંથી – ક્યાંયથી પણ મળતી હોય તો તેની ઇચ્છા અમે કરીએ છીએ. આ સચરાચરમાં એવું કંઈ પણ હોય જે બંગાને બચાવી લેવામાં અમને સહાયરૂપ થાય તો તેને વંદન કરવામાં અમે ક્ષોભ નહિ અનુભવીએ.

બંગાને લઈ જતાં આખે રસ્તે મેં આ બનાવ વિશે વિચાર્યા કર્યું. આટલા વખતના અરણ્યવાસ અને આદિવાસીઓના સહવાસ પછી મને એ સમજવું મુશ્કેલ લાગ્યું કે વાઘે પાછળ, છેલ્લે ચાલ્યા આવતા આદિવાસી પર હુમલો કરવાને બદલે સહુથી આગળ જતા બંગાને જ શા માટે ઝડપ્યો? વળી બંગાને લઈને ખીણમાં ઊતરી જવાને બદલે તે ઉપર તરફ શા માટે ગયો? અને મોટા ભાગે સાંજ પછી શિકાર કરનારું પ્રાણી વહેલી સવારે

ક્યાંથી આવી ચડ્યું ?

આ બધા માટે જવાબદાર કદાચ અમારું મૌન હતું. અમે બધા જો વાતો કરતા આવતા હોત તો આવું ન બનત. બંગાનાં પગલાં સાંભળીને વાઘ સચેત થયો હશે. બીજા માણસોનો બોલાશ ન સંભળાતાં આવનાર માણસ એકલો જ છે તેમ માનીને તે નીચા અને કિશોર જેવા દેખાતા

યુવાન પર કૂદ્યો હશે. જે ક્ષણે વાઘ બહાર આવ્યો તે જ ક્ષણે તેની નજર મારી ઉપર અને બીજા માણસો પર પડતાં તે વિક્ષુબ્ધ થઈને પોતાનું લક્ષ્ય ચૂકી ગયો હશે. આથી બંગાની ડોકને બદલે તેનું મસ્તક તેના મોંમાં ઝડપાઈ ગયું.

બરાબર તે જ સમયે અમે હાકોટા કરતાં વાઘે ગભરાટમાં ઉપર તરફ જવા માંડ્યું હશે. આ બધું ક્ષણાર્ધમાં એકસાથે બની ગયું અને ત્યાં સુધીમાં બિત્તુએ પોતાના તમામ ચાપલ્યથી તેને ઝડપી લીધો. પણ જે થવાનું હતું તે તો થઈને જ રહ્યું.

શહેર પહોંચતાં જ બંગાને દાખલ કરાવીને તરત અમે જબલપુર વાયરલેસ કરાવ્યો. વાઘ માણસખાઉ થયાની વિગતો છાપાંઓને પહોંચે તેવી વ્યવસ્થા કરી અને જંગલખાતાને પણ તેની જાણ કરી. હું હૉસ્પિટલ પર રોકાયો. બિત્તુની પત્ની જોગાને અહીં બોલાવી લીધી.

ત્રીજે દિવસે સવારે સુપરિયા અને ગણેશ શાસ્ત્રી આવ્યાં ત્યારે બંગા છેલ્લા શ્વાસ લેતો હતો. બિત્તુ અપાર દુઃખમાં પણ રડ્યો નહિ. કોઈએ તેને ખભે હાથ મૂકીને કહ્યું, 'બિત્તુ!' ત્યાં તેણે અસ્વસ્થ થઈને કહ્યું, 'બિત્તુ નીં બોલે હો, બિત્તુબંગા જ હોવે હે.' અમને બધાંને, જે કોઈ પણ મા-વિહોણા બંગાને મોટો કરવા બિત્તુએ ઉઠાવેલાં કષ્ટોની વાત જાણે છે તે તમામને તેની આ વાત યોગ્ય લાગી. આજથી અમે બધાં – અરે આ વનોનાં પર્ણેપર્ણ પણ એ સ્વીકારીએ છીએ કે બિત્તુનું નામ બિત્તુ નહિ, બિત્તુબંગા જ છે.

જોગા ખૂબ રડી. શાસ્ત્રીજીએ 'નર્મદે હર' કહી બંગાના દેહને સ્પર્શ કર્યો. હું મુખ ફેરવીને કમરામાંથી બહાર નીકળી ગયો. અચાનક મને નર્મદાની પરિક્રમાએ નીકળી જવાની ઇચ્છા થઈ આવી.''

# 18

"લોકો બાધા-આખડી રાખવા મંડ્યા છે. બહુરૂપીઓ વાઘનું રૂપ લઈને આવે તો તેને વધુ અનાજ મળે છે. કોઈ પણ ભોગે આ માનવભક્ષીનો કોપ ટળે તો શાંતિ થાય.

કાલેવાલી માએ સાઠસાલીઓ પાસે માણસનાં મહોરાં બનાવરાવીને આદિવાસીઓમાં વહેંચ્યાં. બહાર જઈએ ત્યારે આવું મહોરું માથાના પાછળના ભાગે પહેરીએ એટલે વાઘ પાછળથી હુમલો કરતાં ડરે.

માણસ પાછળના ભાગે મહોરું લગાવીને ચાલતો જતો હોય ત્યારે તે ઊંધાં પગલે ચાલે છે તેવો આભાસ હાસ્ય પ્રેરે છે. બધાં હસે પણ ખરાં. કારુણ્યમાંથી પણ હાસ્ય શોધી કાઢવાનો કસબ માનવજાત પાસે સદીઓથી છે.

સુપરિયા જાતે જબલપુર જઈને આવી ત્યારે વનખાતાએ વાત ગંભીરતાથી લીધી. સરકાર માનવભક્ષીને પકડવા આવવાની છે તે સમાચાર અરણ્યોમાં ફેલાઈ જતાં લોકસમુદાયમાં ઉત્સાહ ફેલાઈ ગયો. ક્યાં છટકું ગોઠવાશે, કેવી રીતે મારશે, મારશે કે પાંજરે પૂરીને લઈ જશે તે વિશે કોઈને કશી જ ખબર ન હોવા છતાં શું કરવાનું છે તેનો નિર્ણય પોતે જ કરતા હોય તે રીતે આ ભોળા લોકો વાતો કરે છે.

એકમાત્ર બિત્તુબંગા ચૂપ રહીને બધું સાંભળ્યા કરતો હોય છે.

જંગલખાતાના જિલ્લા વનરક્ષક શ્રીનિવાસને આશ્રમમાં જ થાણું નાખ્યું. જુદા-જુદા વનવિસ્તારોના કર્મચારીઓને ભેગા કરીને આખીયે યોજના કેમ પાર પાડવી તે સમજાવ્યું. હિંમતવાળા આદિવાસી યુવાનોને સાથે રહેવા અને હાકોટા કરવા તૈયાર કર્યા. જાણે લશ્કરની નાનકડી છાવણી હોય તેવી પ્રવૃત્તિ આશ્રમમાં થવા લાગી. વાયરલેસ સેટ અને વૉકી-ટૉકી લઈને સરકારી કર્મચારીઓ પોતપોતાના વિસ્તારોમાં પહોંચી ગયા.

આવતી કાલથી અરણ્યવ્યાપી અભિયાન આરંભવાનું છે. આશ્રમનો ઝાંપો સાંજે બંધ થયો. જમીને અમે બધાં બહાર ખુલ્લામાં બેઠાં-બેઠાં શ્રીનિવાસનના અનુભવો સાંભળતાં હતાં. ત્યાં અચાનક કાળજું કંપાવતી વાઘની ગર્જના સંભળાઈ.

અમે ચોંક્યાં. આશ્રમની પાછળની તળેટીમાંથી જ આ અવાજ આવ્યો

હતો. હું, બિત્તુબંગા, સુપરિયા અને વનરક્ષક એકસાથે ઊભાં થઈ ગયાં.

'ઓહ જ હે! ઓહી જ!' બિત્તુબંગા ઉશ્કેરાટથી બોલી ઊઠ્યો, 'ઓહી જ ઘુકાટ કરે હે!'

'અવાજ પરથી તું ઓળખે કે?' પૂછતાં વનરક્ષક આશ્રમની દીવાલ તરફ ગયા.

'હા! હા! પૈચાનું હૂં.' બિત્તુબંગા ઉશ્કેરાઈને બોલ્યો, 'મું કવાડી મારા હે. દેખી લો જા કે.' બિત્તુબંગા જાતે જ ઉશ્કેરાટમાં દોટ મૂકીને બહાર દોડી જશે તેવું લાગતાં મેં તેને શાંત કરતાં કહ્યું, 'જે હોય તે. સાહેબને જોઈ લેવા દે.'

શ્રીનિવાસને સર્ચલાઇટ મંગાવી, પાળી પાસે નિસરણી મુકાવીને સાવચેતીપૂર્વક દીવાલ પાછળ જોયું. વાઘનાં તોફાન વધતાં ગયાં. ઘુરકાટ અવિરત ચાલુ રહ્યો.

'કંઈક થયું લાગે છે.' શ્રીનિવાસને કહ્યું, 'કદાચ બે વાઘ ઝઘડતા હોય કે પછી એ ક્યાંક ફસાયો હોય.' વધુ ઝીણવટથી સર્ચલાઇટ ફેરવીને તેમણે ઉમેર્યું, 'નીચે પાણીનું તળાવડું છે ત્યાં કંઈક લાગે છે. બીજે ક્યાંયથી તે જગ્યા સારી રીતે જોઈ શકાય?'

'બહાર નીકળીને થોડું નીચે જવું પડે.' મેં કહ્યું, 'ત્યાં એક ખડક પાસેથી તળાવડીવાળી આખી જગ્યા ચોખ્ખી દેખાશે.'

'તો ત્યાં જઈએ.' શ્રીનિવાસને કહ્યું, 'તમને બંદૂક વાપરતાં ફાવે છે?'

'ના.' મેં કહ્યું, 'પણ ચાલશે, હું લાકડી લઈને સાથે આવું છું.'

અમે શ્રીનિવાસન અને તેમના ચાર-પાંચ સિપાહીઓની સાથે બહાર નીકળ્યા. 'મારશો નહિ.' સુપરિયાએ બિત્તુબંગાની હાજરી છતાં કહ્યું.

'મારવાનો અમને હુકમ પણ નથી.' શ્રીનિવાસને કહ્યું, 'સિવાય કે અમારી જાન પર આવી પડે.'

'મુ કાટ દુંગા!' બિત્તુબંગાએ કદાચ પહેલી વાર સુપરિયાથી જુદું મંતવ્ય વ્યક્ત કર્યું.

સુપરિયાએ બિત્તુબંગા સામે જોયું અને સાહજિકતાથી કહ્યું, 'ભલે, તને એ સારું લાગતું હોય તો તેમ કરજે. પણ તને એનાથી શાંતિ થતી હોય તો જ.'

'મું મારુંગા જ!' બિત્તુબંગાનું વેર શબ્દોથી શમે તેમ ન હતું.

સર્ચલાઇટના પ્રકાશમાં તળાવડીવાળો નાકડો વિસ્તાર ઝળાંહળાં થઈ ઊઠ્યો તે ક્ષણે અમે જે દશ્ય જોયું તે અમારામાંનું કોઈ ક્યારેય ભૂલી

શકવાનું નથી.

ચાંદની-મઢ્યાં વૃક્ષો વચ્ચે નાનકડા તળાવના દરવાજાની ફ્રેમમાં વાઘનું માથું ફસાઈ ગયું છે. બિલાડીનું માથું માટલામાં જઈ શકે પણ બહાર ન નીકળી શકે, તેમ આ માનવભક્ષી ગલસંટામાં ફસાઈ ગયો છે.

'આશ્ચર્ય!' શ્રીનિવાસને અંગ્રેજીમાં કહ્યું અને આંખે દૂરબીન લગાવ્યું. પછી કહે, 'પ્રાણી તો એ જ છે, જો તમારા માણસે તેને કુહાડી મારી હોય તો.'

પછી દૂરબીન મારા હાથમાં આપતાં ઉમેર્યું, 'નસીબદાર છો તમે. આવું જોવાનું દરેકને મળતું નથી.'

મેં દૂરબીનથી જોયું. વાઘનું શરીર ખડક પછવાડે હતું, પણ માથું ગલસંટાની ફ્રેમ વચ્ચે સ્પષ્ટ દેખાતું હતું. આંખો અંજાઈ જવાથી અને પ્રકાશથી ભય પામીને તેણે ઘુરકાટ ધીમો કર્યો અને શાંત પડ્યો રહ્યો.

આ જગતપટ પર આવાં કેટકેટલાં અપ્રતિમ દૃશ્યો સર્જાતાં રહેતાં હશે! આમાંનું એક નજરે જોઈ શકવા બદલ હું મને ભાગ્યશાળી ગણું કે હતભાગી, તે ન સમજાતાં મેં દૂરબીન શ્રીનિવાસનને પાછું આપ્યું.

સિપાહીઓએ પણ દૂરબીનથી નિરીક્ષણ કર્યું, પછી કહે, 'હવે એ નીકળી રહ્યો. ટ્રેપ મંગાવી લઈએ.'

'ગર્ગિ આખી ખીણમાં છે.' શ્રીનિવાસને કહ્યું, 'ને આ પ્રાણી કંઈ ભાગી શકવાનું નથી. સવારે જ અજવાળામાં પકડીશું.'

'ઈથે જ કાટ દેવે!' બિત્તુબંગા બોલ્યો, 'એક કવાડી માગે હે!'

ઑફિસરે જવાબ ન આપ્યો. સર્ચલાઇટ બુઝાવીને અમે પાછા ફર્યા. વાયરલેસ કરવા પ્રયત્ન કર્યો પણ સેટમાં કંઈક ખરાબી લાગી. સુપરિયાને વાત કરીને અમે સૂતા. વાઘના ઘુરકાટા ધીમે-ધીમે ઓછા થતા ગયા. તેણે પરિસ્થિતિ સ્વીકારી લીધી હશે.

બિત્તુબંગાને મેં મારા ઘરમાં સુવરાવ્યો. અડધી રાત વીત્યે તંદ્રામાં મને લાગ્યું કે બિત્તુબંગા ઊઠીને બહાર ગયો; પણ હમણાં પાછો આવીને સૂઈ જશે તે વિચારે હું તરત જ પાછો ગાઢ નિદ્રામાં સરી ગયો.

અરણ્યોની સવાર આવી. સહુથી પ્રથમ સાગબાનના સૌંદર્યમુગટ સમા પુષ્પગુચ્છ સૂર્યપ્રકાશને ઝીલતા ઝળહળી ઊઠે અને પછી તડકો ઊતરવા માંડે ખીણ તરફ. ધુમ્મસમાં ઢબૂરાયેલી ખીણો ધીમે-ધીમે જાગે, પંખીઓનો કલરવ વાતાવરણને ભરી દે; પછી થોડી પળોમાં આ સમગ્ર પ્રકૃતિને માનવીય સ્પર્શ આપતો વનવાસીઓનો લયસભર ધ્વનિ વહેતો થાય. જોકે માનવભક્ષીના આતંકે પેલાં ગીતો છીનવી લીધાં છે. માણસો હવે બહાર આવતાં બને

તેટલું મોડું કરે છે.

શ્રીનિવાસન અને તેમના સિપાહીઓ દેખાયા નહિ. સુપરિયા તેના ઘરના ઓટલે ઊભીને માથું ઓળે છે. બિત્તુબંગા પેલી તરફ કંઈક સળગાવે છે. કદાચ કચરો બાળતો હોય. તે સિપાહીઓ સાથે તલાવડી પર કેમ ન ગયો – એ વિચારું છું ત્યાં મેં દરવાજામાંથી આવતા શ્રીનિવાસનને દીઠા.

'તલાવડીનો દરવાજો કોણે ખોલ્યો?' આવતાંવેંત તેમણે પૂછ્યું. તેમણે 'વાઘને કોણે માર્યો' તેવું પૂછ્યું હોત તો મને સહેજ પણ નવાઈ ન લાગત, પણ સાવ ઊલટી વાત સાંભળીને હું આશ્ચર્યમાં ડૂબી ગયો.

'એવું ગાંડું સાહસ કોઈ ન કરે.' કહેતી સુપરિયા આવી, 'કદાચ આપોઆપ છટકી ગયો હોય.'

'અશક્ય! તદ્દન અશક્ય!' શ્રીનિવાસને અંગ્રેજીમાં કહ્યું, 'તેને માટે જાતે નીકળવું શક્ય જ ન હતું. અને તમે જુઓ, કોઈએ આખો સ્ક્રૂ ખોલીને દરવાજો છૂટો કરેલો છે.'

અમે કંઈ વિચારીએ ત્યાં બિત્તુબંગા આવ્યો, કહે, 'મું ખોલા ગલસંટા.'

'શું બકે છે?' ઑફિસર ખિજાયા.

'બિત્તુ!' મેં કહ્યું, 'તેં? તેં છોડી મૂક્યું એ પ્રાણીને? તારે તો એને મારી નાંખવાનું વ્રત હતું ને?' મને સાચા શબ્દો જાણે જડતા ન હતા. 'તને ખબર છે આ જ જનાવરે તારા ભાઈને...'

'માલૂમ મુંને.' બિત્તુએ કહ્યું, 'ઓહી જ બંગાને ખા ગઈ થી.'

'ગઈ થી' શબ્દો સાંભળીને હું અને શ્રીનિવાસન બંને ચમક્યા. તો અમે જેને વાઘ માનતા હતા તે વાઘણ હતી! ગલસંટામાંથી ફક્ત મોઢું જ દેખાતું હતું અને તે પણ ફસાયેલું. નહિતર શ્રીનિવાસન જેવો બાહોશ અધિકારી વાઘણને ઓળખી ન લે તેવું ન બને.

બિત્તુબંગાએ ગલસંટો ખોલી કેમ નાખ્યો તે સમજવા હું પ્રયત્ન કરું ત્યાં તેના જ શબ્દોએ મને આખીય વાતનો તાળો મેળવી આપ્યો. 'છોડ દિયા જ અચ્છા થા.' બિત્તુબંગા બોલ્યો, 'માં ઓ ગઈ અને બચૂલે ગયે જંગલમાં.'

'તને ભાન છે?' મેં ઉતાવળમાં કહ્યું, 'તેં શું કર્યું છે?' બિત્તુબંગા અને સુપરિયા બંને નવાઈથી મને જોઈ રહ્યાં. હું થોડો ગૂંચવાયો અને આગળ બોલતાં અટકી ગયો. સુપરિયા શ્રીનિવાસનને એક તરફ દોરી ગઈ.

શ્રીનિવાસનના આસિસ્ટન્ટે જરાક વ્યંગમાં કહ્યું, 'આવા મૂઢ લોકોને સુધારવા તમે અહીં થાણું નાખ્યું છે?'

આ પ્રશ્નનો જવાબ આપવા હું ત્યાં હતો જ નહિ. હું તો ત્યાં જ ઊભો

હજારો વર્ષ પાછળ ઠેલાઈને પહોંચી ગયો હતો કુરુક્ષેત્ર પર. આ સામે ઊભો છે નતમસ્તક અશ્વત્થામા. આ રહ્યા પાંચેય પાંડવો, દ્રૌપદી અને શ્રીકૃષ્ણ.

અચાનક દ્રૌપદી આગળ વધે છે અને અશ્વત્થામાને રક્ષે છે, 'ન હણશો એને. પુત્રહીનતાનું દુઃખ શું હોય છે તે હું જાણું છું. કૃપીને એ દુઃખ કદી ન મળો - કદી નહિ !'

આ સમયમાં પાછો ફરી વનરક્ષકના સવાલને સમજવા પ્રયત્ન કરું છું તો જવાબ મળે છે કે ખરેખર જે કરવાની ઇચ્છાવશ હું અહીં આવ્યો હતો તે સંદર્ભે મારી અહીં કોઈ જરૂર ન હતી. ગણેશ શાસ્ત્રીનો પ્રશ્ન – 'એમને સુધારવાનો અધિકાર મને છે કે નહિ ?' – આજે આટલા સમય પછી સાચા અર્થમાં સમજાય છે.

જેને સુધારવાની નેમ લઈને હું આવ્યો હતો તે તો એક નાનકડું વાક્ય બોલીને એક જ ફલાંગે આર્યાવર્તની સુસંસ્કૃતા મહારાણીની હરોળે જઈ બેસવા સમર્થ છે.

મેં વનરક્ષકને કંઈ જવાબ ન આપ્યો અને શ્રીનિવાસન સુપરિયા સાથે વાત કરતા હતા ત્યાં ગયો.

'ચિંતા ન કરો.' શ્રીનિવાસન કહેતા હતા, 'એક સરસ તક ગુમાવી એટલું દુઃખ છે, પણ તેને કંઈ અમે પકડી ન હતી; એટલે બીજું કંઈ કરવાની જરૂર નહિ પડે.'

'તમારા સિપાહીઓ ?' સુપરિયાએ પૂછ્યું.

'અમે કોઈ વાત જ નથી કરતા.' અધિકારીએ જવાબ આપ્યો, 'હું આ જંગલોમાં પંદર વર્ષથી ફરું છું એટલે શું કરાય અને શું ન કરાય તેની મને બરાબર ખબર છે. તમે ચિંતા ન કરશો.' પછી બે હાથનાં આંગળાં ભેગાં કરતાં કહ્યું, 'અહીંનાં જનાવરોને ઓળખું છું એથી વધુ અહીંના લોકોને ઓળખું છું.'

સુપરિયાના મુખ પર હળવાશ દેખાઈ. બિત્તુબંગાએ પકડાયેલી વાઘણને છોડી મૂકી છે તે ખબર ફેલાય તો શું થાય તે હું પણ કલ્પી શક્યો.

શ્રીનિવાસન બિત્તુ પાસે ગયા, 'અમે તેને બચ્ચાં સહિત પકડીને ઝૂમાં લઈ જઈશું. તું હવે મૂંગો રહેજે.' કહીને તેઓ બહાર નીકળ્યા.

સાંજે બિત્તુબંગા મારી પાસે આવીને પૂછતો હતો કે દેવળવાળા પાંજરામાં તેનાથી બોલાય ?

તે કન્ફેશન બૉક્સની વાત કરતો હતો તે સમજતાં જ હું ચમક્યો, 'શું બોલવું છે ?' મેં પૂછ્યું.

'મેં જનાવર છોડા. બંગા નીં જાણે હે.' અચાનક મને ભાન થયું કે આ નાનકડો, ઠીંગણો, કાળો આદિવાસી અરણ્યો પરના આકાશને ભરીને છવાઈ શકે એટલો મોટો છે. ધર્મના સૂક્ષ્માતિસૂક્ષ્મ અર્થને જાણવા સતત પ્રયત્ન કરતા રહેલા ભીષ્મ, વ્યાસ કે યુધિષ્ઠિર જે મથામણોમાંથી પસાર થયા હશે તેવી જ મથામણ આ અબુધ આદિવાસી અત્યારે કરી રહ્યો છે.

વાઘણને છોડવાની કે ભાઈની હુમલાખોરને મારીને બદલો લેવાની-ધર્મની બે વિટંબણામાંથી એક તેણે સહેવાની હતી. અંતે બે બચોળિયાંની માતાને છોડીને તેણે એક તો નિભાવી; પણ બીજી?

મેં કહ્યું, 'બિત્તુબંગા, તેં છોડી મૂકી તે જ સારું કર્યું. બંગાને તો ખબર પડશે જ અને તે રાજી થશે. તારે જાળીમાં જઈને બોલવાની જરૂર નથી.'

'તું હી જ તો બોલા.' બિત્તુબંગાએ આક્ષેપાત્મક ભાવે કહ્યું.

'શું?' મેં પૂછ્યું. મેં બિત્તુબંગાને કંઈ કહ્યું હોય તેવું મને યાદ ન આવ્યું.

'બોલા હોવે હે. "બિત્તુ, તુને યે કયા કરા?" - અઈસન બોલા.' તેણે સ્પષ્ટભાવે ઉત્તર આપ્યો.

'એ તો... એ તો... અમસ્તું જ. પેલા સરકારી માણસો ઊભા હતા તેથી મને ડર લાગ્યો હશે.' મેં જાતને બચાવવા કોશિશ કરી. મારી જાત કેટલી પોકળ છે તેનું આવું વરવું દર્શન મેં કદીયે કર્યું નથી. હું સ્વીકારું છું કે શિક્ષક બનવું સહેલું નથી. તમારા શબ્દો પર માણસો વિશ્વાસ મૂકે છે. તમારા શબ્દો પર માણસ પોતે પાપી છે કે પુણ્યશાળી તે નક્કી કરે છે. હું મૂર્ખ હતો રે, બિત્તુબંગા, હું મૂર્ખ હતો...''

# 19

આ અરણ્યોનાં અનેકવિધ સ્વરૂપોએ, તેમાં વસતાં માનવીઓ, પશુપંખીઓએ તેને અધિકારી ગણવાની શરૂઆત તો કરી જ દીધી છે. પણ માનવીને પોતાના અધિકારનું જ્ઞાન પ્રાપ્ત કરાવવાનો એક નક્કી માર્ગ અને સમય આ પ્રકૃતિએ નિર્ધાર્યો જ હોય છે. આ અરણ્યોએ તો અનેકોને જ્ઞાન આપ્યું છે. કદાચ તેનો સમય પણ આવશે.

"...મેં વિદેશમાં ભોગવેલી સગવડમાંથી જવલ્લે જ કોઈ સગવડ આ અરણ્યોએ મને આપી છે. આ અરણ્યોએ પોતાના મંગલમય, પવિત્ર પાલવ તળે ઝેરી જનાવરો અને હિંસક પ્રાણીઓ વચ્ચે પણ મને અભય અને નિરામય રાખ્યો છે. સુખ અને આનંદ વચ્ચેની ભેદરેખાને ઊજળી કરીને આ અરણ્યોએ મને બતાવી છે.

આજે આ અરણ્યોનું કદી ન જોયેલું, ન જોવા ઇચ્છેલું સ્વરૂપ હું જોઈ રહ્યો છું. મહર્ષિ વ્યાસે ખાંડવદહનમાં અરણ્યોને દાહતા અગ્નિને અનેક નામોએ શા માટે ઉલ્લેખ્યો છે તે હવે સમજી શકું છું. અનલ, કૃશાનુ, વહ્નિ, હુતાશન, શિખી, શિખાવાન, હુતભુજ, હવ્યવાહન, કૃતાજ્ઞા કે હિરણ્યરેતા. આ પ્રજ્વલી ઊઠેલાં વનોમાં અગ્નિ પોતાનાં તમામ નામોને સાર્થક કરતો આગળ વધી રહ્યો છે.

બિલ્યારનાં વનોમાં આગ લાગી છે તે જાણતાં જ અમે આશ્રમમાંથી શક્ય તેટલા સ્વયંસેવકો સાથે આવ્યા છીએ. સુપરિયાને પણ અહીં આવવા ઇચ્છા હતી પણ અમે તેને રોકી. અગ્નિ ચારે તરફ ફેલાવાને બદલે આગળ સીધી પટ્ટીરૂપે ફેલાતો જતો હતો એટલે રાહત હતી. જોકે એ પટ્ટીની પહોળાઈ પણ ઓછી ન હતી. અડધાથી એક કિલોમીટર પહોળી અને સત્તર કિલોમીટર લાંબી પટ્ટી રોજરોજ થોડી પહોળી અને વધુ લાંબી થતી જતી હતી.

સત્તર કિલોમીટરમાં બંને તરફનાં જંગલોને આગથી અલગ પાડી દેવાનું અશક્ય હતું; કારણ કે મોટા ભાગનાં સાધનો અને માણસો આગની એક જ તરફ હતાં. પેલી તરફ તો ડુંગર પરનાં ગામડાંઓમાં વસતા થોડા આદિવાસીઓ સિવાય કોઈ પહોંચી શકે તેમ ન હતું.

સુભાષ બક્ષી આ આખાયે કામનું સંચાલન કરતા હતા. અમે બધા

ટુકડીઓ બનાવીને તેમની સહાયે ઊભા. તેમણે બધી જ માહિતી પડદા પર દર્શાવી, પછી કહ્યું, 'સત્તર કિલોમીટરમાંથી આઠ કિલોમીટર લંબાઈએ નદી છે. ત્યાં કુદરતી રીતે જ જંગલના બે ભાગ પડી જાય છે.' તેમણે લાકડીથી નદીનો વિસ્તાર બતાવ્યો, 'બાકીના ત્રણ કિલોમીટરમાં ડામરની સડક પસાર થાય છે.'

તેમણે સડકવાળો ભાગ બતાવ્યો અને પછી સમજાવ્યું, 'એક ટુકડી નદી પર જાય. ત્યાં જે કંઈ સૂકાં ઘાસપાંદડાં હોય તે ખસેડીને નદીનો એક કિનારો સાફ કરે અને સાથે ડીઝલ મશીનો લેતા જાય. નદીમાંથી પંપિંગ કરીને જ્યાં શક્ય હોય ત્યાં કિનારાનું જંગલ ભીનું કરી દે.'

આ કામ માટે થોડા વિદ્યાર્થી યુવાનો અને સરકારી માણસો રવાના થવાના હતા. નદીતટનાં વનોમાં પડાવ નાખવાની તૈયારી કરીને બધા નીકળ્યા.

આગ પાસે જવાનું તો શક્ય જ નથી. સળગતાં જંગલોથી બાકીનાં વનોને અલગ પાડવા અમે અરણ્યોની સફાઈ આદરી છે. સૂકાં પાન અને ઘાસ ખસેડવા હજારો હાથ કામે લાગ્યા છે.

આજે સાંજે અમે થાક્યા-પાક્યા બેસીને આવતી કાલના કામની વિચારણા કરતા હતા ત્યાં ખાદીનો લેંઘો-ઝભ્ભો પહેરેલો એક માણસ આવ્યો. તેના થાકેલા ચહેરા પર પણ નૂર દેખાતું હતું. સપ્રમાણ શરીર, સહેજ ભીનો વાન અને સ્પષ્ટ ભાષા. આવતાંવેંત તેણે અમને બધાને કહ્યું, 'નમસ્કાર.' અમે સામે જવાબ આપ્યો.

'ઉપરની તરફ અમે આગ વચ્ચે ઘેરાઈ જઈશું.' તેણે કહ્યું. 'હવે બહુ લાંબું નથી રહ્યું.'

'ક્યાં ?' મેં પૂછ્યું.

'ઉપર, બિલ્યાર પાસે.'

'તમે જાઓ, માસતર.' અમારી સાથેના નાયકે કહ્યું. તે કદાચ આવનારને ઓળખતો હશે, 'ગામ ખાલી કરાવી નાખો. એ સિવાય ઉપાય નથી. ઉપર માટી નથી, પાણીયે નથી ને માણસો પણ નથી. બહારથી કોઈને ત્યાં મોકલવાનું જોખમ પણ ન લેવાય. હવે કંઈ થાય નહિ. રસ્તો ખુલ્લો છે એટલામાં ભાગી છૂટો.'

'પણ અમારી નિશાળ ?' તેણે પૂછ્યું. જવાબમાં અમારા નાયકે જરા ઊંચા સ્વરે કહ્યું, 'વિશનું માસતર, આમેય તમારી નિશાળ બંધ જ થવાની છે. ત્યાં ભણવા કોણ આવે છે ? બાયડી-છોકરાંની ને ઘરની ચિંતા કરો. નિશાળ બળી જાશે તો કંઈ આભ નથી તૂટી પડવાનું. તમને તો સારું થશે.

તહેસીલમાં બદલી મળશે ને આ જંગલથી છૂટશો.'

વિષ્ણુ કંઈ બોલ્યો નહિ. અમે થોડી વાર નકશા જોયા. બિલ્યારની નિશાળ ક્યાં છે તે જોયું. હમણાં જ મળેલા ફોટાઓમાં આગની દિશા અને અંતર જોયાં. આગલા બે કે ત્રણ દિવસમાં આગ બિલ્યાર, સતિયા, મીનિયા અને અકલસરાને ઝપટમાં લઈ લેશે. ત્યાંથી નાસી છૂટવા સિવાય માણસો પાસે કોઈ ઉપાય નથી. ઉપર તરફનો એક જ માર્ગ ખુલ્લો છે તે બંધ થાય ત્યાર પહેલાં આ ચારેય ગામ ખાલી કરાવવાં પડે અને તે પણ આવતી કાલે જ.

અમે સુભાષ બક્ષીને વાત કરી. તેમણે અત્યારે જ થોડા સ્વયંસેવકોને રવાના થવા જણાવ્યું. આગની રેખાને પેલે પાર થઈ માણસો અને ઢોરઢાંખરને નીચે લઈ આવવાના માર્ગો સૂચવ્યા. હું સાથે જવા તૈયાર થયો.

બે જીપ અમને દશ-બાર જણને આગની પટ્ટીના છેડે ઉતારી જાય. જ્યાંથી આગળ જીપ ન જઈ શકે ત્યાંથી જો કોઈ સાધન મળે તો તે અથવા પગપાળા સવાર સુધીમાં બિલ્યાર અને આસપાસનાં ગામોમાં પહોંચી જવાનું હતું અને ગામો તાત્કાલિક ખાલી કરાવવાનાં હતાં.

સદ્ભાગ્યે જીપમાંથી ઊતરતાં જ અમને એક ટ્રેક્ટર મળી ગયું. ચાંદની રાત હતી અને દૂર બળતાં જંગલો આકાશને ભરતું અજવાળું ફેંકતાં હતાં. નીરવ રાત્રીમાં ટ્રેક્ટરના અવાજને ઢાંકી દેતો વનોના દાવાનળનો ભભૂકાટ આટલે દૂર પણ સ્પષ્ટ સંભળાતો હતો. સળગતાં અરણ્યો અગ્નિશિખાના ફફડાટના અવાજમાં પોતાનો વિનાશકારી નાદ ઉમેરે છે. ઘાસ, પાન, ડાળીઓ ન જાણે શું-શું સળગી જતાં પહેલાં પોતાના અસ્તિત્વની છેલ્લી ઓળખ સમી એક ભયાનક ચીસ વહેતી કરે છે. મહાઅગ્નિ તેના સ્વર-માત્રથી ભય પ્રેરે છે. આ મધ્યરાત્રીએ તેનું દર્શન અને શ્રવણ કેટલું ભયાનક ભાસે છે તે હું શબ્દોમાં કોઈ કાળે વર્ણવી શકું તેમ નથી.

ટ્રેક્ટર પણ છેક બિલ્યાર પહોંચી ન શક્યું. અમારે ચાલવું પડ્યું. અગ્નિ તેના પરમ રૌદ્ર સ્વરૂપે બળતો જોઈ શકાતો હતો. જૂનના અંતની ચાંદની રાતની શીતળતાનો જરાસરખો અણસાર પણ આ અગ્નિ-તાંડવે રહેવા દીધો નથી. આકાશ રાખથી છવાયેલું રહે છે. કોઈ નિશાચર પંખી પણ ઊડતું નથી.

અમે ચાલતા રહ્યા. બિલ્યાર પહોંચીને ઊભા તો સવારના ચાર વાગ્યા હતા. ગામ હજી સૂતું હતું, પણ અમારા બોલાશથી એક પછી એક જાગવા લાગ્યા. અમે બધાને ગામ બહાર બિલ્યારના મંદિરે ભેગા થવા કહ્યું.

'નીં આવે તાપ આંઈ.' મોટા ભાગના માણસો ગામ છોડી જવા તૈયાર

ન હતા, 'નીં મારી મૂકે તાપ દેવતા.' અગ્નિદેવ પોતાની મર્યાદા નહિ છોડે તેવી તેમને શ્રદ્ધા હતી.

અમે ડાયાને કહ્યું કે તે પોતાના ગામવાસીઓને સમજાવે. તો તે કહે, 'ચૂહા જ નીં નીકલા હોવે હે?'

'એટલે?' મેં પૂછ્યું.

'તાપ આ પરે આના હોવે તો ભીતરથી ચૂહા નીકલે, ઘોરખોદ નીકલે, શાઉડી નીકલે તો સમજું.' કદાચ તેનું અનુભવજ્ઞાન સાચું હોઈ પણ શકે.

અગ્નિની ઝાળો એણે મારા કરતાં વધુ જોઈ હશે, પણ અમારી પાસે વધુ પ્રમાણિત માહિતી હતી. મેં તેમને સમજાવ્યા. ઉપગ્રહોમાંથી લીધેલા ફોટાઓની વાત કરી. આગ કઈ દિશામાં આગળ વધે છે તે પણ સમજાવ્યું. તો કહે, 'બરસાત હોતે સબ બૂઝ જાવે હેં. હર સાલ કાંઈ ને કાંઈ તો આગ લગે હે.'

તેની વાત ખોટી ન હતી. દર વર્ષે ક્યાંક ને ક્યાંક વનો બળતાં રહે છે - કુદરતી રીતે, માનવીની ભૂલથી કે ઇરાદાપૂર્વક વનો અને અગ્નિનો સંબંધ પરાપૂર્વથી ચાલ્યો આવતો સંબંધ છે. સર્જાય છે, બળે છે અને રાખમાંથી ફરી જન્મ લે છે આ વનો.

'આ વખતે દર વર્ષ જેવું નથી.' મેં કહ્યું, 'આ તમારા વિષ્ણુ માસ્તરને પૂછો. એમણે જ અમને કહ્યું કે આગ આ તરફ આવે છે.'

હવે વિષ્ણુએ બોલવાનું શરૂ કર્યું. તેણે પોતે આગ ક્યાં જોયેલી, કેવી રીતે વધતી જોયેલી, તે બધું કહ્યું. બધાને થોડો વિશ્વાસ બેઠો, પણ હજી ગામ છોડવા કોઈ તૈયાર ન હતું. પોતાનું ફાટ્યુંતૂટ્યું, ઝૂંપડા જેવું પણ ઘર પોતાની ગેરહાજરીમાં સળગી જાય તે કલ્પના દરેક માટે અસહ્ય હતી.

સૂર્યોદય થઈ ગયો હતો. ઊગતાંવેંત પ્રખર તાપે દઝાડતો સૂર્ય ઊંચે ને ઊંચે આવતો જતો હતો. હજી અમારે બીજાં ત્રણ ગામો ખાલી કરાવવાનાં હતાં. મને ચટપટી થઈ. વિષ્ણુની સમજાવટ થોડીઘણી કામ આવી. અમે બધાને તૈયાર થવાનું કહીને સતિયા તરફ જવાનું કરતાં જ હતા ને ગંડુ ફકીર આવી ઊભો.

તેણે ચીપિયો ખખડાવીને ઊંચો કર્યો. તેની હથેળીમાંથી તે દિવસે રાખેલા સળગતા કોલસાનાં નિશાન હજી ગયાં ન હતાં તે સ્પષ્ટ દેખાયું. 'મરોગે સબ!' આવતાંવેંત તેણે સ્પષ્ટ કહ્યું, 'આગસે બચ નીકલો, વરના મરોગે.'

ગંડુ ફકીરને જોઈને મને રાહત થઈ. બીજાં ગામોમાં પણ જો તેને સાથે લઈ જઈ શકાય તો જલદી કામ પતે. હું તેની સાથે વાત કરું તે

પહેલાં જ તેણે મને કહ્યું, 'કુછ મત બોલ.' પછી ચીપિયો પછાડતાં કહે, 'સબ ચલે જાયેંગે.' અરે! મારા આશ્ચર્યનો પાર ન રહ્યો. જાણે મારા મનને તે વાંચી શકતો હતો. હું મૌન સેવી રહ્યો.

'ઘર બનેગા નયા.' તેણે ટોળાને કહ્યું, 'નયા ઘર બનાયેંગે.' પછી બધા પર દૃષ્ટિ ફેરવતાં કહ્યું, 'અબ જાઓ. દેખતે કયા હો? જાઓ.' કહીને ઉતાવળાં પગલે ચાલ્યો ગયો. બધા પોતપોતાના ઘર તરફ દોડ્યા. ઝટ-પટ પોટલાં બંધાયાં. ચાર જણને મદદ અને માર્ગદર્શન માટે ગામમાં રોકીને અમે સતિયા તથા બીજાં ગામો તરફ ગયા.

સતિયાના માણસો તો બધું બાંધીને ભેગા થઈને તૈયાર જ ઊભા હતા. ગંડુ ફકીરે કામ કરી આપ્યું હતું. મીનિયા અને બીજે પણ માણસો ગામ ખાલી કરે જ છે તે ખબર પણ મળ્યા. હવે કઈ તરફથી બહાર જવાનું છે તે બતાવવા અમે ચાર-ચાર સ્વયંસેવકોની ટુકડીઓ દરેક ગામે રવાના કરી, બધા બિલ્યાર પાસે ભેગા થાય પછી સાથે જ આગળ જવું તેવું ઠરાવીને અમે છૂટા પડ્યા. વિષ્ણુ માસ્તર મને અને સાથેના સ્વયંસેવકોને પોતાના ઘરે લઈ ગયો.

તેની પત્નીએ અમને રાબ અને જુવારનો રોટલો આપ્યાં. ઉનાળામાં લીલું કહી શકાય એવું કંઈ આ પથરાળ વનોમાં મળતું નથી. જમીને મેં પૂછ્યું, 'ક્યાંય જવાનું છે?'

'ના,' વિષ્ણુએ કહ્યું, 'બધા આવી જાય પછી નીકળીએ.'

બપોરે ત્રણેક કલાકની ઊંઘ ખેંચીને હું જાગ્યો ત્યારે વિષ્ણુ પોતાની ઘરવખરીમાંથી શક્ય તેટલું બાંધીને તૈયાર ઊભો હતો. થોડાં પુસ્તકો પણ તેણે થેલામાં સાથે ભર્યાં.

'હિજરત' – ચાર અક્ષરનો આ શબ્દ જે પ્રસંગને વર્ણવે છે તે પ્રસંગની પીડા વર્ણવવા માટેનો શબ્દ જગતના કોઈ શબ્દકોશમાંથી નથી. એ માત્ર અનુભવી શકાય છે. હિજરતીના અંતર સિવાય એની વ્યથાને કોઈ જાણી શકતું નથી, ત્યાં વર્ણવી તો શી રીતે શકે? પોતાની પાછળ પોતે શું છોડી જાય છે તે માત્ર હિજરતી જાણતો હોય છે. ગમે તેટલા પ્રયત્ને પણ અન્ય કોઈ એ જાણી શકવાનો નહિ.

અમે નીકળ્યા. વિષ્ણુ માસ્તરે ઘરને પ્રણામ કર્યાં. અડધા કલાકે અમે બિલ્યાર પહોંચી ગયા. ઘણાં તો અમારાથી પહેલાં પહોંચીને બેઠાં હતાં. ચારેય ગામનાં થઈને હજાર-બારસો માણસો હતાં. આટલી જ વસ્તી જોઈને મને વિષ્ણુની શાળાના વિદ્યાર્થીઓની સંખ્યા વિશે કોઈ શંકા ન રહી.

મંદિર પાસે જ ત્રણ ઓરડીની નાનકડી શાળા સ્વચ્છ અને શણગારેલી. વિષ્ણુએ ત્યાં જઈને તાળું ખોલી નાખ્યું. ભીંત પરના કાળા પાટિયા પર લખ્યું 'સુસ્વાગતમ્' અને પાછો આવ્યો. અમારો સંઘ ચાલ્યો.

રસ્તામાં જ રાત ઢળી ગઈ. મુખ્ય રસ્તા પર આવીને અમે પડાવ નાખ્યો. સવારે વાહનો આવશે કે પગપાળા નીચે કૅમ્પ પર પહોંચી જઈશું. પોટલાં છૂટ્યાં. પથ્થરો વચ્ચે કરગઠિયાં ગોઠવીને શેકાતા જુવારના રોટલાની સુગંધ વાતાવરણમાં પ્રસરી. ભૂખ્યો મનુષ્ય અનાજની મીઠાશ તમામ ઇંદ્રિયોથી અનુભવી શકે છે તે મને આજે સમજાયું.

અમે કૅમ્પ પર જ રોકાયા. આદિવાસીઓએ તો ઝૂંપડાં ઊભાં પણ કરી દીધાં. વિષ્ણુ માસ્તર અને તેની પત્ની સાથે હું બેઠો. મેં પૂછ્યું, 'તમારી શાળા ચાલે છે ખરી?'

'નથી ચાલતી.' તેણે કહ્યું. 'લોકલ બોર્ડ તો તેને બંધ કરવા માગે છે, પણ ગમે તેમ કરીને ચલાવું છું.'

'હું ઘેરઘેર જઈને છોકરાં બોલાવી લાવું ત્યારે.' તેની પત્નીએ કહ્યું, 'બિલ્યાર, સતિયા, મીનિયા ને અકલસરા – ચાર ગામ વચ્ચે નિશાળ.

આટલે દૂર ભણવા આવે કોણ? ને ખાવાનું ગોતવા જાય કે પછી ભણવા આવે?'

'તમે છોકરાંઓને ઘરેથી બોલાવવા જાઓ છો?' મેં પૂછ્યું.

'છોકરાં બોલાવી લાવે, એટલું જ નહિ,' વિષ્ણુએ કહ્યું. 'એમને ખાવા-પીવા આપીએ તો જ રોકાય, નહિતર જતાં રહે જંગલમાં, કંદ-મૂળ શોધવા, પક્ષી મારવા કે સસલાં પકડવા.'

'નિશાળ ન ચાલે તો તમારી નોકરી જાય?' મેં પૂછ્યું. વિષ્ણુ થોડું હસ્યો, પછી કહે, 'ના. મારી બદલી થાય. બીજે મૂકે.' પછી ઊંડો શ્વાસ લઈને આગળ બોલ્યો, 'પહેલાં આ નિશાળ બંધ કરવાનો ઠરાવ આવ્યો ત્યારે હું તહેસીલમાં હતો. મેં જ બદલી માગીને આ નિશાળ ચલાવવાનું નક્કી કરેલું.' પછી ધીમે-ધીમે બોલ્યો, 'નિશાળ ટકશે તો આજ નહિ ને કાલ પણ કોઈક ભણશે. બંધ થઈ જાય તો શું કોઈ ભણવાનું?'

હું આ પતિ-પત્નીને જોઈ રહ્યો. તાલુકાનું શહેર છોડીને માત્ર એક નિશાળ બંધ થતી અટકે એ કારણે આ બંને અરણ્યોમાં આવી વસ્યાં છે. અર્ધભૂખ્યાં આદિવાસીઓને પોતાની ટૂંકી આવકમાંથી પણ ખવરાવીને આ પતિ-પત્ની શીખવવા માગે છે, એ પણ માત્ર વાંચતાં-લખતાં.

મેં તેમને કહ્યું, 'નિશાળમાં જ ભણવાની સાથે-સાથે લોકોને કંઈ કામ

મળી રહે એવું કરીએ તો ?'

વિષ્ણુ ઉત્સાહિત થઈને બોલ્યો, 'તો-તો ભણે.'

'તમે ચિંતા ન કરો. આપણે કંઈક ગોઠવી શકીશું. તમારી નિશાળ ચાલે અને તમારાં પત્ની બીજાં કામકાજની સંભાળ લે.' મેં દઢતાપૂર્વક કહ્યું.

અમે વાતો કરતાં જ હતાં ને બક્ષીનું તેડું આવ્યું એટલે હું ગયો. ઉપગ્રહમાંથી ઝિલાયેલા ફોટોગ્રાફ તેણે બતાવતાં કહ્યું, 'તમે ઘણાંને બચાવી શક્યા છો. આગ બિલ્યારથી પણ આગળ સુધી ફેલાઈ ગઈ છે.'

હું કંઈ બોલી ન શક્યો. એ ચાર-પાંચ ગામડાંઓનાં થોડાંએક ઝૂંપડાંઓ મારી નજરે તર્યાં અને ગયાં. બિલ્યારના પર્વત પર ફેલાયેલી આગના ચિત્રને એકીટશે જોતાં મેં નિર્ણય કર્યો કે આ બધું પૂરું થતાં જ હું ત્યાં જઈશ. આગ સામે લડવા આવેલા સ્વયંસેવકો વનોમાં લાંબો સમય રહી શકે તેમ ન હતું. બધા પોતપોતાનાં કામ છોડીને બે-ત્રણ દિવસ આ કામમાં સેવા આપવા આવે અને જાય. ક્યારેક તો કશું કહ્યા વગર પણ જતા રહે. લશ્કરી શિસ્ત અને સખત કામની જરૂરત સામે અમારી પાસે છૂટાછવાયા પ્રયત્નો સિવાય કંઈ છે નહિ. અધૂરામાં પૂરું આગની માહિતી મેળવવા ખબરપત્રીઓ, પર્યાવરણ માટે કામ કરતી સંસ્થાઓના સભ્યો અને બીજા કેટલાય આવવા મંડ્યા. સદ્નસીબે વરસાદ વરસવો શરૂ થયો. સતત ત્રણ દિવસ પડેલા અનરાધાર વરસાદે અગ્નિને શાંત કર્યો. ટેકરીઓ પરથી કાળાં, ભૂખરાં, રાખોડી – અનેકરંગી ઝરણાંઓ વહેતાં થયાં. નદી પૂરથી છલકાઈ ગઈ. વરસાદ બંધ રહ્યો ત્યારે અર્ધદગ્ધ અરણ્યો ભૂતાવળ શાં ઊભાં હતાં. કૅમ્પ વીખરાવા માંડ્યો. વિષ્ણુ મારી પાસે આવ્યો. હું થોડી પળો તેની સામે જોઈ રહ્યો અને પૂછ્યું, 'શું કરીશું ?'

'કરીશું કંઈક.' વિષ્ણુએ ઉત્તર આપી આકાશ સામે જોયું. પછી ધીમેથી બોલ્યો, 'એમ હારીને બેસી થોડું રહેવાશે ?'

'તો ચાલો.' મેં કહ્યું.

'તમે ત્યાં આવો છો ?' વિષ્ણુએ આશ્ચર્ય પામતાં પૂછ્યું.

'હા.' મેં કહ્યું તે સાથે વિષ્ણુ ઉતાવળે પોતાના તંબુ તરફ ચાલ્યો ગયો. તે પાછો ફર્યો ત્યારે સાથે તેની પત્ની અને બે-ત્રણ આદિવાસીઓ પણ હતાં. હું મારાં કપડાં-ચોપડા થેલામાં ગોઠવતો હતો ત્યાં આવીને તેઓ મારો સમાન ભરવામાં મને મદદ કરવા લાગ્યા. અમે બધાએ એકબીજા સામે જોયું અને ધીમાં પગલે પ્રયાણ કર્યું.

છેલ્લે જેને લીલાંછમ વૃક્ષોભર્યા જોયા હતા તે બિલ્યારના ઢોળાવો

કાળાં, રાખોડી અને પીળાં ઠૂંઠાંઓથી ભયાવહ ભાસતા હતા. મંદિરના અવશેષો, શિવલિંગ, નદી, નિશાળનું ખંડેર – આટલા સિવાય કંઈ બચ્યું નથી. સતિયા, અકલસરા કે મીનિયામાં તો ગામ ક્યાં હતું તે પણ ખબર ન પડે એમ બધું ભસ્મીભૂત થઈ ગયું છે. માથે ચોમાસું ગાજે છે. ક્યાંથી અને શી રીતે શરૂ કરવું તે વિચાર કરવાનો પણ સમય નથી. આજથી જ જે મળે તેનાથી માથે છાપરું કરી લેવામાં સહુ પડ્યા છે. એક ટોળું પેટની આગ ઠારવાના ઉપાય શોધવા ગયું. આટલી વિપત્તિઓ વચ્ચે પણ સાધનોની લૂંટાલૂંટ ન થઈ. વિષ્ણુની પત્નીએ ચૂલો ગોઠવીને જુદાંજુદાં વાસણોમાં લોટ બાફી આપ્યો. એકાદ દિવસ આમ ગયો ત્યાં બક્ષી તરફથી વાંસ-દોરી અને આદિવાસી કેન્દ્ર તરફથી અનાજ-વાસણ આવી ગયાં. હું તહેસીલ અને જિલ્લાની સરકારી ઑફિસોમાં જઈ આવ્યો. નિશાળના સમારકામ માટે લોકલ બોર્ડ પાસે નાણાં ન હતાં. એથી એક અલગ ટ્રસ્ટ બનાવીને અમે નવી જગ્યાએ નિશાળ કરીએ તો વિષ્ણુ માસ્તરનો પગાર લોકલ બોર્ડ ચૂકવ્યા કરે તેવું સૂચન થયું. બદલામાં અમારે લોકલ બોર્ડ સંચાલિત શાળાનું પાટિયું મારવું. પણ વિષ્ણુ માસ્તર આમાં સહમત ન થયો. લોકલ બૉર્ડે જ નિશાળ નવી કરવી જોઈએ અને એમ ન થાય તો પોતે જૂની શાળાને છાપરું કરીને ત્યાં જ ભણાવશે તેમ કહેતો રહ્યો.

રાત્રે હું મીણબત્તીના ઉજાશે ડાયરી લખતો હતો ને વિષ્ણુની પત્ની વિદ્યા મારી સામે આવીને બેઠી. ‘માસ્તર નિશાળને છાપરું તો કરશે,’ વિદ્યાએ જમીન તરફ તાકી રહેતાં કહ્યું, ‘પણ ભણવા કોણ આવશે ?’

‘મને ધ્યાનમાં છે.’ મેં કહ્યું, ‘મેં જમીન માગી છે. બેએક દિવસમાં સરકારી અધિકારીઓ આવીને જોઈ જશે પછી કામ આગળ ચાલશે અને કામ મળશે એટલે તમારી નિશાળ ચાલશે.’

વિદ્યા ચમકી, ‘તમે સરકારી માણસોને અહીં બોલાવ્યા છે ?’

મેં હવે લખવાનું બાજુ પર મૂકીને વિદ્યા સામે જોયું. તેનો ચહેરો મૂંઝાયેલો લાગ્યો. મેં કહ્યું, ‘હા, કેમ ? જમીન માગીએ છીએ તો તે લોકો જોવા આવે તો ખરા ને ?’

‘ભલે આવે.’ વિદ્યાનો ચહેરો ચિંતાથી ઝંખવાયો. તેને બોલતાં થોડો સંકોચ થતો હોય તેમ લાગ્યું.

‘કેમ, કંઈ મુસીબત છે ?’ મેં પૂછ્યું.

જવાબમાં વિદ્યા ધીમેથી બોલી, ‘ના, પણ તમે તો એ લોકોને બોલાવીને વાતો કરશો. મારે તો બધાયનાં પેટની ચિંતા કરવાની એટલે પૂછ્યું.’

અચાનક મને ખ્યાલ આવ્યો કે વિદ્યા આટલા દિવસોથી કોઈ ફરિયાદ વગર અમારો બધાનો ખ્યાલ રાખે છે. એના રસોડામાં શું ખૂટે છે, એ ક્યાંથી શું લાવે, મંગાવે છે એનો અમે કદીયે વિચાર-સરખો કર્યો નથી. છતાં એ અન્નપૂર્ણા કોણ જાણે શી રીતે – કદાચ પોતે ભૂખી રહીને પણ અમને ભૂખ્યા સૂવા દેતી નથી. હું વિદ્યાની સામે જોઈ રહ્યો, પછી કહ્યું, 'હું તો વિચારતો હતો કે થોડા દિવસો માટે થોમસને પણ અહીં બોલાવીએ તો તેનો અનુભવ આપણને કામ લાગે.'

'ભલે, બોલાવો.' વિદ્યાએ જવાબ આપ્યો અને ઊભી થઈને ધીમાં પગલે ચાલી ગઈ.

અહીં આવ્યા પછી પહેલી જ વાર મેં તુષારને પત્ર લખ્યો. પછી થોમસને બોલાવવા માણસો મોકલ્યો.

બિલ્યારના ઢોળાવો સાફ કરતાં જ ઘણો સમય ગયો. આગ પછીના ચોમાસામાં આડેધડ ઊગી ગયેલી ઝાડીઓની સફાઈ કરી, જમીનને સમતળ બનાવીને અમે ચાર જણાએ ફૂલોની ખેતી શરૂ કરી. થોમસ ગામડાંઓમાં જતો, સાંજ સુધી રખડતો, માણસોને અમારા કામમાં જોડાવા સમજાવતો. તેણે 'ભણો અને કામ કરો'નું સૂત્ર પ્રચલિત કર્યું. અમારા બાગમાં દરેક ઘરમાંથી એક વ્યક્તિ કામે આવે એવું ગોઠવી આપ્યું.

'મધ પછી આ ફૂલોની ખેતી.' મેં થોમસ સાથે વાત કરતાં કહ્યું, 'લાગે છે કે અહીંના વાતાવરણમાં જ કંઈક એવું છે જે આપણને પ્રાકૃતિક ઉપાયો જ સુઝાડે છે.'

'આ પ્રતાપ અહીંની જીવનશૈલીનો છે. આ લોકોને પહેલો વિચાર પ્રકૃતિનો જ આવે. આપણે એમની સાથે રહ્યા એટલે આપણને નૈસર્ગિક કામો સૂઝે છે; નહિતર આપણે કારખાનાં નાખવાનું વિચાર્યું હોત.'

'વાત તો સાચી છે.' મેં કહ્યું.

થોમસને પોતાનાં ધાર્મિક પ્રવચનો માટે સમય ન મળતો જોઈને મેં કહેલું, 'હમણાં તમારું કામ અટકી પડ્યું છે; પણ છએક મહિનામાં તો આપણે છૂટા થઈ શકીશું.'

'આ પણ મારું જ કામ છે.' તેણે કહેલું, 'પ્રભુ સોંપે તે દરેક કામ મારે કરવાનું જ છે.'

શાળા શરૂ કરવા માટે આ પાદરીએ અમને ખૂબ મદદ કરી. ખાસ તો વિષ્ણુ માસ્તરને અલગ ટ્રસ્ટ કરીને પોતાની જ શાળા શરૂ કરવા તે સમજાવી શક્યો. સરકારી મંજૂરી, મદદ મેળવવાથી માંડીને શાળાનું વ્યવસ્થાતંત્ર

ગોઠવવાની તમામ કામગીરીમાં થોમસ છેક સુધી વિષ્ણુની સાથે રહ્યો. આમ, સરકારી મદદ, વિષ્ણુ અને વિદ્યાની ધગશ, આદિવાસીઓની મહેનત અને તુષારના સંપર્કો દ્વારા મળતી મદદથી અમે ઊભા થવા મંડ્યા.

બિલ્યાર આદિવાસી ખેત સંસ્થા ઢોળાવો પર ફૂલના બગીચાઓમાં આદિવાસીઓને કામ આપે અને નિશાળમાં ભણાવે એ સ્થિતિએ ક્યારે પહોંચીશું તે ખબર નથી. ક્યારેક હું હતાશ થઈ જઉં ત્યારે વિદ્યાનાં ચમકતાં નયનોને કે વિષ્ણુ માસ્તરની ધૂનને જોઈને શાતા પામું છું. ક્યારેક લ્યુસી યાદ આવે છે. હું અહીં જ રહીને વિષ્ણુ, વિદ્યા કે સુપરિયાની જેમ કામ કરવાનું નક્કી કરું અને લ્યુસી મને સાથ આપતી હોય તેવા વિચારો પણ મને આવે છે. ક્યારેક લ્યુસીને પત્ર લખવાનું મન થાય છે, પણ એ તો ઇજિપ્તના કોઈ ખૂણે તેનાં સંશોધનોમાં પડી હશે. તે મને યાદ કરતી હશે તેમ વિચારીને હું આનંદતો રહું છું."

# 20

' "પ્રિય પ્રોફેસર રુડોલ્ફ,

મેં દોઢ વર્ષ અહીં ગાળ્યું તે દરમિયાન તમે સોંપેલું કામ ખોરંભાયું કહેવાય કે નહિ તે તમે નક્કી કરજો. મને લાગે છે કે મેં તમને નિયમિત ડાયરી મોકલ્યા કરી છે તે આપણી સમજૂતી મુજબનું કામ થયું કહેવાય.

હા, અહીં આવીને મારે જે કરવું હતું તે થઈ શક્યું નથી. મારું માનવ-સંસાધન-વિકાસનું કામ હું વીસરવા મંડ્યો છું. માણસને મેં રિસોર્સ તરીકે જોવાનું શરૂ કર્યું ત્યારે મેં મારી જાતને પણ રીસોર્સ ગણી હશે કે નહિ તેનો જવાબ અંદરઅંદરથી 'ના'માં જ મળે છે. મબલખ માનવસંપત્તિના પ્રદેશમાં આવીને શુંનું શું કરી નાખવાની મારી ઇચ્છાઓ હતી. એનાથી કંઈક જુદું જ કામ થયું. એ મેં જ કર્યું છે એવું તો નથી, તોપણ મને એક જુદા જ પ્રકારનો સંતોષ થાય છે.

બિલ્યારની નવરચના અને પુનઃસ્થાપના પાછળ આટલો સમય જશે તેવી કલ્પના તો મેં નહોતી કરી. હું અહીં આવ્યો ત્યારથી માંડીને આજ સુધી તહેસીલના આંટાફેરા, જિલ્લાની મુલાકાતો, આદિવાસીઓ સાથે ગામડામાં રખડપટ્ટી - હું કે વિષ્ણુ જંપીને બેઠા નથી. વિદ્યા અથાક કામ કરતી અને લેતી રહી છે.

આજે છેક તળેટીમાંથી પણ બિલ્યારના ઢોળાવો પર રંગબેરંગી બગીચાઓ જોઈ શકાય છે. બળેલાં અરણ્યો સાફ કરી, તેમને ખેતીલાયક બનાવીને ફૂલોની ખેતી કરનાર બિલ્યાર આદિવાસી ખેતમંડળના સભ્યોએ, સરકારે, લોકલ બૉર્ડની શાળાના શિક્ષકે અને તેની પત્નીએ જે અથાક કામ કર્યું છે તે પર્વતોના ઢોળાવ પર લખેલું દૂરથી દેખાય છે : 'કુબેર બાગાન'. ગ્વાલિયરના વેપારીઓ સાથે ફૂલોની નિયમિત ખરીદીના કરાર કરીને આજે જ આવ્યો અને હવે નર્મદાતટે પાછો જઉં છું...'

હું ગ્વાલિયર રોકાઈ ગયો એથી સુપરિયાનો પત્ર મને ત્રણ દિવસ મોડો મળ્યો. લ્યુસી આવી છે તે જાણ્યા પછી તરત જ નીકળી પડવાનું મન થઈ આવ્યું. ગણેશ શાસ્ત્રીને ત્યાં સંગીતસમારોહ તો શરૂ થઈ ગયો હશે. મારું મન નર્મદાના ખોળે પહોંચી જવા તલપાપડ થઈ રહ્યું.

વિદાયવેળાએ મને દુઃખ ન થયું, ન ઉદાસીનતાનો અનુભવ થયો. પહેલાં પણ આવી લાગણીના અનુભવો મને ન થતા; પરંતુ એ મારા કૌલિંયને આભારી હતું. આજે જે થયું તે બિલકુલ સ્વાભાવિક, કશાય આયાસ વગરની મનઃસ્થિતિ લાગે છે.

'થોડો વખત એકલું લાગશે, ગમશે નહિ.' વિષ્ણુએ કહ્યું; પણ વિદ્યાએ સ્વસ્થતાથી વિદાય આપી; કહે, 'સારું કામ કરીને છૂટાં પડવાનો પણ એક અનોખો આનંદ હોય છે.'

'હવે મને દરેક પ્રસંગ આનંદસ્વરૂપ લાગે તો નવાઈ નહિ.' મેં જવાબ આપ્યો. વિદ્યા હસી અને બોલી, 'એવું શક્ય બનો.' પછી એક ડબરો મને આપતાં કહ્યું, 'પણ ભૂખ્યા પેટમાં આનંદ નહિ ટકે. આમાં દૂધી-મકાઈનાં ઢેબરાં છે.' મેં તેના હાથમાંથી ડબરો લઈને ઝોળીમાં મૂક્યો.

ટ્રેક્ટર તૈયાર કરાવીને હું ધોરી માર્ગે પહોંચ્યો. ત્યાંથી સરદારજીની ટ્રકમાં હિરનીનાલા પહોંચતાં સાંજ પડી ગઈ. ટ્રકમાંથી ઊતરી અડધો કલાક ચાલ્યો કે નર્મદાના કિનારે જે સ્થળે અમે બંગાને અગ્નિદાહ દીધો હતો ત્યાં આવીને ઊભો છું. બંગા યાદ આવવા સાથે મન ઉદાસ થયું. 'માનવજીવન ખૂબ કીમતી છે' એમ કહીને જીવનમાં આગળ ને આગળ ધપવા અને લક્ષ્ય નિર્ધારિત કરીને તેને પામવા મથતા રહેવા મેં મારા વિદ્યાર્થીઓને પ્રેરિત કર્યા છે. તેમ કરતાં મારા મનમાં એક સ્પષ્ટ અર્થ રહેતો કે જીવનમાં કંઈક પામવું એટલે સત્તા, સંપત્તિ, કીર્તિ કે સામાજિક સંબંધો – દરેકમાં બને તેટલા અવ્વલ સ્થાને રહેવું. આજે આ શાશ્વત વહી રહેલી રેવાના ખડકાળ કિનારે, જિંદગીમાં પ્રથમ વખત મારા મનમાં જીવનનો અર્થ ગૂઢ બનતો જાય છે. જીવન શું છે? તેનો અર્થ શો છે? સાર્થકતા શામાં છે? તે સાથે જ ઊઠે છે એક પ્રશ્ન : આપણે ક્યાંથી આવ્યા છીએ અને ક્યાં જવાનું છે?

કદાચ દરેક વ્યક્તિની આ શોધ છે. આ શોધ લઈને માણસ જન્મે છે. કોઈ ફિઝિક્સ દ્વારા, કોઈ ધર્મના માર્ગે, કોઈ જેને અધ્યાત્મ કહેવાય છે તે અકળ માર્ગે પણ પોતાની શોધ કર્યા જ કરે છે.

ક્યાંય સુધી હું એ જ સ્થળે બેઠો રહીને વિચારે ચડી ગયો. સંધ્યા ઢળી ગઈ. વૈશાખપૂર્ણિમાનો ચંદ્ર ઊગ્યો. પછી ચાંદની રાત્રે હું નર્મદાના ખડકાળ વેરાન કિનારા પર ગણેશ શાસ્ત્રીના નિવાસ તરફ આગળ વધ્યો. આ એકાંત, આ સૂમસામ પથ્થરો, ખળખળ વહી જતી નર્મદા અને ઉજ્જ્વલ બનતું જતું આકાશ.

થોડું ચાલ્યો કે મેં નર્મદાના જળમાંથી બહાર આવતાં બે કંગાળ, કૃશ

શરીરોને જોયાં. રાત્રીના બે પ્રહર વીત્યે, નદીમાં જાળ નાખીને જે કંઈ મળે તેનાથી પેટની આગ બુઝાવવા નીકળેલાં આ માનવીઓ પાસે આવ્યાં ત્યાં સુધી સ્ત્રી-પુરુષ તરીકે જુદાં ઓળખાયાં નહિ એટલાં દુર્બળ. મને જોઈને તેમણે અકારણ ખુલાસો કર્યો : 'મછલી'. બંને એકબીજાની આડશે ઊભાં રહેવા પ્રયત્ન કરતાં હતાં. માત્ર લંગોટભેર ઊભેલાં બેઉ હાડપિંજરોને મેં કહ્યું, 'બેસો, ખાવાનું આપું છું.'

વિદ્યાએ સાથે બંધાવેલાં મકાઈનાં ઢેબરાંમાંથી મેં ત્રણ સરખા ભાગ કર્યા. ત્યાં પથ્થર પર જ મૂકીને અમે ખાવા બેઠાં. પેલી સ્ત્રી દૂર જઈ એક પાંદડું શોધી લાવી. પોતાના ભાગમાંથી બે ઢેબરાં કાઢી, પાનમાં વીંટાળીને અલગ મૂક્યાં, પછી પોતાનો ભાગ ખાવા બેઠી. તેણે કોનો ભાગ અલગ મૂક્યો તે પૂછવું મને ન સૂઝ્યું. કદાચ પોતાનાં બાળકો માટે.

ખાઈ રહ્યાં એટલે તે બંનેએ મને પૂછ્યું, 'જાવેં ?' મને થયું કે મેં ખવરાવ્યું તે કારણે આભારવશ તેઓ મારી રજા માગે છે. મેં નફકરાઈથી કહ્યું, 'હા, જાઓ.'

પુરુષ જવા વળ્યો પણ પેલી સ્ત્રી ગઈ નહીં. તેણે ફરી પૂછ્યું, 'જાવે કા ?' ક્ષણભર મને નવાઈ લાગી પછી 'હા, હા...' કહ્યું ને 'જાવ' કહેતો હું મારા રસ્તે પડ્યો.

થોડે આગળ જઈને મેં નર્મદામાં સ્નાન કર્યું. સંગીત-સમારોહ શરૂ થવામાં હશે. એ સ્થળ હવે દૂર નથી. ચંદ્ર માથે આવશે ત્યાં સુધીમાં પહોંચી જવાશે એ વિચારે કપડાં સુકાય ત્યાં સુધી મેં પથ્થરની છાટ પર લંબાવ્યું. જાગ્યો ત્યારે પોણાબાર થયા હતા. જલદી-જલદી કપડાં એકઠાં કરીને મેં પગ ઉપાડ્યા. રહીરહીને મારું મન વિચારે ચઢી જતું હતું. નાનપણમાં જોયેલી એક નદી વર્ષો બાદ ફરી જોઈ. તેના વિશે વાતો સાંભળી. ધીમે-ધીમે તેનો પરિચય પામ્યો. તેની પરિક્રમાએ નીકળેલાં જનોને જોયાં. આજે નીરવ એકાંતે તેના કિનારે ચાલ્યો જઉં છું. આગળ કશું વિચારું ત્યાર પહેલાં સમારોહ-સ્થળેથી વહેતા વાંસળીના સૂરે મને ઝાલી લીધો.

હું સમારંભના સ્થળે પહોંચીને રેલિંગ પાસેથી ઉપર ગયો ત્યારે સામેના મંચ ઉપર એક યુવાન કલાકાર વાંસળી બાજુ પર મૂકીને સભાજનોને હાથ જોડતો હતો.

શ્રોતાઓએ તાળીઓથી સંગીતકારનું અભિવાદન કર્યું. આ અરણ્યોમાં આવવા-જવાની અગવડ જોતાં શ્રોતાઓની સંખ્યા ઘણી કહેવાય તેવી હતી.

શાસ્ત્રીય સંગીત સાથે મારો લાંબો નાતો નથી. ગણેશ શાસ્ત્રી વગાડતા

અને મને શીખવતા, વાતો કરતા તે પૂરતું મારું જ્ઞાન. પણ અહીં સુધી આવતાં મેં જે વાંસળી-વાદન સાંભળ્યું તેના પરથી આ બે દિવસ અહીં કેટલું મધુર વાતાવરણ સર્જાયું હશે તેની કલ્પના હું કરી શક્યો.

મારી નજર મંચ પાસે સુપરિયાને અને લ્યુસીને શોધી વળી, પણ તે બેમાંથી કોઈ દેખાયું નહિ. હું જ્યાંથી ઉપર આવ્યો ત્યાં પગથિયાં પાસે જ રેલિંગને અઢેલીને બેઠેલા ગંડુ ફકીર પર મારી નજર પડી. મેં ફકીર સામે જોઈને સહેજ સ્મિત આપ્યું. તેણે કોઈ પ્રતિભાવ ન દર્શાવ્યો. મને થોડું અપમાન લાગ્યું.

એટલામાં મંચ પર આવીને એક જૈફ વયના, કલાકાર જેવા લાગતા માણસે કહ્યું, 'અલીબક્ષ, અબ આપ સમાપન કીજિએ.'

આ સાંભળીને ગંડુ ફકીર ઊભો થયો. મારા મનમાં સહેજ કચવાટ થયો. એક તો હમણાં જ તેણે મારી ઉપેક્ષા કરી તેવું મને લાગેલું; અને બીજું પેલો મહુડીવાળો પ્રસંગ હું ક્યારેય ભૂલી શકું તેમ ન હતો. આવા ઉત્કૃષ્ટ સમારોહમાં આવા ગાંડાઘેલા, મહુડી પીવાવાળાને મંચ પર આદરથી બોલાવાયો તે મને બહુ યોગ્ય ન લાગ્યું.

હું ત્યાં રેલિંગ પાસે જ, સમારોહનું સમાપનગાન સાંભળવા બેસી રહ્યો. ફકીર મંચ પર ગયો એટલે પેલા કલાકારે તેને નમન કર્યાં, પણ એનો કંઈ ઉત્તર આપ્યા વગર ફકીર સીધો આગળ આવ્યો અને બેઠો.

તેણે પોતાના સાથીઓ, પાછળ તંબૂર લઈને બેઠેલા યુવાન અને તબલાંવાદકને હાથ જોડી મસ્તક નમાવીને પ્રણામ કર્યા. મને મનમાં જ સહેજ હસવું આવ્યું. ગંડુ ફકીરે શરૂઆત કરી :

*'મૈં હૂં બંદા તેરા, મૈં હૂં આશિક તેરા*
*મૈં તો દીવાના હું, મેરે સિજદોં કા ક્યા ?*
*મૈં નમાઝી બનું યા શરાબી બનું,*
*બંદગી મેરે ઘર સે કહાં જાયેગી ?'*

આ સાંભળતાં જ હું સ્તબ્ધ થઈ ગયો. તેણે આગળની એક કડી ગાઈ, પણ મારું મન તો હજી 'મૈં નમાઝી બનું યા શરાબી બનું' સુધી જ જઈ શક્યું હતું. શ્રોતાઓમાંથી 'વાહવાહ ! ક્યા બાત કહી !'ના શબ્દો ઊઠ્યા. મારા ગળામાંથી હરફ પણ નીકળી શકે તેમ ન હતું.

હવે ફકીરે ગાયન આરંભ્યું. એક અલગ છટા, એક અલગ મસ્તી. તબલાં અને માનવકંઠની આવી અદ્ભુત લીલા મેં અગાઉ ક્યાંય જોઈ નથી,

અગાઉ ક્યાંય સાંભળી નથી. ભૈરવી તેની ચરમસીમાએ વાતાવરણમાં વ્યાપી રહી. મારા સહિત તમામ શ્રોતાઓ મંત્રમુગ્ધ થઈને સાંભળી રહ્યાં. માત્ર નર્મદા પોતાના સહજ વહેણે ખળખળ વહી રહી હતી.

અમારી મુગ્ધતા તૂટી ત્યારે ફકીર ઊભો થઈને શ્રોતાઓને પગે લાગ્યો. અમે બધાંએ તેની સામે હાથ જોડ્યા. 'સુપરિયા!' ફકીરે કહ્યું અને આગળની હરોળમાંથી ઊભી થઈને સુપરિયાને મંચ પર જતી મેં જોઈ.

'છોરી,' ફકીરે કહ્યું, 'હર સાલ યે કરો, અલગ-અલગ ઠિકાનોં પે કરો, મગર કરતી રહો.' કહીને ગંડુ ફકીર મંચ પરથી ઊતરીને જવા લાગ્યો ત્યાં ગણેશ શાસ્ત્રીએ તેને રોક્યો.

આવેલા દશેક કલાકારોને મંચ પર નિમંત્રીને ગણેશ શાસ્ત્રીએ દરેકને શાલ ઓઢાડી પુરસ્કાર આપ્યો. બધા જ યુવાન કલાકારોએ ગણેશ શાસ્ત્રીને પ્રણામ કર્યા. ફકીરને પણ શાલ ઓઢાડાઈ અને પુરસ્કાર આપીને ગણેશ શાસ્ત્રી નીચા નમીને ગંડુને પગે લાગ્યા.

ગંડુ બે ડગલાં પાછળ હટતાં બોલ્યો, 'પાગલ હૈ ક્યા?' અને મંચ પરથી ઊતરીને ચાલ્યો ગયો.

હું સુપરિયાને મળવા અને લ્યુસીને શોધવા ઉત્સુક હતો, ત્યારે ગણેશ શાસ્ત્રી પેલા જૈફ કલાકારને કહેતા સંભળાયા, 'આપ જિસકી આરાધના કરતે હૈં ઔર મૈં જિસકી પૂજા કરતા હૂં, ઉસકા દોસ્ત હૈ વહ.'

ગણેશ શાસ્ત્રીની આ વાત તે સાંભળી શક્યો હોત તો તેને ઘણા પ્રશ્નોના ઉત્તર મળી આવત. ભક્ત-ભગવાન, સેવક-સ્વામી, પામર-પરમનો છેદ ઉડાડી દઈને આવી મસ્તીભરી સીધી મૈત્રીનો સંબંધ કદાચ તેના પ્રશ્નોનો ઉત્તર બનત. આ દેશની સંસ્કૃતિના પાયામાં શું છે તેની શોધમાં એક મહત્ત્વની કડી તેને મળત. બ્રહ્મ સાથેનો આવો સીધો સરળ, પ્રેમ કરવાનો, લડવા-ઝઘડવાનો, રિસાવા-મનાવાનો, હાલરડાં ગાઈને ઘોડિયે હીંચોળવાનો સંબંધ આ પ્રજાને એક દોરે બાંધી રાખનાર અદૃશ્ય દોરનો એક તાંતણો છે – તેવું તે વિચારી શકત. 'બંદગી મેરે ઘર સે કહાં જાયેગી'ની ખુમારી લઈને ફરતા સૂફીઓ, 'ના મૈં કોઈ ક્રિયા-કરમમેં'નો સંદેશ સાળ પર વણી રહેલા મહામાનવો, 'અંતે તો હેમનું હેમ' બોલીને, તમામ ભેદભાવ ભૂલીને સચરાચરને એક ભાવે નીરખતાં માનવરત્નોનો આ પ્રજા પર મોટો ઉપકાર છે. હજારો વર્ષની સંસ્કૃતિને જીવતી રાખવાનું કૌવત આ પ્રજામાં સીંચવાનું કામ આવાં જાણ્યાં-અજાણ્યાં અનેક નામોએ કર્યું છે :

"...ટોળા વચ્ચેથી પસાર થઈ હું સુપરિયા પાસે ગયો. 'આવી ગયા?'

સુપરિયાએ મને આવકાર્યો. ગણેશ શાસ્ત્રી હજી મહેમાનોથી વીંટળાયેલા હતા.

'લ્યુસી!' સુપરિયાએ આજુબાજુ જોઈને બૂમ પાડી. થોડે જ દૂર કોઈ યુવાન કલાકાર સાથે વાતો કરતી લ્યુસીએ અમારી તરફ જોયું. પૂર્ણપણે ભારતીય વસ્ત્રોમાં સજ્જ, માથે ઓઢીને ઊભેલી કન્યાને જોઈને ઘડીભર હું માની ન શક્યો કે તે લ્યુસી છે.

પેલા કલાકારની રજા લઈને લ્યુસી લગભગ દોડતી આવી, મારો હાથ પકડીને કહે, 'કેમ છો?' પછી કહે, 'શોધી કાઢ્યા ને તમને આ જંગલો વચ્ચે?'

'મજામાં!' મેં કહ્યું, 'તું કેમ છે? તારા ડેડી કેમ છે?'

'તમે લોકો વાતો કરો. હું મહેમાનોની વ્યવસ્થા પતાવીને આવું.' સુપરિયાએ કહ્યું.

'અમે પણ આવીએ છીએ.' હું અને લ્યુસી એકસાથે બોલ્યાં.

કલાકારો માટે પાકા રસ્તા સુધી પાલખી અને ત્યાંથી બસની વ્યવસ્થા કરાઈ હતી. 'શ્રોતાઓ પાકા રસ્તા સુધી જવા ઇચ્છે તો ટ્રૅક્ટરમાં જઈ શકાશે. જે લોકો રોકાઈ જવા ઇચ્છે તેમને શમિયાણા તળે સૂવાની વ્યવસ્થા કરાશે' તેવી જાહેરાત કરીને અમે કામે વળગ્યાં.

લ્યુસી સાથે જ હતી. વચ્ચે-વચ્ચે અમે ઘણી વાતો કરી. તેના ઇજિપ્ત-પ્રવાસની, મારા અહીંના બિલ્યારના બગીચાઓની, તેના ડેડીની અને આશ્રમની, આશ્રમનું કામ જોઈને લ્યુસીના મનમાં ઊઠેલા પ્રતિભાવોની.

દોઢેક કલાક વ્યવસ્થામાં ગયો. જેઓ રોકાયા હતા તેમાંના ઘણાએ તો શમિયાણા તળે જગ્યા શોધીને લંબાવી પણ દીધું. શાસ્ત્રીજી નવરા પડ્યા એટલે હું તેમની પાસે ગયો. તેમને પ્રણામ કર્યા.

'થોડો મોડો પડ્યો, નહિ?' શાસ્ત્રીએ મારો ખભો થાબડતાં કહ્યું. મેં માત્ર હસીને પ્રત્યુત્તર વાળ્યો.

'હવે આરામ કરો.' શાસ્ત્રીજીએ અમને બધાંએ ઉદ્દેશીને કહ્યું.

'તમે કંઈ ખાધું છે?' સુપરિયાએ મને પૂછ્યું, 'વ્યવસ્થા છે.'

'હા.' મેં કહ્યું, 'વિદ્યાએ ટિફિન આપેલું.'

'સવારે મળીએ.' કહીને અમે છૂટાં પડ્યાં. હું ગણેશ શાસ્ત્રીના કમરામાં ગયો. શાસ્ત્રી સૂઈ ગયા હતા. મેં નીચે જ ચટાઈ પાથરીને લંબાવ્યું. રાતને સવાર થવામાં કંઈ વાર ન હતી. ગણેશ શાસ્ત્રીના ખભે જનોઈ ન જોઈને મને નવાઈ લાગી.

એકાદ કલાકમાં તો અમે ઊઠી ગયા. સૂર્યોદય થવામાં હતો. શમિયાણો

લગભગ ખાલી હતો. કેટલાક માણસો નર્મદાસ્નાન કરીને તૈયાર થતા હતા. એક તરફ નાસ્તાનું અને ચાનું ટેબલ ગોઠવેલું હતું ત્યાં થોડા માણસો ટોળે વળીને નાસ્તો કરતા હતા. લ્યુસી અને સુપરિયા રેલિંગના ટેકે ઊભાં-ઊભાં વાતો કરતાં હતાં.

ઊઠીને હું મારો સામાન સુપરિયાની ઓરડીમાં લઈ ગયો અને નર્મદાના કિનારા પર નાહવા ચાલ્યો. ઉપરથી લ્યુસી અને સુપરિયાએ મારી સામે હાથ હલાવ્યા. મેં તેમને નદીમાં નાહવા નિમંત્રણ આપતી સંજ્ઞા કરી. તે બંને જણે ઇશારાથી સમજાવ્યું કે બંનેએ ક્યારનુંયે નાહી લીધું છે.

નાહીને બહાર આવ્યો, પછી ભીનાં કપડાં લઈને ઉપર ચાલ્યો. બે-એક જણ સિવાય કિનારા પર કોઈ રહ્યું નહિ. ઉપર ગયો તો મોટા ભાગના લોકોએ વિદાય લઈ લીધી હતી. સુપરિયા અંદરની બાજુ કંઈક કામે વળગી હશે. લ્યુસી એકલી રેલિંગ પાસે ઊભી-ઊભી નર્મદાને નીરખતી હતી.

'અહીં બધે પથ્થરો જ છે; રેતી ક્યાંય નથી?' લ્યુસીએ મને પૂછ્યું.

'થોડે આગળ નદીની વચ્ચે રેતીનો ટાપુ છે.' મેં કપડાં રેલિંગ પર સૂકવતાં જવાબ આપ્યો, 'પાણીમાં થોડું ચાલીને જવું પડે, પણ સ્થળ સરસ છે. જવું છે?'

લ્યુસી થોડું વિચારીને કહે, 'તમે કામમાં ન હો તો ચાલો.''

## 21

“નદીના એકાંતે, ઠંડી સવારના કૂણા તડકામાં લ્યુસીની સાથે ચાલવામાં અને તેની વાતો સાંભળવામાં અમે ક્યારે પેલા રેતદ્વીપ પર પહોંચ્યાં તેની ખબર ન રહી. લ્યુસી રેતીમાં પગ લંબાવીને બેઠી. હું તેને અડીને બેઠો. લ્યુસીએ મારો હાથ પોતાના હાથમાં લીધો. અમે મૂક બેઠાં હતાં ને કિનારા પરથી કોઈની બૂમ સંભળાઈ. સામે જ કિનારા પર એક ખાખી ચડ્ડી અને ભૂખરું શર્ટ પહેરેલો માણસ ઊભો રહીને કંઈક કહેતો હતો.

‘આમને કંઈક મદદની જરૂર લાગે છે.’ લ્યુસીએ તેને જોતાં કહ્યું.

ત્યાં સુધીમાં પેલો અમારી તરફ આવ્યો. પોતાની જોળી રેતીમાં મૂકતાં તેણે કહ્યું, ‘પરકમ્માવાસી.’

‘ચિંતા ન કરશો.’ મેં પરિક્રમાવાસીને જવાબ આપ્યો અને હાથ જોડ્યા, ‘બધી વ્યવસ્થા થઈ જશે. અહીંથી થોડે જ દૂર મંદિર છે.’

‘નો હિન્દી, નો ઇંગ્લિશ, ઓન્લી તમિલ.’ પેલા પરિક્રમાવાસીએ કહ્યું. મેં ઇશારાથી તેને સમજાવ્યું કે અહીં તેમની બધી વ્યવસ્થા થઈ જશે.

‘કોણ છે તે?’ લ્યુસીએ જિજ્ઞાસાસહજ પ્રશ્ન કર્યો.

‘પરિક્રમાવાસી.’ મેં કહ્યું અને પરિક્રમા વિશે મને હતી તેટલી સમજ આપી.

‘આ ઉંમરે?’ લ્યુસીના આશ્ચર્યનો પાર ન રહ્યો. માણસ એક નદી ફરતે પરિક્રમા કરવા નીકળે તે જ તેને નવું લાગ્યું. એમાંય વધુ આશ્ચર્ય તો તેને એ જાણીને થયું કે આટલા લાંબા અંતરની અનેક કષ્ટભરી યાત્રાએ નીકળનાર વ્યક્તિ કોઈ દુન્યવી કારણો વગર, કોઈ સાહસ કરવાની કે સિદ્ધિ મેળવવાની ઇચ્છા વગર, કોઈ સંશોધન કરવાની વૃત્તિરહિત, અજાણ્યો-અનામી બનીને આ રીતે નીકળી પડે છે.

‘અજાયબ લાગે.’ લ્યુસી પેલા પરિક્રમાવાસી તરફ તાકી રહેતાં બોલી, ‘આખરે શું પામવા ઇચ્છે છે આ લોકો?’

‘નર્મદા.’ મારાથી કહેવાઈ ગયું.

‘એટલે?’ લ્યુસી એકદમ અચંબામાં પડી ગઈ, ‘આ રીતે નદીને પામવાનું શક્ય છે? આપણે ત્યાં કેટલાક સાહસવીરો એમેઝોનમાં આનાથી પણ વધુ

જોખમી સફરો કરતા હોય છે, પણ આવી ધૂન તેમને નથી વળગતી.'

મને લ્યુસીએ 'આપણે ત્યાં' શબ્દો વાપર્યા તે ગમ્યું, પરંતુ તેણે કરેલાં બીજાં ઉચ્ચારણો મને ન ગમ્યાં. મેં કહ્યું, 'હું પણ નહોતો માનતો. મને આ એક ધૂન લાગતી હતી; પણ હવે ધીમે-ધીમે લાગવા માંડ્યું છે કે એમેઝોન કે મિસિસિપિને પણ પામી શકાય, જો આવી જ શ્રદ્ધાથી તેની પરિક્રમા કરીએ તો.' મેં લ્યુસીના ચહેરાને ધ્યાનથી જોયો અને આગળ કહ્યું, 'પણ હું પ્રમાણ વગર માનવાનો નથી.'

'તમે કહો છો કે તે નર્મદાને આત્મસાત્ કરવા ધારે છે?'

'કદાચ.' મેં નદી તરફ દૃષ્ટિ કરતાં કહ્યું, 'આત્મસાત્ કરવા કે આત્મલીન થવા.'

'આશ્ચર્ય!' લ્યુસી ફરીને એ જ શબ્દ બોલી અને વહેતી નર્મદાને જોઈ રહી, 'કેટલી મુશ્કેલ યાત્રા, આવાં અરણ્યોમાં!'

'લ્યુસી,' મેં કહ્યું, 'દરેક પરિક્રમાવાસી એક શ્રદ્ધા સાથે નીકળે છે કે સ્વયં નર્મદા તેની સંભાળ લેશે. પરિક્રમા દરમિયાન ક્યાંક ને ક્યાંક નર્મદા તેને સદેહે મળશે પણ ખરી. આવી પળે તેને ઓળખવામાં પોતે ભૂલ ન કરે તેવી પરિક્રમાવાસીની પ્રાર્થના હોય છે.'

'ખરેખર એવું બને છે ખરું?' લ્યુસીએ પૂછ્યું. તે સમયે કિનારા પર ચાલ્યા જતા ગંડુ ફકીર પર તેની નજર પડી અને તે બોલી, 'હેય! જુઓ, પેલા જાય! ગઈ રાત્રે તેમણે ગાયું હતું!'

એટલામાં ગંડુની નજર પણ અમારા પર પડી અને તે અમારી તરફ આવ્યો. આવતાં જ પરિક્રમાવાસી તરફ જોઈને કહ્યું, 'પહૂંચ ગયે યહાં તક તો, ક્યું?' પેલો જવાબમાં માત્ર મલક્યો અને આગળની દિશા તરફ ઇશારો કરીને 'હજી તો લાંબો પંથ છે' તેવું સૂચવ્યું. મને નવાઈ લાગી કે આ 'ઓન્લી તમિલ' કહેતો હતો તે ગંડુનો પ્રશ્ન પળવારમાં શી રીતે સમજી ગયો?

અમે કંઈ પૂછીએ તે પહેલાં ગંડુએ ઝોળીમાંથી મોહનથાળ અને ફરસાણ કાઢ્યાં અને ઊભો થઈને કિનારેથી સાગનાં પાન લઈ આવ્યો. તેના પર નાસ્તો પાથરતાં પેલા પરિક્રમાવાસીને કહે, 'હમારી સુપરિયાને દિયા હૈ. ખાઓ. કહેતી થી, બાબા, સમાલકે રખના ઔર ખાના... અરે, જબ ખુદ નહિ સંભલ સકે તો ખાના ક્યા સંભાલેંગે? ક્યું, સચ હૈ ના?' સામો માણસ પોતાની ભાષા સમજે કે ન સમજે તેની ગંડુને પડી ન હતી; કે પછી પેલો તેની વાત સમજતો હતો?

અમે પણ નાસ્તો કરવામાં જોડાયાં. લ્યુસીની જિજ્ઞાસા શમી ન હતી.

તેણે મને પૂછ્યું, 'ખરેખર આ લોકોને નર્મદા દર્શન આપે છે?'

'ખબર નથી; પણ ઘણાંને એવો અનુભવ થયો છે એવું મેં સાંભળ્યું છે. તને પણ સાંભળવા મળશે.' મેં ઉત્તર આપ્યો.

'કેટલું ઉત્તેજનાસભર! પણ એવું શક્ય નથી લાગતું.' લ્યુસીએ કહ્યું, 'આપણે આ માણસને પૂછીશું?'

'હજી તે મંદિરે રોકાવાનો છે. તેને આરામ કરવા દે, પછી નિરાંતે પૂછીશું. તારામાંના સંશોધકને કાબૂમાં રાખજે.' લ્યુસીની મજાક કરતો હોઉં તેમ મેં કહ્યું.

'એટલી શિષ્ટતા છે મારામાં.' લ્યુસીએ પણ એવા જ સ્વરે જવાબ આપ્યો. ગંડુનું ધ્યાન અમારી વાતો તરફ ગયું. તેણે પૂછ્યું, 'કયા કહેતી હૈ લડકી?'

મેં અમારી વાતનો સાર ગંડુને કહ્યો અને ગંડુએ વાતનો દોર સીધો જ લ્યુસી સાથે જોડી લીધો. 'તુમ ચાહતી હો નર્મદા કો પાના? તો ચલી જાઓ ઇનકે સાથ, અગર બ્યાસ પડતા હૈ તો.'

જવાબમાં લ્યુસીએ મસ્તક ધુણાવી, હાથની સંજ્ઞા કરી 'ના' કહી. બે સાવ અજાણ્યાં, એકબીજાની ભાષા પણ ન જાણતાં માણસો આટલી સરળતાથી વાત કરી શકે તે મેં દંગ રહીને જોયા કર્યું. પેલો તમિલભાષી પણ આનંદપૂર્વક આ નવો અનુભવ માણતો રહ્યો. ગંડુએ એક પાંદડું હાથમાં લીધું અને લ્યુસી સામે ધર્યું. પછી સાવ સરળ પણ કંઈક જુદા જ અવાજે બોલ્યો, 'બોલ, લડકી, તૂ ઈસ પત્તેકા રૂપ લે સકતી હૈ?' પૂછીને તે થોડું અટક્યો. લ્યુસી તેનો પ્રશ્ન સમજી છે તેવું લાગતાં જ તેણે કહ્યું, 'અગર હાં, તો યે પૂરા પેડ તેરા રૂપ લે લેગા. અગર કોઈ... કયા નામ હે તેરા? લુસી?... હાં, તો લુસી, પત્તા યા ડાલી ભી બન સકે તો પેડ જરૂર લુસી બન જાયગા. યે પ્રતિજ્ઞા હે પેડકી, યહી વચન હૈ નદીકા, આકાશકા – હર ચીજકા.' પછી અમને બધાંને ઉદ્દેશીને કહે, 'જીન્હે તુમ બેજાન સમજતે હો વે સબ હમસે કઈ જ્યાદા જિન્દા હૈં.'

લ્યુસી હતપ્રભ બેઠી સાંભળી રહી અને ધીમેથી માત્ર બે શબ્દો બોલી શકી : 'ઓહ નો!'

કિનારા તરફથી કોઈનો અવાજ સંભળાયો. થોડી વારે ઢોળાવ પાછળથી બે-ત્રણ ગાયોને હંકારતી નાનકડી બાળા નદીમાં ઊતરી. ગાયો પાણી પીતી હતી ને તે બાળા અમને નીરખતી રહી. ગંડુએ તેને નાસ્તો કરવા નિમંત્રી. તે આવી. તેણે પોતાને મળેલા ભાગમાંથી થોડું એક પાનમાં વીંટ્યું. બાકીનું

ખાઈને ઊભી થતાં ગંડુને પૂછ્યું, 'મું જાઉં ?'

ગંડુએ હસીને કહ્યું, 'હાં, મા, કહીં જા સકતી હો તો જાઓ.' અને પેલી પોતે પાંદડામાં બચાવેલા ભાગ લઈને ગાયો વાળતી ચાલી ગઈ.

હું ગંડુ તરફ જોઈ રહ્યો. મને મનમાં પ્રશ્ન થયો કે ગંડુ કહે છે તે કદી પણ સત્ય હોઈ શકે ? તે સાથે મને ગઈ રાત્રે જ મળેલું યુગલ યાદ આવ્યું. તેમાંની સ્ત્રીએ પણ આ રીતે જ પોતાના ભાગમાંથી અલગ કાઢીને ભોજન સાચવ્યું હતું અને જતાં પહેલાં બે વખત પૂછ્યું હતું, 'મું જાઉં ?' આ બે પ્રસંગોનું સામ્ય શું સૂચવે છે તે સમજવાની મારી શક્તિ નથી. તે માત્ર અકસ્માત હોય કે અહીંના લોકોનો માત્ર રિવાજ પણ હોય.

પણ તેમ ન હોય તો ? તો પછી એ સમયે ઘટેલી તે નાનકડી ઘટનાથી મોટું સત્ય બીજું ન હતું. પેલાં બે ભૂખ્યાં જનો, ઊંચે આવી રહેલો ચંદ્ર, આસો નવરાત્રીનું નિરભ્ર આકાશ, ચોતરફ પથરાયેલી ખડકમાળ વચ્ચે ખળખળાટ વહી રહેલાં જળ અને તે સહુથી જુદી ઘટનામાં કોઈ માટે સાચવીને પાંદડે વીંટીને અલગ રખાયેલું અન્ન – બ્રહ્માંડના છેડા સુધી વ્યાપતું પરમ સત્ય તો ત્યાં જ હતું; પણ હું તે પારખવામાં થાપ ખાઈ ગયો તેવું મારે સ્વીકારવું રહ્યું. તોપણ જ્યાં સુધી નદી પોતે પોતાના મુખે મને નહિ કહે કે 'હું નર્મદા છું' ત્યાં સુધી કંઈ પણ ન માનવાનું નક્કી કરીને હું ઊઠ્યો.

ગંડુ પેલા તમિલભાષીને ખભે હાથ મૂકીને ઊભો થયો અને જતાં-જતાં કહ્યું, 'મું જાઉં ?' અમે બધાં જ હસી પડ્યાં. ગંડુ વનો તરફ અને અમે મંદિર તરફ ચાલ્યાં.

શાસ્ત્રીને ત્યાં પહોંચીને મેં પરિક્રમાવાસીની વ્યવસ્થા કરી. પછી હું અને લ્યુસી રસોડા તરફ ગયાં. સુપરિયા રસોઈયાને સૂચનાઓ આપતી હતી. અમને જોઈને તેણે કહ્યું, 'બિત્તુબંગા સાથે વાત થઈ છે. તે તમને સાઠસાલીઓ પાસે લઈ જશે. ક્યારે જવાનું છે તે બિત્તુબંગા જાણી લાવશે.'

'ભલે.' લ્યુસીએ કહ્યું અને આગળ બોલી, 'હવે બીજું કોઈ કામ છે ?'

'થોડી વાર પછી.' સુપરિયાએ કહ્યું, 'રસોઈ તૈયાર થાય એટલે જેટલાં છે તેટલાંને જમાડી દઈએ પછી નવરાં.'

બહાર બે કુટુંબ અને બીજાં થોડાં માણસો મળીને પંદર-વીસ જણ હતાં. અમે બધાંને જમાડ્યાં. પેલા તમિલ પરિક્રમાવાસીને એક ઓરડીમાં ઉતારો આપ્યો. બપોરે મેં અને સુપરિયાએ લ્યુસીના પ્રવાસની વાતો સાંભળી. ચાર વાગતાં જ લ્યુસીએ પેલા તમિલ પરિક્રમાવાસીને યાદ કર્યો.

હું અને લ્યુસી તે પરિક્રમાવાસીના ઉતારે ગયાં. તે કંઈક વાંચતો હતો. અમને જોઈને તેણે પુસ્તક બાજુ પર મૂક્યું અને હાથ જોડ્યા.

મેં અને લ્યુસીએ તેને મહામહેનતે સમજાવ્યું કે અમારે તેની પરિક્રમા વિશે અને તેના અંગત જીવન વિશે થોડું પૂછવું છે.

ભાષાની મુશ્કેલી અમને નડી. પણ લ્યુસી તેની વ્યાવસાયિક કુશળતાથી આ પરિસ્થિતિનો ઉકેલ લાવી શકી.

તે ત્રણ મિત્રો તમિલનાડુથી સાથે નીકળ્યા છે. બીજા બે જણને થોડું હિન્દી અને સારું અંગ્રેજી બોલતાં આવડે છે. પોતે બીમાર થવાથી વચ્ચે રોકાઈ ગયો હતો તેથી પાછળ રહી ગયો છે. હવે આગળ જતાં મિત્રોની સાથે થઈ જશે.

તેનું નામ પૂછ્યું તો કહે, 'પરિક્રમાવાસી.'

'તમે સંન્યાસ લીધો છે ?' લ્યુસીએ પૂછ્યું.

'ના.' તે હસી પડ્યો. પત્ની, બે પુત્રો અને એક પુત્રી છે. પુત્રો સરકારી નોકરીમાં છે. દીકરીને પરણાવી છે. ઘરેથી નીકળતાં પત્નીએ પાછા આવવાનું વચન લીધું છે. પોતે શિક્ષક છે. આ વર્ષે રીટાયર થશે. રીટાયર થતાં અગાઉની રજાઓમાં તે નીકળ્યો છે. ઘર છોડ્યે ત્રણ મહિના થયા. લ્યુસી સારી એવી વાતો કઢાવી શકી.

છેવટે લ્યુસીએ પૂછ્યું, 'રસ્તામાં તમે નર્મદાને મળ્યા ?'

પેલો સમજ્યો નહિ. મેં 'દર્શન' કહી, હાથ જોડીને અભિનય સહિત ફરી પૂછ્યું, 'નર્મદાદર્શન.'

'દર્શન' શબ્દ તે સમજ્યો અને અમારો પ્રશ્ન પણ સમજ્યો. સમાધિમાં સરી ગયો હોય તેમ થોડી ક્ષણો આંખો બંધ કરીને બેસી રહ્યો. પછી નર્મદાની દિશામાં હાથ જોડીને મસ્તક નમાવ્યું. તે કંઈ બોલી ન શક્યો. તેની આંખોમાંથી અશ્રુધારા વહેવા લાગી. ધીમેથી તે ઊભો થયો અને કમરામાંથી બહાર જઈ રેલિંગ પાસે ઊભો રહી નર્મદાને નીરખતો રહ્યો.

'તેણે કંઈ જવાબ આપ્યો ?' લ્યુસીએ મને પૂછ્યું.

'આપ્યો અને ન પણ આપ્યો.' કમરામાંથી બહાર નીકળતાં મેં લ્યુસીને જવાબ આપ્યો, 'તેનાં આંસુ નર્મદાને મળ્યાના આનંદથી વહેતાં હતાં કે હજી સુધી અધૂરી રહેલી દર્શનની ઇચ્છાને કારણે તે આપણે વિચારી લેવાનું.'

'જે રીતે તે વાત કરે છે તે, જે રીતે અહીં આવ્યો છે,' લ્યુસી બહાર ઊભી રહીને પેલા તમિલ યાત્રીને જોતાં બોલી, 'તે જોતાં તેને હવે કોઈ ઇચ્છા હશે તેવું લાગતું નથી.'

'હં...' મેં કહ્યું અને અમે મંદિરના ઓટલા તરફ ગયાં. લ્યુસી ઓટલા પર બેસીને નોંધ કરતી રહી. હું ત્યાં જ ઊભો હતો. અચાનક લ્યુસીએ નોટબૂકમાંથી નજર ઉઠાવતાં પૂછ્યું, 'આપણે એ રીતે નર્મદાકિનારે થોડું ચાલી શકીએ ?'

'તારી પાસે પૂરતો સમય હોય તો.' મેં લ્યુસી પાસે બેસતાં કહ્યું, 'પરિક્રમા પંદર-વીસ દિવસ કે મહિનામાં કરવાનું કામ નથી.'

'પણ એથી વધુ સમય તો મારી પાસે નથી.' લ્યુસી ડાયરી પોતાની પર્સમાં મૂકતાં બોલી. 'પરિક્રમા નહિ તે થોડા દિવસોનો પગપાળા પ્રવાસ કરવો તો છે જ.' તેનો વિચાર નિર્ણય-સ્વરૂપે બહાર આવ્યો. અમે બંને ગણેશ શાસ્ત્રી પાસે ગયાં. અમારો વિચાર જાણીને રાજી થતાં કહે, 'અમરકંટક જઈને થોડે સુધી નીચે ઊતરીએ તો સાતેક દિવસનો પ્રવાસ થાય.'

'મેં કોઈ નદીના ઉદ્‌ગમસ્થાનને જોયું નથી.' લ્યુસી ઉત્સાહથી બોલી, 'મને બહુ ગમશે.'

'તું નિરાશ થઈશ.' ગણેશ શાસ્ત્રીએ કહ્યું, 'હવે અમરકંટકમાં પણ આધુનિક વ્યાવસાયિક વૃત્તિઓ પહોંચી ગઈ છે.'

'ભલે,' લ્યુસીએ કહ્યું, 'મને વ્યાવસાયિક હોવા તરફ અણગમો નથી.' અને અમે નર્મદાના ઉદ્‌ગમ તરફ નીકળવાની તૈયારી આદરી. જતાં બસમાં અને વળતાં થોડું ચાલીને આવવાની અમારી યોજના હતી."

# 22

"અમે અમરકંટક પહોંચ્યાં તે દિવસ થોડો વરસાદ પડ્યો. વાતાવરણ રમ્ય અને ચાલવાની મજા પડે તેવું થઈ ગયું. વળતી સફરની કેડીઓ થોડી કઠિન હતી, પણ વાતાવરણે અમારો ઉત્સાહ અને ઝડપ ટકાવી રાખ્યાં. અત્યારે કપિલધારા પહોંચ્યાં છીએ અનેક પ્રપાતોની સ્વામીની નર્મદાના સહુથી ઊંચા પ્રપાત કપિલધારાને જોતી લ્યુસી ઊભી છે. પથ્થરોની ઘાટીને કોરીને નર્મદા વેગ-સહ ધસી રહી છે.

'મેકલના પહાડો ઊતરીને મેદાનમાં જશે. ફરી પહાડો અને અરણ્યોમાં, ફરી મેદાન અને પછી ટેકરીઓમાં થતી આ પાતળી ધારા જેમ-જેમ આગળ વધતી જાય છે તેમ-તેમ અનેક નદી-નાળાંને પોતાનામાં લીન કરતી જળસમૃદ્ધ થતી રહે છે.' શાસ્ત્રીએ કહ્યું તે લ્યુસીએ પોતાની ડાયરીમાં નોંધ્યું.

'સમય હશે તો ક્યારેક તને "નર્મદાષ્ટક" સંભળાવીશ અને તેનો અર્થ પણ સમજાવીશ. બહુ સુંદર કાવ્ય છે. શંકરાચાર્યે લખેલું.' શાસ્ત્રીજીએ "નર્મદાષ્ટક' "ની એક પંક્તિ ગાઈ અને અર્થ કહ્યો.

'અદ્‌ભુત!' લ્યુસીએ કહ્યું અને નકશો ખોલ્યો. ધ્યાનથી નર્મદાનું સ્થાન જોઈને બોલી, 'આખા ભારતને બરાબર વચ્ચેથી બે ભાગમાં વહેંચે છે.'

'હું એનાથી જુદું માનું છું.' શાસ્ત્રીએ કહ્યું, 'એ આ દેશને જોડે છે. ઉત્તરાખંડને અને દક્ષિણપથને જોડીને એકસાથે રાખે છે આ રેવા.' શાસ્ત્રી થોડું અટક્યા અને દૂર સુધી નજર દોડાવતાં કહ્યું, 'બેટા, અમરકંટકથી નીકળીને સમુદ્રને મળે છે ત્યાં સુધીમાં આ નદી કેટકેટલી શ્રદ્ધા, કેટકેટલી સાંત્વના, કેટકેટલા પ્રેમ, કેટકેટલો આદર, અનેક પુણ્યો અને અગણિત દંતકથાઓનું સર્જન કરે છે. સમગ્ર દેશને ખૂણેખૂણે ઘરમાં બેસીને સ્નાન કરતા લોકો પણ આ નદીનું નામ લઈને શરીર પર કળશો ઢોળે છે.'

શાસ્ત્રી ભાવથી બોલતા ગયા, હું અને લ્યુસી સાંભળી રહ્યાં, 'અનેક નામધારી આ જળધારા સાગરસંગમ પહોંચે ત્યાં સુધીમાં અનેક સ્વરૂપે પ્રગટ થાય છે, પોતે બદલાય છે અને તેના સંસર્ગમાં આવનારનાં જીવન બદલી નાખે છે.' કહી શાસ્ત્રીજી આગળ ચાલ્યા. અમે તેમની પાછળ દોરાયાં.

'પાણીના એક પ્રવાહનું આટલું સામર્થ્ય?' લ્યુસી બોલી.

'હા, આ ધરાતલ પર અન્યત્ર આવું હશે કે નહિ તે મને ખબર નથી.' શાસ્ત્રીએ વાત પૂરી કરી.

કપિલધારાથી ચાલેલાં અમે બપોર સુધીમાં એક નાનકડા ગામમાં પહોંચ્યાં : શાસ્ત્રીજીના નાનપણના એક મિત્રને ત્યાં રોકાયાં. હું અને લ્યુસી ,ગામમાં કરવા નીકળ્યાં. નાનકડું ગામ. થોડી વારમાં તો અમે પાછાં ફર્યાં. જોયું તો યજમાનનો નાનો પૌત્ર જમીન પર આળોટતો કજીયે ચડેલો.

'શું થયું આને ?' લ્યુસીએ છોકરાની પાસે જઈને તેને ઊભો કર્યો. લ્યુસીને જોઈને છોકરો શાંત તો પડી ગયો, પણ રિસાઈને ઓટલે જઈને સૂતો.

'શું થયું હતું તેને ?' લ્યુસીએ મને પૂછ્યું. છોકરાની મા ગાયને ચારો નાખતી હતી. લ્યુસીની ભાષા તે સમજતી ન હતી, પણ લ્યુસી છોકરાના રડવાનું કારણ પૂછે છે તેવું સમજતાં તેને વાર ન લાગી. તે ગુસ્સામાં જ બબડી. 'કંઈ નથી એને. એ છે જ અળવીતરો. અહીં આંગણામાં પીપળો વાવવો છે એને.'

મેં લ્યુસીને આ કારણ બતાવ્યું તો તેણે કહ્યું, 'તો વાવવા દો તેને, શો વાંધો છે ?'

'વાંધો આપણને નથી' મેં કહ્યું, 'છોકરાની માને છે. અમારા લોકોની એવી માન્યતા છે કે પીપળો અપશુકનિયાળ વૃક્ષ છે અને તેને ઘરઆંગણે વવાય નહિ.'

'પણ એ સાચું નથી.' લ્યુસીએ કહ્યું, 'ઑક્સિજનનો વિપુલ જથ્થો વાતાવરણમાં છોડતાં જે ગણ્યાંગાંઠ્યાં વૃક્ષો છે તેમાં આ વૃક્ષનો સમાવેશ થાય છે. હકીકતમાં તો પીપળો પવિત્ર ગણાવો જોઈએ.'

'પવિત્ર જ ગણાય છે.' શાસ્ત્રીએ ઘરની અંદર હીંચકે બેઠાં-બેઠાં કહ્યું, 'લ્યુસી, તેં આપણા મંદિરે આ વૃક્ષ જોયું ને ? તેના થડ પર પૂજાપો અને સૂતરના દોરા છે.'

'અરે હા !' લ્યુસીને યાદ આવ્યું, 'તો પછી અહીં વિરોધાભાસ કેમ ?' લ્યુસીની સંશોધનવૃત્તિ જાગી. તેણે નોટપેન કાઢ્યાં અને અંદર જઈ ડામચિયાના ટેકે ઊભી રહીને શાસ્ત્રીને પૂછ્યું, 'બોલો, તમે શું કહો છો ?'

'જો, અહીં સાસરે આવેલી દીકરીને ક્યારેક મા-બાપ સાંભરે કે સાસરાના ઘરમાં કોઈને કહેવાય નહિ એવું મનદુઃખ થાય ત્યારે એ પીપળા પાસે જઈને પોતાની વાત કહે છે. તને કદાચ આ નવું લાગશે, પણ મેં મંદિરના પીપળે આ નજરે જોયું છે. એટલે આ ઝાડ અપવિત્ર છે તે વાત તો હું ન માનું.' શાસ્ત્રીએ હીંચકો ઠેલતાં કહ્યું, 'તે છતાં ઘરઆંગણે પીપળાને અશુભ ગણ્યો

છે તે કદાચ એ કારણે કે આ ઝાડનાં મૂળ એટલાં મોટાં થાય છે કે ઘર પાસે વાવીએ તો દીવાલો પાર જઈને તેનાં મૂળ ઘરને પોલું કરી નાખે. આ એક કારણ હોય તેને ઘરઆંગણે વાવવા પરના નિષેધનું.'

'કદાચ એમ હોય.' લ્યુસીએ કહ્યું, 'તોપણ તે સીધી રીતે સમજાવી ન શકાય ?'

'લ્યુસી,' શાસ્ત્રીએ કહ્યું, 'અમારી ગરીબ, ભોળી અને આખોય દિવસ મહેનત કરવામાં ગાળતી પ્રજાને વૈજ્ઞાનિક કારણો અને વાતોમાં રસ ન પડે. અમે પાપ અને પુણ્ય કે શુકન અને અપશુકનને જ સમજવાનાં, એથી કોઈ પણ નિયમ પળાવવા માટે આવા નિષેધનો માર્ગ અપનાવવો સરળ બને.'

કહીને શાસ્ત્રીએ પાણી પીધું, પછી મને ઉદ્દેશીને કહ્યું, 'તું પણ સાંભળ. પીપળો ઘર પાસે ન વવાય એ સાચું, પણ એને અપવિત્ર નથી મનાયો. આપણાથી એને કપાય પણ નહિ. એને માત્ર અપશુકનિયાળ જ કહ્યો હોત તો આ પ્રજા દેશમાં ક્યાંય પીપળો રહેવા ન દેત. આ ઝાડ ક્યાંય જોવા ન મળત. ઘરઆંગણે અપશુકનિયાળ મનાતું આ વૃક્ષ પાદર કે કૂવા-તળાવ-કાંઠે પરમ પવિત્ર મનાય. એને કોઈ કાપે નહિ – ન એનું લાકડું બાળે. પીપળાને પાયેલું પાણી પિતૃઓને પહોંચે છે એવી ભાવના મૂકીને આ વૃક્ષને તો આપણે પિતૃ-સમાન સ્થાને મૂક્યું છે.'

'હું સમજી શકું છું.' લ્યુસીએ કહ્યું, 'આવી બીજી માન્યતાઓ કે કથાઓ હશે ?'

'ઘણી.' શાસ્ત્રીએ કહ્યું, 'દરેક પ્રથા કોઈ ને કોઈ કારણસર પડી હોય. ઋષિમુનિઓ સાવ એમ જ નિયમો ઘડે એવું તો ન જ હોય ને ?' કહીને શાસ્ત્રી ઊભા થયા અને અંદરના કમરામાં જતાં રોકાઈને કહ્યું, 'આવી પરંપરાઓ માનવી અને પ્રકૃતિ એકબીજાના જીવનક્રમમાં વિક્ષેપરૂપ બન્યા સિવાય યથાવત્ ટકી રહે તે માટે સર્જાઈ છે. તું જેમ-જેમ ફરીશ તેમ-તેમ જાણીશ. આપણું તો જીવન જ પ્રકૃતિ પર નિર્ભર છે. એને છેહ દીધે આપણે ચાલવાનું નથી.'

લ્યુસી તેની ડાયરી લખતી હતી. મેં મારી નોંધપેથી લખી.

નાનકડું ગામ સાંજની પ્રવૃત્તિઓમાં રમતું થયું. મંદિરે ઝાલર વાગી. હું અને લ્યુસી મંદિરે જવા નીકળ્યાં.

પાછાં ફરતાં અમે બંને નદી તરફથી ચાલ્યાં. 'તમે પાછા ક્યારે આવો છો ?' લ્યુસીએ ચાલતાં-ચાલતાં સહજ રીતે પૂછ્યું અને મારાં આંગળાંમાં પોતાનાં આંગળાં સરકાવ્યાં.

આછા અંધકારમાં મેં લ્યુસીના સ્પર્શનું અને કથનનું નિમંત્રણ આખા અસ્તિત્વમાં અનુભવ્યું. 'અત્યારે જ ચાલ' કહેવાની ઇચ્છા તો થઈ આવી, પણ તે સાથે જ લ્યુસીને અહીં રોકી રાખવાની ઇચ્છા વધુ પ્રબળતાથી બહાર આવી. મેં થોડું વિચાર્યું અને કહ્યું, 'લ્યુસી, હું પાછો ફરું તે કરતાં તું અહીં આવે તેવું ન બને? આપણે સાથે મળીને ઘણાં કામ કરી શકીએ. આમેય આ વનોમાં રહેવું તને ગમે તો છે જ.'

'મને અહીં ગમે છે તે સાચું, પણ એથી હું અહીં રહી પડું એવું તમે વિચારો તેની મને નવાઈ લાગે છે.' લ્યુસીએ આંખો વિસ્તારતાં કહ્યું. થોડી વાર કંઈક વિચારીને જરા વ્યંગપૂર્વક હસી અને બોલી, 'નદી સદેહે દર્શન દે છે એવી ભ્રમણાઓ વચ્ચે આવીને રહેવાનું તમે મને કહો છો? ઠીક છે, એ બધું જોઈ-સાંભળીને આપણે રોમાંચ અનુભવીએ, છાપાંઓ અને બીજાં માધ્યમો વડે આ બધું બીજાંને જણાવવાનો આનંદ પણ લઈએ; પરંતુ આવી દંતકથાઓનાં પાત્ર બનવામાં મને રસ નથી.' કહીને લ્યુસી થોડી વાર મૌન સેવી રહી. પછી આગળ ચાલતાં બોલી, 'અને મને તો લાગે છે કે તમારે પણ હવે અહીં રોકાવાની જરૂર નથી.'

'મારે હજી કામ છે. હું તાત્કાલિક તો નીકળી ન શકું.' મેં કહ્યું.

'શું કામ છે?' લ્યુસીએ થોડું ચિડાઈને કહ્યું, 'તમે અને ડૅડી બંને કોણ જાણે શું કરો છો! અહીંનો કે આફ્રિકાનો, એક પણ રિપૉર્ટ ડૅડી હજી સુધી રજૂ કરી શક્યા નથી. કોણ જાણે યુનિવર્સિટી પણ તેમને શા માટે પૈસા આપ્યા કરે છે!'

કહીને લ્યુસી મારા તરફ ફરીને ઊભી રહી અને બોલી, 'તમેય આટલાં વર્ષોથી અહીં કામ કરો છો, પણ તમારા કામ વિશે મને અને ડૅડી સિવાય કોને માહિતી છે? હું તો અહીં પંદર કે વીસ દિવસ રહીશ, પણ પછીના થોડા જ દિવસોમાં દુનિયાનાં કેટલાંય છાપાંઓમાં મારું નામ અને ફોટા તમે જોઈ શકશો!'

મારું હૃદય ચિરાઈ ગયું. લ્યુસી આ રીતે વિચારતી હોય એવી કલ્પના પણ મેં નહોતી કરી. મેં તેનો હાથ છોડી દીધો. મારી વ્યગ્રતાને શમાવતાં મેં ધીમેથી કહ્યું, 'મને વિચારવા દે.' લ્યુસી એક ક્ષણ ઊભી રહી પછી ઝડપથી ચાલવા માંડી. થોડે આગળ જઈને અમે એક ખડક પર એકબીજાને અઢેલીને બેઠાં.

હું બેઠો-બેઠો ઊગતા ચંદ્રના ઉજાશમાં નર્મદાને નીરખતો રહ્યો. મારું મન વિચારે ચડ્યું: અહીં રહીને હું શું કરીશ? લ્યુસી કહે છે કે અહીં હું

જે કામ કરું છું તેની કોઈ કિંમત નથી. એનાથી મારી કોઈ ઓળખ બનતી નથી. વર્ષો પહેલાંની સાંજે જ્યારે મને આ કામ સોંપાયું ત્યારે મને પણ એ વિચાર આવી ગયો હતો. આજે ફરી નિર્ણયની ઘડી આવી છે ત્યારે મને કહેવામાં આવે છે કે મારું કામ વ્યર્થ છે. મારું જીવન વ્યર્થ, સ્થૂળ વીત્યું છે. મારું મન ભારે થઈ ગયું. મેં ખડક પર લંબાવ્યું અને જીવનમાં પ્રથમ વખત ઉચ્ચાર્યું: 'નર્મદે હર!' જાણે થોડી પળો માટે મારી આંખ મળી ગઈ.

સ્વપ્નમાં જ મને નર્મદા સદેહે સામે આવીને કહેતી હોય તેવું લાગ્યા કર્યું; જાણે કહેતી હોય: 'તારું કોઈ કામ વ્યર્થ નથી. સ્થૂળ દેખાતાં કામો જ સૂક્ષ્મ વિકાસ તરફ દોરી જાય છે. માત્ર ધન કે યશ મેળવવામાં જીવન સમાપ્ત કરનારા તો અનેક છે. લાખોમાં એકાદ માનવી જ તું જે માર્ગે ચાલ્યો છે તે માર્ગે ચાલે છે.'

હું જાગી ગયો અને નિર્ણય સાથે ઊભો થયો. મેં લ્યુસીને કહ્યું, 'મને જે લાગે છે તે હું મારી જાતે ચકાસી જોવા માગું છું. તું મને થોડો સમય આપ. એ દરમિયાન હું મારો રસ્તો શોધી શકીશ. જો સ્પષ્ટ નહિ થઈ શકું તો વળતી જ પળે હું ત્યાં આવીશ અને સત્ય મળશે તો...' કહી હું અટક્યો અને ઉમેર્યું 'તો તું મારી રાહ ન જોતી.'

'ભલે.' લ્યુસીએ જવાબ આપ્યો.''

23

"અરણ્યોની રાત્રીઓ નિત્યનવીન ભાષા બોલે છે. સાંજ ઢળે અને અરણ્યોનાં રહસ્યો જાગે છે. દિવસની ભાષા બોલવી બંધ કરીને અરણ્યો અંધકારની ભાષા બોલવાનું શરૂ કરે છે.

ઘુવડ, ચીબરીના ચિત્કાર, દૂર-દૂર વાગતા ઢોલ, ક્યાંક સંતાઈને વહેતા ઝરણાનો ખળખળાટ, તમરાંના રણકાર, વાઘ કે દીપડાના ઘુરકાટ – રાત્રીની નીરવ શાંતિમાં દરેક અવાજને સ્પષ્ટપણે અલગ સાંભળી શકાય છે. અનુભવી કાન તો થોડે દૂરથી જતાં સરીસૃપની ગતિને પણ સાંભળી શકે તેટલી શાંત અને સ્પષ્ટ ભાષા અરણ્યો બોલે છે.

પછી નીખરે છે વનોનું ભયાવહ સૌંદર્ય. સુંદર ટેકરીઓ પર ક્યાંક વૃક્ષો પર પોતાનો શણગાર વિખેરતા આગિયા કે ચાંદની રાત્રે ચંદ્રનું પ્રતિબિંબ ઝીલતાં સાગબાનનાં ચળકતાં પાન. પૃથ્વી માનવદેહ ધરે તો આ અરણ્યોને ખોળે, ટેકરીઓ પર મસ્તક ટેકવીને સૂવા આવે એવી સૌંદર્યમય સૃષ્ટિનું સર્જન અહીં થાય છે.

કૃષ્ણપક્ષની રાત્રીએ આ ઘનવિજન વનોને જોવા નીકળ્યા હોય તેમ એક પછી એક ઝાંખા, ઉજ્જ્વલ તારકો ક્ષિતિજ પરથી ડોકિયાં કરી ધીરે-ધીરે આકાશમાર્ગે ગતિ કરે છે.

લ્યુસી મને પણ આકાશદર્શનનો શોખ લગાડી દેશે. આજે અડધી રાત સુધી અમે આકાશ તરફ જોયા કર્યું. સુપરિયા પણ થોડો સમય અમારી સાથે રહી.

'આર્દ્રા,' લ્યુસીએ ડાયરીમાં કંઈક નોંધતાં મને કહ્યું, 'પારિજાત અને અભિજિત. તેં એમનાં સ્થાન જોયાં ?'

'હા,' મેં કહ્યું, 'પણ મને કંઈ યાદ નથી રહેવાનું.'

'હું યાદ રાખવાનું નથી કહેતી. જરા વિચાર, તને કંઈ નવું સમજાય છે ?' હું જાણે તેનો વિદ્યાર્થી હોઉં અને તે શિક્ષિકા હોય તેમ લ્યુસીએ પૂછ્યું.

'એમાં મને સમજ નહિ પડે.' મેં કહ્યું.

'તમારા બાપદાદાઓને પડતી હતી.' લ્યુસીએ આકાશ સામે જોતાં કહ્યું, 'પેલાં બૂઢાં પાર્વતીમાને પણ પડે છે.'

'તું વળી પાર્વતીમાને ક્યાં મળી ?' મેં પૂછ્યું.

'એમના ઘરે જ વળી.' લ્યુસીએ ટૉર્ચના અજવાળે ડાયરીમાં કંઈક જોતાં જવાબ આપ્યો, 'અહીં આવતાં પહેલાં બે દિવસ હું ગુપ્તાજીને ત્યાં રહી. ગુપ્તાજીની દીકરીને વચ્ચે રાખીને મેં માજી પાસે વાર્તાઓ સાંભળી.' કહીને ફરી પાછી તે આકાશ તરફ જોઈને વિચારતી હોય તેમ આંટા મારવા લાગી. પછી મારી પાસે આવીને પૂછ્યું, 'માજી કહેતાં હતાં કે આ નામ નક્ષત્રોનાં છે; પણ આ નકશામાં તો તારાનાં નામ હોય તે રીતે જ લખ્યું છે. કંઈ સમજાયું ?'

'શું ?' મને કંઈ સમજ ન પડી.

'આર્દ્રા પોતે મૃગશીર્ષ નક્ષત્રનો જ એક ભાગ છે, છતાં તમારાં ખગોળશાસ્ત્રોમાં તે એકલા તારાને પણ આર્દ્રા નક્ષત્ર હોવાનું ખાસ માન મળ્યું છે. એવું જ પારિજાત અને અભિજિતનું. આ બધાં પોતે એક જ તારો હોવા છતાં આખું નક્ષત્ર બનવાનું માન મેળવી ગયાં છે.' કહીને લ્યુસી અટકી, 'એવું શા માટે હોય ?'

'એ તો જેણે નક્ષત્રોમાં નામ પાડ્યાં હશે તે જાણે.'

'સાવ સાચું.' લ્યુસી જરા ઉત્સાહથી બોલી, 'એ લોકો જ જાણે અને જાણતા જ હોવા જોઈએ કે આર્દ્રા અને પારિજાત બીજા તારાઓ કરતાં અલગ છે. તે અતિવિરાટ લાલ તારાઓ છે, ઘરડા તારાઓ છે અને પેલો અભિજિત એક એવો તારો છે, જેને પોતાના ગ્રહો હોવાનાં પ્રમાણ મળ્યાં છે.' કહીને લ્યુસી મૌન સેવતી બેસી રહી. થોડી વાર આકાશ સામે ટૉર્ચ ફેંકતી બંધ કરતી રહી પછી બોલી, 'કોણ હશે એ લોકો ? અને શી રીતે જાણતા હશે કે આ તારાઓને પોતાની આગવી લાક્ષણિકતા છે ! કોણ હતા એ લોકો અને ક્યારે હતા ?'

'હવે તું ગાંડી થઈ જાય ત્યાર પહેલાં આ બંધ કર.' મેં દૂરબીન સમેટતાં કહ્યું.

'ભલે.' લ્યુસી પણ ઊભી થઈ અને બધું ભેગું કરવા લાગી અને કહ્યું 'સવારે પાછું મારે બહાર જવું છે.'

'ક્યાં ?' મેં પૂછ્યું.

'જંગલોમાં રખડવા.' લ્યુસી થેલો ખભે ચડાવતાં બોલી.

'બિત્તુબંગા લઈ જવાનો છે. અમારે ભીમતકિયા ને મુનિ કા ડેરા જોવા જવું છે.'

બિત્તુબંગા અને લ્યુસી વચ્ચે મિત્રતા કઈ રીતે થઈ હશે તે મને ન

સમજાયું. હું કંઈ બોલ્યો નહીં. દૂરબીનની ઘોડી ખભે મૂકીને હું ઘર તરફ ચાલ્યો.

સવારે હું ઊઠ્યો ત્યારે લ્યુસી રખડવા નીકળી ગઈ હતી. મારે હિરનીટોલામાં નવું મધ-ઉછેર-કેન્દ્ર જોવા જવું હતું એટલે મારો પણ આખો દિવસ પ્રવાસમાં જ ગયો. સાંજે આવ્યો ત્યારે લ્યુસી હજી હમણાં જ આવી હોય તેમ સુપરિયાના ઓટલે બેસીને બૂટ ઉતારતી હતી. સુપરિયા ત્યાં જ બેસીને કંઈક લખતી હતી. બિત્તુબંગા લ્યુસીનો સામાન ઘરમાં મૂકવા જતો હતો. હું સીધો સુપરિયા પાસે ગયો અને ઘરમાંથી ખુરશી કાઢી ઓટલા સામે ગોઠવીને બેઠો.

'મજા આવી ?' મેં લ્યુસીને પૂછ્યું.

'હા.' લ્યુસીએ કહ્યું અને પૂછ્યું, 'આ બિયાસ મુનિ કોણ છે ?'

સુપરિયાએ લખતાં-લખતાં જ મને કહ્યું, 'મુનિ કા ડેરા જઈ આવી લાગે છે.'

'હા, એ જ.' લ્યુસીએ કહ્યું, 'બિત્તુબંગા કહે છે કે તેણે એ ઓટલો બિયાસ મુનિને સૂવા-બેસવા માટે બનાવ્યો છે.'

'બિયાસ મુનિ એટલે મહર્ષિ વ્યાસ.' સુપરિયાએ કહ્યું, 'મહાભારતના રચયિતા.'

'અરે ના !' લ્યુસી ચમકી પડતી હોય તેમ બોલી, 'પણ બિત્તુબંગા તો કહે છે એ મુનિ...'

'...ફરતા-ફરતા અહીં આવી ચડે છે અને ડેરા પર તેમને આરામ કરવાની જગ્યા છે.' સુપરિયાએ વાક્ય પૂરું કર્યું અને આગળ બોલી, 'લ્યુસી, અમે લોકો કેટલાક ઋષિઓ અને કેટલાક દેવતાઓને ચિરંજીવ માનીએ છીએ. અમને એવો વિશ્વાસ છે કે મહર્ષિ વ્યાસ, હનુમાનજી, અશ્વત્થામા – આ બધા સદાકાળ અરણ્યોમાં ભ્રમણ કરતા રહે છે. દેશનાં કોઈ પણ વનોમાં ગમે ત્યારે જઈ ચડે છે. એમાંય રેવાતટનાં આ વનો તો તેઓને અતિપ્રિય હોઈ અહીં તો તેઓ અવારનવાર આવે છે.'

'તમે માનો છો આવું ?' લ્યુસીએ અમને પૂછ્યું.

મારા માટે તો આ વાત જ નવી હતી, પણ સુપરિયાએ જવાબ આપ્યો, 'મારા માનવા-ન-માનવાથી કોઈ ફરક પડવાનો નથી, પણ હું નથી જ માનતી એવું કહીશ તો તે પણ સાવ સાચું તો નહિ જ ગણાય. હું માનતી ન હોઉં છતાં ઘણી વાર આશ્રમનો દરવાજો બંધ થતો હોય ત્યારે મને વિચાર આવ્યો છે કે રાત્રે કોઈ દરવાજો ખટખટાવે અને હું ખોલું ને

સામે અશ્વત્થામા ઊભા હોય તો શું થાય?'

સુપરિયાએ સહેજ અટકીને કાગળો બાજુ પર મૂકતાં લ્યુસી તરફ જોયું અને કહ્યું, 'એ લોકોનું અસ્તિત્વ છે કે નથી તેનું મારે મન બહુ મહત્ત્વ નથી, પરંતુ તેવા ચિરપ્રવાસીઓના ક્ષેમકુશળની જવાબદારી પોતાને માથે છે તેવું સ્વીકારતી પ્રજાનું મહત્ત્વ હું સમજું છું. આ દેશના કેટલાય લોકો શ્રદ્ધાપૂર્વક આ પ્રવાસીઓની ચિંતા કરે છે, અરણ્યોમાં તેમને માટે આવાં સ્થાનો રચે છે. આ બિત્તુની મા નારદી જીવતી હતી ત્યાં સુધી રાત્રે ઘર બંધ કરતાં પહેલાં બારણે કુલડીમાં ભરીને તેલ મૂકવું કદી ભૂલી નથી. કદાચ કોઈ ચિરંજીવ પ્રવાસી આવી ચડે તો પગે માલિશ કરીને થાક ઉતારી શકે. અત્યારે પણ જોગા અને બીજી કેટલીય સ્ત્રીઓ તેલની કુલડી મૂકે છે.'

'બહુ રોમાંચકારી લાગે છે.' લ્યુસી અચંબાથી બોલી, 'મને પણ એવું મન થાય ખરું કે આવા કોઈ મુનિ મને રસ્તામાં મળી જાય.'

'મને જે ગમે છે તે મુનિનું મળી જવું નહિ.' સુપરિયાએ કહ્યું, 'એમ તો નર્મદાતટે અસાધારણ માપનાં પગલાં જોનારા કેટલાય માણસો છે, પણ મને તેમાં રસ નથી. આવી બધી વાતોથી ઉપરનું મને જે ગમે છે તે છે આ પ્રજાની પ્રતિબદ્ધતા. મુનિ આવે કે ન આવે, પોતાને ઓટલે બેસે કે ન બેસે, પોતાની કુલડીમાંથી તેલની માલિશ કરે કે ન કરે, પોતે પોતાનું કાર્ય નિભાવવાનું છે. જે સંસ્કૃતિમાં જન્મ્યાં અને ઊછર્યાં તે સંસ્કૃતિનું ઋણ સ્વીકારીને તે નિભાવવાની પ્રતિબદ્ધતા જ મને આકર્ષે છે.'

'તમે ઘણું જુદી રીતે વિચારો છો. હું આ વાતો લખીશ તો તમારો ઉલ્લેખ કરીશ.' લ્યુસી બોલી. 'એ જરૂરી નથી.' સુપરિયાએ કહ્યું, 'તું અહીં રોકાઈ શકે તો ઉલ્લેખ કરવા જેવાં ઘણાંને મળી શકાશે.'

'હજી રોકાઈ શકત તો સારું થાત, પણ હવે મારે જવાનો સમય થવા માંડ્યો છે. મુંબઈમાં પણ મારે કામ છે અને હું જઉં ત્યાર પહેલાં મારે સાઠસાલીઓને મળીને જ જવું છે.' કહીને લ્યુસી બૂટમોજાં લઈને ઊભી થઈ. અંદર જતાં બોલી, 'ભૂખ બહુ લાગી છે.' "

## 24

"હરિખોહવાળા દરવાજેથી અમે નીકળ્યાં. પીળું શર્ટ અને ભૂરું જીન્સ પહેરેલી ઉત્સાહથી ઊછળતી લ્યુસી, પોતાના સ્વભાવગત મૌનને સાથે રાખીને ચાલતો બિત્તુબંગા અને પાછળ હું."

ડાબી તરફનો ઢોળાવ ઊતરી, ગલસંટાના ઝરણા વાટે થઈને એ ત્રણેય જણાં નર્મદાતટે પહોંચશે. તે પછી આ રહસ્યમય અરણ્યોમાં અગોચર સ્થાનેથી વહી નીકળતી શ્રીગંગાની વાટ પકડશે. બિત્તુબંગા અનેક વખત આ માર્ગે જઈ આવ્યો છે કે તેની મા નારદી પણ બેએક વખત શ્રીગંગાને માર્ગે થઈને ગઈ હતી અને ગઈ હતી આ ભલા-ભોળા આદિવાસીઓની કાલેવાલી મા.

આશ્રમથી કે નર્મદાતટેથી સાઠસાલીઓના ટોલામાં જવા માટે શ્રીગંગાનો કિનારો જ ટૂંકામાં ટૂંકો માર્ગ. બીજા બધા માર્ગો લાંબા પડે.

"...સુપરિયાએ કૅમેરા લેવા ન દીધો. લ્યુસી અફસોસ કરતી બોલી, 'મારે માત્ર નોંધો કરીને ચલાવી લેવું પડશે.'

'આપણે સાઠસાલીઓને જાણતાં નથી. સુપરિયાએ કૅમેરા લેવાની ના પાડી, તો કંઈ કારણ હશે જ ને?' મેં લ્યુસીને સમજાવી.

નર્મદાકિનારે આવતાં અમને વાર ન લાગી. આઠ-સાડાઆઠમાં તો અમે પટમાં ઊતરી પણ ગયાં. અહીં નર્મદાના વિશાળ પથરાળ પટને કારણે અમે જંગલમાંથી બહાર આવી ગયાં હોઈએ તેવું લાગ્યું. નર્મદા પણ આ પથરાળ તળ પર વીખરાઈને નાનાં છીછરાં ઝરણાંઓમાં વહેંચાઈને આગળ વધે છે.

એક સપાટ ખડક પર અમે સામાન મૂક્યો અને નદીને નીરખતાં ઊભાં. બિત્તુબંગા સામાન પાસે બેઠો. લ્યુસી થોડે દૂર સુધી લટાર મારવા નીકળી.

મેં છીછરા પાણીમાં પગ બોળ્યા. જળનો સ્પર્શ થતાં જ મને અનેરી લાગણી થઈ. કપિલધારાની નર્મદા મને સાંભરી. ભરૂચ પાસે વિશાળ પટમાં વહેતી નર્મદા પણ દૃષ્ટિ સમક્ષ આવીને ઓઝલ થઈ ગઈ. આ નદીના તટપ્રદેશનું સંપૂર્ણ દર્શન મેં કર્યું નથી, ટુકડ-ટુકડે જ તેને જોયો છે, છતાં આ નદી મને તેના મોહપાશમાં બાંધતી ગઈ છે.

અચાનક મને બૂમ પાડવાની ઇચ્છા થઈ આવી. શાંત નિર્જન ખડકાળ સ્થળે ઊભાંઊભાં મેં જોરથી કહ્યું, 'નર્મદે હર.' સામેના ખડકો પર મારો

અવાજ પડઘાયો :

'... હર !'

લ્યુસી ચમકી. બિત્તુબંગા પણ આશ્ચર્ય પામ્યો. બંને ઝડપથી હું ઊભો હતો તે તરફ આવ્યાં. અચાનક મને લાગ્યું કે લ્યુસી કંઈક જુદી જ દેખાય છે. ભલે તે વિદેશિની હોય, ભલે તે પહેલી જ વાર અહીં આવી હોય અને હું પણ પહેલી જ વાર અહીં આવ્યો હોઉં, અગાઉ ક્યારેક કોઈક સમયે મેં લ્યુસીને અહીં જોઈ છે. જાણે અનાદિકાળથી હું અને લ્યુસી વારંવાર આ વનોમાં, આ પથરાળ સૂમસામ કિનારા પર આવતાં-જતાં રહ્યાં છીએ.

પથરાળ ભૂતલ પર વહી રહેલો રુદ્રજન્માનો પ્રવાહ મારા દેહની આરપાર વહેતો મેં અનુભવ્યો. ક્ષણ-બે-ક્ષણ મને લાગ્યું કે આ સ્થળે જડચેતન કશું જ બીજાથી અલગ પાડી શકાય તેવું નથી. બેઉ કિનારા ઘેરીને નમેલા કાળા ખડકો, બેએક મહાવૃક્ષો, લ્યુસી, હું, બિત્તુબંગા અને આ સદાસદા સત્ય-શાંકરી ગંગા નર્મદા પળેપળે એકબીજાનાં સ્વરૂપોમાં બદલાતાં રહીએ છીએ.

'રેવા ! રેવા !' મેં ફરી સાદ પાડ્યો.

લ્યુસી એકદમ મારી પાસે આવી. મારો હાથ પકડીને ખેંચતાં કહે, 'તમને કંઈ થાય છે ?'

'ના.' મેં કહ્યું, 'ફક્ત આનંદ માણું છું.' આટલું બોલતાં જ મને જાણે કે રહસ્ય લાધી ગયું. આ આનંદ, આ નિર્મળ પ્રાકૃતિક અનુભવ, એ અનુભૂતિની ઇચ્છા આ દેશને એકરૂપે ટકાવી રાખનારો એક તંતુ છે.

પ્રકૃતિની ગોદમાં ઊછરતા આ જનોને પ્રકૃતિએ મુક્ત આનંદનું મહાદાન કરેલું છે. દેશના કોઈ પણ ખૂણે જાઓ, આ આનંદનાં મૂળ જોવા મળવાનાં જ છે. પ્રકૃતિ સાથેનો આ તાદાત્મ્ય-ભાવ દરેક ભારતીયને પેઢી- દર-પેઢી વારસામાં મળતો રહ્યો છે. કદાચ આ આનંદ જ આધ્યાત્મિકતા કહેવાતો હશે ? જો એવું હોય તો તે, પણ દરેક માનવીના મનમાં તેનો વાસ કોઈ ને કોઈ સ્વરૂપે છે. ક્યાંક કોઈ મનુષ્યમાં આ આનંદ પોતાના પરમ સ્વરૂપે પ્રગટે છે ત્યારે તે માનવી દેવત્વ લઈને ઊભો થાય છે. કહે છે, 'અહં બ્રહ્માસ્મિ.' તે પૂજાથી, ધર્મથી, વિધિ-વિધાનથી પર થઈ જાય છે. એ પોતે પણ પ્રકૃતિ જેવો જ નિર્મળ અને શ્રદ્ધેય બની રહે છે. પછી તે નમાજી બને કે ન બને, બંદગી તેને છોડીને જઈ શકતી નથી.

'અહં બ્રહ્માસ્મિ' સમજાવા સાથે જ સમજાય છે કે ખરેખર તો 'અહં' જેવું કંઈ જ અસ્તિત્વમાં જ નથી. જે છે તે બધું જ 'તત્ત્વમસિ' છે.

વર્ષો પહેલાં એક સાદાસીધા વેપારીના મુખે સાંભળેલા વાક્ય 'યહાં

તો સબ કુછ નર્મદા જ હે'નું મૂળ કેટલાંય વર્ષો અગાઉ પ્રસ્થાપિત થયેલી વિચારસરણીમાં સમાયેલું આજે સ્પષ્ટ જોઈ શકું છું.

લ્યુસી મને હાથ પકડીને દોરી જતી હોય તેમ ચાલી. મેં હાથ છોડાવ્યો અને તેનો ખભો થાબડ્યો. અમે ત્રણેય સામાન ગોઠવેલો હતો ત્યાં પહોંચ્યાં.

અચાનક મારાથી પુછાઈ ગયું, 'લ્યુસી, તું પુનર્જન્મમાં માને છે?' લ્યુસીએ જવાબ ન આપ્યો. તેણે ચમકીને મારા તરફ જોયું અને પછી ખડક પર જઈને બેઠી-બેઠી વહી જતાં જળને જોઈ રહી.

થોડી વારે અમે પ્રવાસ આગળ ચલાવ્યો. લ્યુસીએ થેલામાંથી નાસ્તો કાઢીને મને અને બિત્તુબંગાને આપ્યો. તે ખાતાં-ખાતાં જ અમે ચાલ્યા કર્યું. શ્રીગંગા સુધી પહોંચીને અમારે નર્મદાની વિદાય લેવાની હતી. ત્યાં પાણી પીને અમે નર્મદાના ડાબા કિનારાથી નર્મદામાં ભળતી શ્રીગંગાના ખડકો પાછળ ચાલતાં થયાં. બપોર સુધીમાં તો અમે ઘણે આગળ નીકળી ગયાં. વચ્ચે બે વાર અડધો કલાક રોકાઈને આવ્યાં ન હોત તો-તો અત્યારે પહોંચવા આવ્યાં હોત, પણ જેમ-જેમ આગળ વધતાં હતાં તેમ-તેમ શ્રીગંગા સાંકડી અને વનો ગાઢાં બનતાં જતાં હતાં. લ્યુસી બિત્તુબંગાને સાઠસાલીઓ વિશે પ્રશ્નો પૂછતી હતી, પણ બિત્તુબંગા એક તો લ્યુસીની ભાષા ન સમજે અને બીજું આગળ ચાલતો હોઈ જંગલમાં વધુ ધ્યાન રાખે, એથી તે કોઈ લાંબા જવાબો આપે તેમ ન હતો.

વચ્ચે એક જગ્યાએ ઝરખનું રહેઠાણ મળ્યું. બિત્તુબંગાએ ઝાંખરાંને લાકડી વડે ઊંચાં કરીને અમને ઝરખની બખોલ બતાવી. બે નાનકડાં ઝરખબાળ અમને ટગરટગર તાકી રહ્યાં.

ધીમે-ધીમે આસપાસનો કિનારો ઊંચો થતો ગયો. ભેખડો માથોડા કરતાં પણ ઊંચી થઈ ગઈ. મને ડર લાગવા માંડ્યો. જો આમ જ આગળ વધવાનું હશે તો આગળ અંધારી સાંકડી ગલી જેવી ખીણમાં જ પ્રવેશવું પડશે. અચાનક આગળ જતો બિત્તુબંગા કિનારાની ભેખડ તરફ ફરીને જાણે ભેખડમાં જ ઓગળી ગયો હોય તેમ દેખાતો બંધ થઈ ગયો. અમે તે સ્થળે પહોંચ્યાં તો ત્યાં ઉપર તરફ જતાં પગથિયાં કોતરેલાં હતાં અને ભેખડ પર લખેલું હતું: ઇનરા સીડી – બિત્તુબંગા.

બિત્તુબંગાની ભાષામાં ઇનરા સીડી એટલે સ્વર્ગનો માર્ગ. ઇન્દ્ર શબ્દ તે કદી બોલી ન શકે. બોલી ન શકે એટલે લખી પણ ન શકે. કોઈ પણ આદિવાસીને જોડિયા શબ્દો બોલતો મેં સાંભળ્યો નથી.

આ કેવો દેશ છે! જેની એક પ્રજા સંસ્કૃત જેવી અસંખ્ય સમાસો અને જોડાક્ષરોથી ભરેલી ભાષામાં ઉત્તમ સાહિત્યનું સર્જન કરી શકતી,

સરળતાથી બોલી શકતી, તે જ દેશની બીજી પ્રજા જોડાક્ષર બોલવામાં પણ મુશ્કેલી અનુભવે! લખવું અને ચીતરવું બંને જુદી ક્રિયા છે તે પણ સમજે નહિ. કેટલો મોટો વિરોધ!

આ સંસ્કૃતિના ઘડવૈયાઓએ આ બે અંતિમોમાં જીવતી પ્રજાને એક-સાથે ટકાવી રાખે તેવાં શાસ્ત્રો ઘડતાં કેટકેટલું વિચારવું પડ્યું હશે! જીવનને કેટલું નજદીકથી જોવું પડ્યું હશે! નગરથી નગર, અરણ્યોથી અરણ્યોમાં કેટલું ભટકવું પડ્યું હશે! ત્યારે થયું હશે આ પરંપરાઓનું સર્જન, આ સંસ્કારોનું સિંચન અને આ શાસ્ત્રાજ્ઞાઓનું ઘડતર. મહાજ્ઞાની અને સાવ અભણ પ્રજાઓ વચ્ચેનું સંતુલન કોઈ અકળ કળાથી કરાયું છે. દરેકની જીવન તરફની દૃષ્ટિ એક જ રહે, જીવન જીવવાનો અભિગમ સમાન રહે, ભાવનાઓમાં ભેદ ન રહે... શી રીતે કર્યું હશે આ જીવનદૃષ્ટિનું અવતરણ?

ઇનરા સીડી પર ઇન્દ્ર તો ચડ્યા હશે કે નહિ, અમે સરળતાથી ચડી ગયાં. ત્યાંથી અડધો-એક કલાક ચાલીને અમે ઊંચા ખડકોથી ઘેરાયેલાં વનો વચ્ચે આવ્યાં. બિત્તુબંગા ત્યાં પહોંચીને ઊભો રહ્યો. થોડી વારે ઝાડીમાંથી બે આદિવાસીઓ આવ્યા, બિત્તુ સાથે કંઈક વાત કરી, પછી તે બંને આદિવાસીઓ આગળ ચાલ્યા અને અમે બધાં તેમને અનુસર્યાં.

મેં અનેક વૃક્ષો જોયાં છે, પણ આજે જે વૃક્ષ હું જોઈ રહ્યો છું તેવું જાજ્વલ્યમાન વૃક્ષ મેં ક્યારેય જોયું નથી અને ક્યાંય જોઈશ તેવો વિશ્વાસ પણ મને નથી. ભાષાશાસ્ત્રના નિયમો કદાચ કોઈ પૃથ્વીપતિ સમ્રાટ માટે વપરાતા હોય તેવા શબ્દો એક વૃક્ષ માટે વાપરવાની મનાઈ ફરમાવતા હશે, પરંતુ જે કોઈ મનુષ્ય આ મહાન, ગૌરવશાળી, દિગ્ગજ અને પરમ સ્વરૂપવાન, ઉન્નત-મસ્તક વૃક્ષને જુએ તે જગતનાં તમામ ભાષાશાસ્ત્રોની આજ્ઞાઓ ભૂલીને મનમાં આવે તે શબ્દોથી તેનું વર્ણન કરવા પ્રયત્ન કરશે; અને લાખ યત્ને પણ તે તેમ કરી શકવાનો નહિ. આવા પ્રસંગોએ મૌન એ સર્વશ્રેષ્ઠ ભાષા હોવાની પ્રતીતિ તેને થવાની.

ખડકોની ધાર ઉપર ઊભીને હું તથા લ્યુસી આ અલૌકિક ભૂખંડને સ્તબ્ધ બનીને જોઈ જ રહ્યાં. ચારે તરફ લીલીછમ ટેકરીઓથી ઘેરાયેલું પથરાળ મેદાન, વચ્ચે લાકડાનાં ગોળ છાપરાંવાળાં ઝૂંપડાં, લંગોટધારી આદિવાસી સ્ત્રી-પુરુષોની આવન-જાવન.

મેદાનની વચ્ચે જાણે ખાસ બનાવીને ગોઠવી હોય તેવી ઊંચી ટેકરી, ટેકરીની લગભગ ટોચ નજીક વિશાળ ગુફા અને તે જ ટેકરીના મથાળે ઊભેલું ગગનચુંબી સાગનું વૃક્ષ. હું અને લ્યુસી દંગ થઈને તે વૃક્ષને જોતાં રહ્યાં.

મને બાબરિયાએ કહેલી કથા યાદ આવી. એમાંનું કંઈ પણ સત્ય હોય કે ન હોય, પણ મને મનના છેક અંદરના ખૂણેથી ઊઠેલો અવાજ જાણે કહેતો હતો કે સ્વયં પાર્વતીને હાથે વવાયેલું વૃક્ષ તું જોઈ રહ્યો છે. મેં જિંદા સાગબાનને જોયા કર્યું; આમ છતાં એક એવું વૃક્ષ કે જેની સત્તા આ અરણ્યોમાં યોજનો સુધી ફેલાયેલી છે, જેના આશ્રયે જવાથી માનવી અને પશુપક્ષીઓ નિર્ભય બને છે, જે સદાકાળ જીવંત છે, જેનાં પાન ક્યારેય સુકાતાં નથી, જેમાં આ અરણ્યોના પ્રાણ સમો વૃક્ષોનો દેવ વાસ કરે છે અને જરૂર પડ્યે રાજા ભોજ જેવા ઐશ્વાર્ય સાથે પ્રગટ થાય છે તે વૃક્ષાધિરાજ, આદિવાસીઓની શ્રદ્ધાના પ્રતીક, જિંદા સાગબાનને હું નજરોનજર નિહાળી રહ્યો છું તે હું માની ન શક્યો.

બાબરિયાએ કહેલી કથામાં મારે વિશ્વાસ કરવો કે નહિ તે વિચારું છું તે સાથે જ રાણીગુફાનું લાકડાના દરવાજાવાળું મુખ મારી દૃષ્ટિ સમક્ષ આવે છે. મારા તમામ સંશયોથી પર થઈ જાય તેવી એક જ દલીલ મનમાં ઊઠે છે. જો જિમીએ કહેલી રાણીગુફાની કથાને હું માનું છું તો બાબરિયાની કહેલી જિંદા સાગબાનની કથાને કેમ ન માનું ? બંને માટે મારી પાસેનું પ્રમાણ માત્ર એક જ રીતનું છે – બીજા પાસેથી સાંભળેલી વાત.

'લ્યુસી,' મેં કહ્યું, 'જિંદા સાગબાન !' આગળ બોલવું મારા માટે શક્ય ન હતું.

'ઓહ ! અદ્‌ભુત !' લ્યુસી માત્ર આટલું જ બોલી શકી. પછી થોડી વારે સ્વસ્થ થતાં બોલી, 'પૃથ્વી પર આવું સ્થળ છે તે જોવા છતાં માની નથી શકતી.'

અમે ઢોળાવ ઊતરીને લાકડાનાં ઝૂંપડાંઓ તરફ ચાલ્યાં. ચાલતાં- ચાલતાં લ્યુસીએ મને પૂછ્યું, 'તમે માનો છો કે જિંદા સાગબાન વિશે તમે જે કંઈ સાંભળ્યું છે તેમાં તથ્ય હોય ?'

'તું માને છે કે એ વાતો સાચી હોય ?' મેં પૂછ્યું. પળ-બે-પળ લ્યુસીએ કંઈ જવાબ ન આપ્યો એટલે મેં કહ્યું, 'મને સમજાતું નથી. પણ હું અહીં આવ્યો જ ન હોત અને આ વૃક્ષને જોયું ન હોત તો મેં તને "ના"માં જ જવાબ આપ્યો હોત, પણ અત્યારે મને સમજાતું નથી." કહીને મેં લ્યુસીને ફરી પૂછ્યું, 'તું માને છે કે...?'

લ્યુસી એકદમ ઊભી રહી. તેણે એ ક્ષણે જે શબ્દો મને કહ્યા તે હું કદી પણ ભૂલી શકવાનો નથી :

'મારા માનવા-ન-માનવાથી કોઈ ફરક પડવાનો નથી. હું તો કાલે કે

પરમ દિવસે અહીંથી જતી રહીશ. ફરક પડશે તો તમારી માન્યતાથી. તમે ભણેલા છો, વિચારશીલ છો અને અહીં આ લોકો સાથે રહો છો.' કહી તે અટકી ગઈ.

મેં હવે સ્પષ્ટ થવા પ્રયત્ન કર્યો અને કહ્યું, 'હું એવું ઇચ્છું કે હું સત્યને શોધી શકું. જ્યાં સુધી તે ન કરી શકું ત્યાં સુધી મારી અંગત માન્યતા ગમે તે હોય, પરંતુ અહીંના લોકો, જેઓ અમારી વાત માને છે, તેમને ક્યારેય એવું ન કહું કે તેમનું જિંદા સાગબાન એક મહાવૃક્ષ હોવાથી વિશેષ કશું નથી.'

લ્યુસી ઘડીભર મારા તરફ જોઈ રહી. મને સુપરિયા યાદ આવી. તે ભણી છે, ગણી છે, આધુનિકમાં આધુનિક માહિતી તેની પાસે છે. તે કમ્પ્યુટર પર કામ કરી શકે છે અને છતાં તેણે મને કહેલું, 'એકવીસમી સદીમાં આપણે જગતની આગળ હોઈએ અને આપણી પરંપરાઓ આપણી સાથે હોય એવું હું ઇચ્છું.'

હું હજી વિચારતો જ હતો ત્યાં આગળ જતી લ્યુસી બોલી, 'તમારી વાત મને સમજાતી નથી. તમારે વિકાસ પણ કરવો છે અને જૂનું કશું ત્યાગવું નથી.' પછી તેણે અટકીને ઉમેર્યું, 'જોકે ડેડી કહેતા હોય છે કે સાંસ્કૃતિક રીતે ટકી રહીને, પરંપરાને જાળવી રાખીને વિકાસ સાધવાની કળા જગતની દરેક પ્રજા પાસે નથી, તમારી પાસે અને જાપાનીઓ પાસે તે છે.'

મેદાન અડધું પસાર કરીને એ લાકડાનાં ઝૂંપડાંઓ પાસે પહોંચ્યાં. એક નાનકડા ઘરમાં હોય તેવી ઘણી સગવડો લાકડામાંથી બનાવાયેલાં આ ઝૂંપડાંઓમાં હતી. લગભગ બધાં જ ઘરોની બાંધણી પૂર્ણપણે લાકડાની હતી અને ખીલા તરીકે પણ લાકડાને જ ઉપયોગમાં લેવાયું હતું.

લ્યુસી અને હું એક પછી એક ઘર જોઈ આવ્યાં. પોતે સ્ત્રી હતી તેથી લ્યુસી તો ઘરની અંદર જઈને પણ બધું જોઈ શકતી. મને બહાર જ ઊભા રહેવા કહેવાતું. એ લોકો જે ભાષા બોલતા હતા તે બિત્તુબંગા સિવાયનાં અમે બે સમજી શકીએ તેમ ન હતું. દરેક ઘર પર વ્યાધનું ચિત્ર અમે જોઈ શક્યાં.

થોડી વારે એક આદિવાસી આવીને અમને ઝૂંપડાંઓની વચ્ચે આવેલા થોડા મોટા ઝૂંપડા તરફ લઈ ગયો. ત્યાં એક ખૂબ વૃદ્ધ જણાતા પુરુષે અમારું સ્વાગત કર્યું અને લાકડાની પાટ પર અમને બેસાડ્યાં.

અજાણ્યા અને પોતાની ભાષા ન સમજતા માણસનું દિલ જીતવાની કળા સમું મોહક હાસ્ય લ્યુસીના મોં પર ચમક્યું. તે વૃદ્ધ પુરુષે પણ હસીને પોતાની ભાષામાં કંઈક કહ્યું. લ્યુસીએ પોતાની નોટ કાઢી થોડી વાર પેન્સિલથી થોડા સ્કેચ કર્યા અને નોટ પેલા વૃદ્ધ પુરુષના હાથમાં આપી. અમે બેઠાં

હતાં તે સ્થળનો અને થોડા આદિવાસીઓનો અદ્‌ભુત સ્કેચ જોઈને પેલો ખુશ થયો. અમને કંઈ પણ પૂછ્યા વગર તે પાનું તેણે ફાડી લીધું અને સાચવીને અંદર મૂકી આવ્યો.

'હું તમને પૂછું, તમે બિત્તુને અને બિત્તુ આ માણસને એ રીતે વાતો થઈ શકશે.' લ્યુસીએ સૂચવ્યું અને બબ્બે દુભાષિયા દ્વારા અમારી વાતચીત ચાલી. 'તમે દોરો છે તે ચિત્ર શાનું છે?' લાકડા પર કોતરેલું શ્વાનમંડળ અને વ્યાધ બતાવીને અમે પૂછ્યું.

'અમારા વતનનો દેવ – સાઠસાલી.' જવાબ મળ્યો.

'વતન?' લ્યુસી અને હું બંને નવાઈ પામ્યાં.

'તમે બધાં અહીંનાં વતની નથી? અહીં જ તો રહો છો તમે!'

'રહીએ, પણ આ કંઈ વતન નથી. અમારા વડવાઓ વતનમાંથી અહીં આવ્યા.'

આ પ્રજા અહીંની નથી તો તેનું મૂળ વતન ક્યાં હશે તે વિચારતાં મેં અને લ્યુસીએ પૂછ્યું, 'તમને ખબર છે કે આ ચિત્ર એ તારાનું છે? રાત્રે આકાશમાં દેખાય છે એ તારો જ તમારો દેવ છે?'

'ના, એ અમારું વતન છે. ત્યાંથી જ તો અમારા પરદાદાઓ અહીં આવ્યા.'

'ક્યાંથી?' અમારા અચરજનો પાર ન રહ્યો, 'પેલા તારામાંથી?'

'હોવ...' જવાબ મળ્યો, 'સાઠસાલીના રહેવાસી અમે. અમારા વડવા કહેતા. બધું લખ્યું છે.'

'તમારા વડવાઓ અહીં ક્યારે આવ્યા?' લ્યુસીની આતુરતા અનહદ વધી ગઈ.

પેલો વૃદ્ધ જવાબ ન આપી શક્યો. તેણે પોતાની પત્નીને બોલાવી અને કંઈક વાત કરી. થોડી વારે તે સ્ત્રી બીજી એક વૃદ્ધાને બોલાવી આવી. ત્રણેયે થોડી વાતો કરીને બિત્તુબંગાને કંઈક કહ્યું.

અમને જવાબ મળ્યો, 'અમારા વડવાઓ અહીં આવ્યા તે વખતે અહીં ઓલોપીનું રાજ હતું, એ રાણીએ અમારા વડવાને આશરો આપેલો, એવું અમારી કથામાં આવે.'

'કેટલો સમય થયો? કંઈ કહી શકાય?' લ્યુસીએ મને પૂછ્યું.

'સમજાતું નથી.' મેં કહ્યું, 'કોઈ ઓલોપી નામની રાણીનું શાસન હતું તે વખતે એમના વડવાઓ અહીં આવેલા એટલું જ. એ રાણી ક્યારે હતી તે કેમ ખબર પડે?'

'બધુ દંતકથા જેવું.' લ્યુસી બબડી અને પૂછ્યું, 'તમારા વડવાઓ પેલા

તારામાંથી અહીં આવ્યા શી રીતે ?'

આ અતિ મહત્ત્વના પ્રશ્નનો જવાબ અમને મૂંઝવી દેતો મળ્યો : 'બધાં આવે છે તેમ અમે પણ આવીએ છીએ અને પાછાં જઈએ છીએ.'

'લ્યુસી,' મેં કહ્યું, 'એ જન્મ-મરણની રીત કહે છે.'

'ભલે.' લ્યુસીએ કહ્યું, 'પણ તમારા પહેલા વડવા અહીં આવ્યા તેઓ શી રીતે આવ્યા હશે ?'

જવાબમાં પેલો વૃદ્ધ થોડો ખિજાયો, 'અમારી કથામાં લખ્યું છે તે ખોટું ન હોય.' કહીને તે ઊભો થઈને ઘરમાં ચાલ્યો ગયો.

વાત વણસે ત્યાર પહેલાં બિત્તુબંગાએ અમને રોક્યાં. અમે વધુ પૂછ્યું નહિ. અમારી ઇચ્છા રાણીગુફામાં જવાની અને જિંદા સાગબાનને નજીકથી જોવાની હતી; પરંતુ 'પુરુષોને રાણીગુફામાં જવાની મનાઈ છે' તેમ કહીને મને જવા દેવાની મનાઈ ફરમાવાઈ. લ્યુસી એકલી જઈ શકી હોત, પણ અત્યારે તેને આ આદિવાસી સ્ત્રીઓ સાથે ફરીને શક્ય તેટલી વધુ માહિતી જોઈતી હતી. 'હું કાલ સવારે જઈશ' કહીને તે ચાલી. હું પાટ પર બેઠો-બેઠો ડાયરી લખતો રહ્યો.

રાત્રે અમે બહાર લાકડાની પાટ પર ઘાસમાંથી વણેલી સાદડીઓ પર સૂતાં. લ્યુસી નાની ટૉર્ચ સળગાવીને ડાયરીમાં નોંધો ટપકાવતી હતી. મારી નજર રહીરહીને રાણીગુફા તરફ જતી હતી. એક વખત તો મને એવી ઇચ્છા પણ થઈ આવી કે રાત્રે બધાં સૂઈ ગયા પછી હું રાણીગુફામાં જઈ આવું, પણ સાઠસાલીઓના કે જિંદા સાગબાનના ખ્યાલે તેવું ન કરવાનું વિચારીને મેં પડખાં ઘસ્યા કર્યાં.

લ્યુસીએ લખવાનું બંધ કર્યું કે ઘસઘસાટ ઊંઘી ગઈ. તેણે પોતાના વ્યાપ્રવાસોમાં આવાં કેટલાંયે સ્થળો જોયાં હશે, કેટલાંયે મનોમંથન અનુભવ્યાં હશે, એથી તે આવાં આકર્ષણો પર વિજય મેળવીને નિરાંતે ઊંઘી શકી.

મારી આંખો પણ ઘેરાવા લાગી. ઝોકું આવે ત્યાર પહેલાં અચાનક મારા મનમાં તર્ક ઊઠ્યો. નાનાસાહેબ જો રાણીગુફામાં રહ્યા હોય, જિમીના પરદાદા જો રાણીગુફામાં કેદ થયા હોય, તો રાણીગુફામાં પુરુષોનો પ્રવેશ વર્જ્ય છે તે વાત સાચી નથી. પણ અત્યારે અડધી રાત વીત્યે કોઈને જગાડીને આ વાતનું નિરાકરણ કરવું શક્ય ન હતું. સવારે પેલા વૃદ્ધ ડાયાને પૂછવાનું નક્કી કરીને હું નશચત થઈ સૂઈ ગયો.

સવારે સહુથી પહેલું કામ મેં ડાયાને મળવાનું કર્યું.

'તમારા દાદાના સમયમાં પેલી ગુફામાં પુરુષો જઈ શકતા ?'

'ના. ક્યારેય નહિ. ઓલોપી રાણીની ગુફા. એમાં પુરુષોથી જવાય નહિ.' બિત્તુબંગા દ્વારા જવાબ મળ્યો.

'પણ નાનાસાહેબ નામના મરાઠા સરદાર તેમાં રહેલા, અંગ્રેજોનું રાજ હતું ત્યારે, લગભગ તમારા દાદાના સમયમાં.' મેં ડાયાને કહ્યું.

'ઓહોહો...' ડાયો હસી પડ્યો, 'મારો બાપ ત્યારે નાનો હતો. તેણે જોયેલો એ રાજાને. મારો બાપ કહેતો, "અમારા આઠ-દશ માણસો પેલા પંદર જણાને પકડી લાવેલા. સાંજે ડાયા સામે લઈ આવ્યા; તો રાજા બોલે : અમે દોસ્ત છીએ." કહેતાં ડાયો સ્મૃતિઓમાં સરી ગયો અને આડાઅવળાં વાક્યોમાં બોલ્યો, "અમારા લોકને એની બોલી સમજ નહિ આવેલી. કાલેવાલી મા બી ના સમજી શકી; પણ અમે આશરે આવેલાને કાઢી ન મૂકીએ. ઓલોપી રાણીનો અમને એવો હુકમ. ફિરંગી લોક રાજાને મારવા નીકળેલા એટલે ભાગી આવેલો.'

મને થયું કે હવે ખજાનાની અને નાનાસાહેબને રાણીગુફામાં સંતાડ્યાની વાત આવશે. હું કાન માંડીને સાંભળતો હતો ને ડાયાએ આગળ કહ્યું, 'પછી રાખેલા એ બધાને ત્યાં શીરીગંગા માથે ભવાનીના મંદિરની ગુફામાં.'

'આ રાણીગુફામાં નહિ ?' મેં પૂછ્યું.

'ના.' ટૂંકો જવાબ મળ્યો. પછી ડાયાએ વાત આગળ વધારી, 'પછી તું કહે છે તેવા ફિરંગી આવેલા. અમારા બધાને ખૂબ ધમકાવેલા, લાલચ આપેલી, પણ એમ અમારા માણસથી કંઈ દગો થોડો થાય ? કોઈ કંઈ બોલ્યું જ નહિ. વરસાદથી ઉનાળા જેટલું રહેલો તે રાજા. પછી ગયો.'

કદાચ ડાયો ખિજાય તે ખ્યાલથી ખજાના વિશે પૂછવાની ઇચ્છાને મેં દબાવી, પણ નાનાસાહેબવાળી ગુફા જોઈ આવવાની ઇચ્છા હું રોકી ન શક્યો. 'ભવાનીની ગુફા જોવા અમરાથી જઈ શકાય ?' મેં પૂછ્યું.

'બિત્તુ તમને લઈ જાય.' ડાયાએ કહ્યું, 'પણ મારે એનું કામ છે.'

'બહુ દૂર ન હોય તો અમે એકલાં પણ જઈ શકીશું.' મેં કહ્યું. જવાબમાં બિત્તુબંગા અમને ઈનરા સીડી સુધી મૂકવા આવ્યો અને આગળ જતી કેડી બતાવીને પાછો ફર્યો.

ઈનરા સીડી ઊતરીને નદીમાં ઊતરવાને બદલે ઉપરના કિનારે રહીને નદીના મુખ તરફ સીધી ચાલી જતી કેડી પર અમે ચાલ્યાં.

પંદર-વીશ મિનિટ ચાલ્યાં હોઈશું કે એક ટેકરી પર પથ્થરની ફાટમાંથી નાનકડા ઝરણારૂપે પ્રગટ થતી શીરીગંગા નજરે પડી. થોડે ઉપર જતાં જમણી તરફ એક વિશાળ ગુફા, સિંદૂરના થાપા અને ત્રિશૂળ દેખાયાં.

'આપણે પહોંચી ગયાં.' લ્યુસી બોલી. હું પથ્થર પર ચડ્યો અને ત્યાં

જ સ્થિર થઈ ગયો. ગુફાની એક તરફ ઊભેલા વૃક્ષ પાસે ઊભી રહીને મલીરધારિણી વૃક્ષની છાલ ઉખેડીને એકઠી કરતી હતી. તેની પીઠ અમારા તરફ હતી.

લ્યુસીનું બોલવું સાંભળીને તે સ્ત્રી અમારા તરફ ફરી અને એ જ ક્ષણે તેણે માથે ઓઢેલું મલીર મુખ પર ખેંચી લીધું. એ ક્ષણાર્ધમાં મારી નજર તેના ચહેરા પર પડી અને મારાથી બોલાઈ ગયું, 'ઓહ, ના!'

કાલેવાલી મા સહેજ પણ વિચલિત ન થઈ. તેણે સ્વસ્થતાથી કહ્યું, 'એકલાં કેમ આવ્યાં? ડાયાએ બિત્તુને સાથે ન મોકલ્યો?'

'જી.' હું કશું બોલી ન શક્યો. બે-ત્રણ પળ મૌનમય વીતી. પછી લ્યુસીએ મને પૂછ્યું, 'કોણ છે આ?'

'અશ્વત્થામા મરાયો છે?' તે પ્રશ્નનો ઉત્તર આપતાં યુધિષ્ઠિરે જે મનોયાતના વેઠી હશે તેવી જ વેદના અનુભવતાં મેં જવાબ આપ્યો, 'કાલેવાલી મા.'

મેં આકાશ સામે જોયું. મારા મનમાં ઊઠેલા જવાબને બહાર આવતો રોકી રાખવા મારે પ્રયત્ન કરવો પડ્યો. કેમે કરીને હું એવું બોલી ન શક્યો, 'લ્યુસી, આ વનિતા છે, બિન્તા પોતે. સુપરિયાની જન્મદાત્રી અને અત્યારે આદિવાસીઓની કાલેવાલી મા.'

'લ્યુસી, તું મારી સાથે વાત કરી શકીશ.' કાલેવાલી માએ પૂછ્યું.

'ના.' મેં કહ્યું, 'તમારે મારી સાથે જ વાત કરવી પડશે. લ્યુસી આપણી ભાષા જાણતી નથી.'

આ વાતનો કોઈ ઉત્તર ન મળ્યો. મેં લ્યુસીને કહ્યું, 'લ્યુસી, વાત તો તારા દ્વારા જ થઈ શકશે. મા મારી સાથે વાત નહિ કરે.'

'કેમ? એવું શા માટે?' લ્યુસીએ પૂછ્યું. મારા આશ્ચર્ય વચ્ચે લ્યુસીનું બોલવું બિન્તા સમજી શકી. તેણે ઉત્તર આપ્યો. 'કારણ કે આ એક પરંપરાગત રિવાજ છે. કાલેવાલી મા પુરુષોને દર્શન પણ ન આપે.'

મેં આ જવાબ લ્યુસી સુધી પહોંચાડ્યો. 'તમે પણ એવું માનો છો?' લ્યુસીએ પૂછ્યું.

'ના.' માએ કહ્યું, 'પણ અહીંના લોકોનો વિશ્વાસ મને આમ કરવા પ્રેરે છે. મારા પહેલાંની કોઈપણ માએ ક્યારેય જે ન કર્યું હોય તે કરવા હું ન ઇચ્છું.'

'તમે સાઠસાલી જાતિનાં નથી?' લ્યુસીએ પૂછ્યું.

'અમારામાંનું કોઈ સાઠસાલી નથી કે ન હતું.' માએ જવાબ આપ્યો, 'હું આ પ્રદેશમાં નીચે રાણીગુફામાં રહું છું, એથી સાઠસાલીઓ મારી તમામ સેવા ઉઠાવે છે.'

લ્યુસીને ખૂબ નવાઈ લાગી. તેણે પૂછ્યું, 'તમે શા માટે એમનાં દેવી

બન્યાં ? એ લોકો તમને પકડી લાવેલા ?'

'ના.' મા હસી પડી, 'મારે જ સંસારથી દૂર રહેવું હતું. બીજે ક્યાંય પણ જઈને રહું તો આટલી શાંતિ અને આટલી મુક્તિ મળે તે સંભવિત ન લાગ્યું. નર્મદાનાં વનો છોડીને મારે ક્યાંય જવું ન હતું, છતાં મારી રીતે સાધના કરવી હતી, એથી આ સ્થળે આવી. મારી અગાઉ જે મા હતાં તેમની પાસે રહી. હવે તેઓ નથી એટલે હું મા છું.'

અચાનક મને પૂરિયા સાંભરી આવી.

'તમે દેવી છો ?' લ્યુસી સાવ વ્યાવસાયિક ઢબે પૂછ્યે જતી હતી તે મને યોગ્ય ન લાગ્યું. પણ મા જે સ્વસ્થતા અને શાંતિથી જવાબો આપતી હતી તે જોતાં લ્યુસીને કંઈ કહેવું મને યોગ્ય ન લાગ્યું.

'ના.' માએ કહ્યું, 'હું પણ તારા જેવી જ સ્ત્રી છું, પણ જો આ રીતે હું બીજે ક્યાંય પણ રહી હોત તો ત્યાંનો સમાજ પણ મને દેવી બનાવ્યા સિવાય રહેવાનો ન હતો. એ કરતાં આ આદિવાસીઓની દેવી ગણાવામાં મને ઓછામાં ઓછી અડચણો છે.'

'તમે અહીં શી રીતે આવ્યાં ?' લ્યુસીએ પૂછ્યું.

'નારદી નામે એક આદિવાસી સ્ત્રી મારી સહેલી હતી. તેણે મને અહીં આવવા સૂચવેલું.'

'બિત્તુબંગાની મા ?' લ્યુસીનો અવાજ આશ્ચર્યભાવથી સભર હતો.

'હા.' માએ કહ્યું.

મને લાગ્યું કે લ્યુસી વનિતાને ઓળખી જવા સુધી પહોંચવા આવી છે. આવું બને તોપણ કોઈને કંઈ ફરક પડે તેમ ન હોવા છતાં મેં વાત વાળવા પ્રયત્ન કર્યો, 'લ્યુસી, નાનાસાહેબને અહીં રાખેલા.'

'હા,' માએ કહ્યું, 'સાઠસાલીઓ બહુ પ્રેમાળ છે. જંગલમાં ભૂલા પડેલાને, મુશ્કેલીમાં મુકાયેલાને કે આશરે આવેલા કોઈને પણ જીવની જેમ જાળવે. ઘણી વાર ઘણા લોકોને ઉપયોગી થઈ પડે છે આ પ્રજા. નાનાસાહેબ આ સામેની ગુફામાં જ રહેતા.'

'તેમનો ખજાનો...' હું આગળ કંઈ બોલું તે પહેલાં માએ પોતાનો ઢાંકેલો ચહેરો મારા તરફ કર્યો. મલીર પાછળ છુપાયેલી આંખો મને જોતી હોવાનો અનુભવ હું કરી શક્યો. બિન્તાને આ આદિવાસીઓ દેવી શા માટે માને છે તે સમજતાં મને વાર ન લાગી. મેં માત્ર હાથ જોડીને કંઈ પણ બોલ્યા વગર માની આજ્ઞા સ્વીકારી લીધી અને ખજાના વિશેના તમામ સંશયોને મનમાંથી ધોઈ નાખ્યા.

'અમે તે ગુફાઓ જોઈ શકીએ ?' મેં માને પૂછ્યું.

'અંદર મંદિર છે, દર્શન કરી આવો.' માએ કહ્યું.

હું અને લ્યુસી ગુફામાં ગયાં. ગુફા ઘણી વિશાળ હતી, પરંતુ પંદર માણસોના વસવાટ માટે નાની પડી હશે. નાના કદાચ અહીં પૂજારી તરીકે જ રહ્યા હશે. એક મહાન માનવીના થોડા સમયના રહેણાકને જોતો હોઉં એવા ભાવથી મેં ગુફા જોઈ. સ્વતંત્રતા માટે માનવીઓ કેવા-કેવા ભોગ આપતા હોય છે તે વિચારતો હું લ્યુસી પાછળ બહાર નીકળ્યો. અમે ટેકરી ઊતરીને પાછાં ફર્યાં.

અમે જતાં હતાં ત્યારે માએ લ્યુસીને કહ્યું, 'પાછી આવજે ક્યારેક.' પછી જરા થંભીને આગળ કહ્યું, 'તેં સાઠસાલીઓ વિશે બહુ નોંધો કરી છે તે જાણ્યું. હું તને વિનંતી કરું છું કે આ સ્થળ વિશે તેં જાણ્યું તે તારાથી બને તો સિદ્ધિના મોહથી જાહેર ન કરીશ. કદાચ લખે તોપણ આ સ્થળ અને અહીં આવવાનો માર્ગ દુનિયાને ન બતાવતી. અમે બહુ થોડાં બચી રહ્યાં છીએ. આખી દુનિયા અહીં ઊતરી આવીને અમને ખલેલ ન કરે તે જોજે.'

'ભલે.' લ્યુસીએ પાછાં આવી માનો હાથ પોતાના હાથમાં લઈને હોઠે અડાડતાં કહ્યું, 'આ વાત હું તમારી આજ્ઞા ગણીને પાળીશ.' પોતાનો થેલો ખભે ચડાવતાં લ્યુસીએ આગળ કહ્યું, 'ક્યારેક જરૂર પાછી આવીશ, નર્મદાની પરિક્રમા કરવા.'

'તું આવતી હો તો મારી સાથે ગુફામાં તને રાખીશ અને તારી સાથે પરિક્રમામાં પણ હું જોડાઈશ.' માએ કહ્યું.

'મારા આવવાથી અને સાથે રહેવાથી તમારા ધર્મમાં દખલ નહિ થાય ?' લ્યુસીએ સહજભાવે પૂછ્યું.

'અમે જેનું પાલન કરીએ છીએ તે ધર્મમાં મહેમાનોથી થોડી દખલ થાય તોપણ અમે ચલાવી લઈએ છીએ; પરંતુ અમારું જે પાલન કરે છે તે ધર્મમાં તું દખલ નહિ કરે એટલી શ્રદ્ધા તારા પર રાખું તો તે જાળવજે.' માએ કહ્યું. હું આ સાંભળીને ઘડીભર સ્તબ્ધ થઈ ઊભો રહ્યો. લ્યુસીએ મા સામે જોયું અને કહ્યું, 'હું તમારી વાત માનું છું.'

અમે ટેકરી ઊતરી ગયાં.

રસ્તામાં લ્યુસીએ મને કહ્યું, 'હું મુંબઈ જવાની છું. તમે સાથે આવો તો પાછા જતાં અગાઉ મારે નર્મદાનો સાગરસંગમ જોવો છે. એક નદીના ઉદ્‌ગમ અને સાગરસંગમ બંને જોયાનો રોમાંચ લઈને સ્વદેશ પાછાં ફરવાનું મને ગમશે.'

'ભલે.' મેં કહ્યું, 'ભરૂચ તો મુંબઈ જતાં વચ્ચે જ આવશે. ત્યાં એકાદ દિવસ રોકાઈને સાગરસંગમ સુધી જઈ આવીશું. પછી હું પાછો આવીશ.' મેં અમારી યોજના સુપરિયાને જણાવી. તેણે પૂછ્યું, 'તમે જાઓ છો ?...' "

# 25

ચાલ્યા જનારાએ અહીં ડાયરીનાં બે પાનાં કોરાં છોડ્યાં છે. માનવીના મનોજગતનો પાર પામવો તે સ્વયં બ્રહ્માજી માટે પણ કઠિન ગણાતું હોય તો મારું તો શું ગજું? તેણે કોરાં છોડેલાં આ બે પાનાં પર તેણે શું લખવા ઇચ્છ્યું હશે તેની મને ખબર નથી. હા, ચારેક પ્રસંગો વિશે હું જાણું છું તે તમને જણાવું. કદાચ કોઈને કંઈક અર્થ મળી પણ આવે. પહેલો પ્રસંગ તો લ્યુસી વિદાય થવાની હતી તે પહેલાં સુપરિયા, લ્યુસી અને તે શાસ્ત્રીને મળવા ગયેલાં ત્યારનો છે.

"...લ્યુસી શાસ્ત્રી પાસે બેસીને વાતો કરતી હતી. સુપરિયા અને હું રેલિંગ પાસે ઊભાંઊભાં નીચે વહેતી નદીનો કલરવ સાંભળી રહ્યાં હતાં. હું વનિતાને મળ્યો હતો તે વાત સુપરિયાને કહું કે ન કહું તે વિચારે મૂંઝાતો હતો ત્યાં અચાનક સુપરિયાએ મને પૂછ્યું, 'કેમ હતી મારી મા? મોં તો ઢાંકેલું જ રાખે છે. તમે ઓળખી એને?'

હું ઘડીભર અવાક્ બની ગયો. પછી માંડ બોલતો હોઉં તેમ કહ્યું, 'સુપરિયા, મેં તેમનાં પ્રત્યક્ષ દર્શન કર્યાં.' પણ 'મા કેમ હતી' તે પ્રશ્નનો ઉત્તર હું આપી ન શક્યો. એ જ ક્ષણે મંદિરમાં આરતીનો ઘંટ વાગ્યો. અમે બંને રેલિંગ પાસેથી દૂર મંદિર સામે જઈ હાથ જોડીને ઊભાં રહ્યાં.

રાત્રે લ્યુસી પોતાનો લેખ તૈયાર કરતી હતી. શાસ્ત્રીજી પાઠ કરતા હતા. હું ચાંદની રાતે લટાર મારવાના ઇરાદે નદીકાંઠે જવા ઊતર્યો. સુપરિયા પગથિયે બેઠી હતી તે પણ સાથે ચાલી. ચાંદની રાત્રે સૂમસામ નદીતટે અમે બંને દૂર-દૂરથી વહી આવતાં આદિવાસીઓનાં ભજનો અને ઢોલકનો આછો અવાજ સાંભળતાં ચાલ્યાં જતાં હતાં. સુપરિયાએ કહ્યું, 'લ્યુસી ઇચ્છે છે કે તમે યુનિવર્સિટીમાં પાછા જાઓ.'

મેં સુપરિયાની વાતનો કોઈ જવાબ ન આપ્યો. સુપરિયાએ મારી સામે જોયું. ચાંદનીનું પ્રતિબિંબ તેની આંખોમાં ચમક્યું. સુપરિયાએ આગળ કહ્યું, 'કેન્દ્ર પર એક ટૅક્‌નિકલ તાલીમશાળા પણ થાય તો કેવું?'

'સારું.' મેં ઉપરછલ્લો જવાબ આપ્યો.

સુપરિયાએ કહ્યું, 'એમ નહિ, તમને કેમ લાગે છે તે પૂછું છું. હું એકલા

હાથે બધે પહોંચી ન શકું. તમે અને થોમસ બંને તમારો નિર્ણય ગણીને આ કામ ઉપાડી લો તેવું થઈ શકે ?'

'આમ તો કશી મુશ્કેલી નથી,' મેં ચાલતાં જ જવાબ આપ્યો. 'પણ હું કંઈક બીજું વિચારું છું. લ્યુસીનો આગ્રહ છે કે હું હવે પાછો જઉં, પરંતુ એને પણ મેં હજી હા નથી પાડી.' થોડી વારે મેં સુપરિયા તરફ ફરીને પૂછ્યું, 'તમને લાગે છે કે હું લ્યુસીને સાચવી શકીશ ?'

આ અણધાર્યા પ્રશ્નથી સુપરિયા નવાઈ પામી હોય તેમ મારી સામું જોઈને ઊભી રહી. પછી સ્પષ્ટ શબ્દોમાં બોલી, 'તમે અને લ્યુસી સાથે રહી શકો એટલી મને ખબર પડે છે... કોઈને પણ સાચવવું તે તો ઘણી મોટી વાત છે. એથી આગળ હું ન કહી શકું. આમાં હું તમારી કે લ્યુસીની ટીકા નથી કરતી. મને લાગ્યું તે કહ્યું.'

સુપરિયાના આ જવાબથી મને નવાઈ ન લાગી. તે સ્પષ્ટ વિચારી શકે છે અને સ્પષ્ટ કહી પણ શકે છે. મને થયું કે તેના પોતાના જીવન અંગે તેણે શું વિચાર્યું છે તે પૂછું. પણ હું કંઈ પૂછું તે પહેલાં જ તે બોલી, 'હું તમને અહીં રોકાઈ જવાનો આગ્રહ નહિ કરું. તમે અહીં રહેવાનું નક્કી કરો તોપણ તમારી ઇચ્છાથી તેમ થવું જોઈએ.'

તેની આ વાત સાંભળ્યા પછી કંઈ પણ ન બોલવું જ મને યોગ્ય લાગ્યું. 'પાછાં ફરીશું ?' મેં પૂછ્યું અને અમે બંને મંદિર તરફ જવા વળ્યાં.''

બીજા પ્રસંગે મેં તેને અને લ્યુસીને સાગરસંગમ પર પાણીમાં હાથ ઝબોળતાં જોયાં. તેઓને સાગરસંગમબિંદુ પર લઈ જતી હોડીનો સઢ પવનથી ફૂલીને હોડીને વેગ આપતો હતો. લ્યુસીના ભૂખરા વાળ હવામાં ફરફર ઊડતા હતા. બંને જણ પોતાના હાથ પાણીમાં ઝબોળીને હોડીની સામસામી કિનાર પર બેઠાં હતાં. અચાનક લ્યુસીએ કહ્યું, 'તમે એક વાર પૂછેલું કે હું પુનર્જન્મમાં માનું છું કે નહિ. -

'...હા,' મેં કહ્યું, 'પણ હવે મને જવાબની રાહ નથી.'

લ્યુસી ખડખડાટ હસી, પછી સ્વસ્થ થઈને બેઠી અને એક-એક શબ્દ છૂટો પાડતાં બોલી, 'છતાં સાંભળો : પુનર્જન્મ થતો હોય તો મારો જન્મ ફરી લ્યુસી-સ્વરૂપે જ થાઓ.'

મેં લ્યુસી સામે જોયા કર્યું.

રાતની ગાડીમાં લ્યુસીને વળાવીને હું ભોપાલની ટ્રેન પકડવાનો હતો. લ્યુસી બારી પાસે આવી અને તેણે આટલું બધું ફરવામાં સાથ આપ્યા બદલ મારો આભાર માન્યો. મેં તેનો હાથ હાથમાં લઈને થપથપાવ્યો અને કહ્યું, 'તું

અહીં આવી તે જ મને તો ખૂબ ગમ્યું; અને તારી સાથે તો હું હોઉં જ ને!'

'તમને રીઝર્વેશન મળ્યું?' લ્યુસીએ પૂછ્યું.

'હજી નથી મળ્યું. મારી ટ્રેનને હજી વાર છે. ટી. સી.એ મને રાતે એક વાગ્યે બોલાવ્યો છે. કંઈક ગોઠવણ થશે તો તે કરી આપશે તેમ કહેતો હતો.'

ગાડી ચાલી. મારી સૂટકેસ પ્લૅટફૉર્મ પર જ રહેવા દઈને ચાલતી ગાડી સાથે હું થોડું આગળ ગયો. ગાડીએ ગતિ પકડી. મેં ઊભા રહીને લ્યુસી દેખાઈ ત્યાં સુધી હાથ ફરકાવ્યા કર્યો. પાછો ફરીને જોઉં છું તો એક કાળો, જીંથરિયાળો માણસ મારી બૅગ લઈને વેગ પકડતી જતી ટ્રેનના છેલ્લા ડબ્બામાં ચડી રહ્યો હતો. 'એ... હેય...!' મેં બૂમ પાડી. પણ વ્યર્થ. સદ્ભાગ્યે મારો ખભાથેલો મારી પાસે જ હતો. મેં જોયું તો થેલામાં ડાયરી, પત્રો અને થોડા ફોટોગ્રાફ સિવાય કંઈ હતું નહિ.

પૈસા વગર શું કરીશ તે વિચારતાં હું સ્ટેશનની બહાર આવ્યો. સામે જ ટેલીફોન બૂથ જોઈને મને રાહત થઈ. ત્યાં જઈને મેં કહ્યું, 'મારે ફોન કરીને પૈસા મંગાવવા પડે તેમ છે. તમે મને એક ફોન કરવા દો, પૈસા આવશે કે તરત આપી જઈશ.'

જાણે હું ભિક્ષા માગતો હોઉં એટલો ક્ષોભ મને થયો. બૂથ પર બેઠેલા માણસે હકારમાં માથું હલાવ્યું. ત્રણેક માણસો ફોનની લાઈનમાં હતા તેમાંના એક જણે મને પૂછ્યું, 'પરકમ્મા લીધી છે?'

મેં મારા વેશ તરફ જોયું. ગઈ કાલથી બદલ્યા વગર પહેરી રાખેલો ઝભ્ભો. કદાચ વાળ પણ સવારથી ઓળ્યા નહિ હોય. કેન્દ્રથી નીકળ્યા પછી દાઢી પણ કરી ન હતી. મેં થોથવાઈને કહ્યું, 'જી!?'

'પરકમ્મા પર છો તો પછી ફોનમાં પૈસા ન બગાડશો. ચાલો હું તમને સગવડ કરી આપું છું.' કહી તેણે પોતાના સાથીદારને કહ્યું, 'આમને ઝડ્યાર મૂકતા આવીએ અને આપણું કામ પણ રૂબરૂ જ પતાવતા આવીએ. ફોન કરતાં તે આગળ પડશે.' કહીને તે બેઉ જણે મને કહ્યું, 'ચલો.'

અત્યારે અહીં રાત રોકાઈ જવા જેટલી વ્યવસ્થા થઈ જાય તે વધુ અગત્યનું લાગતાં હું તેમની સાથે સ્કૂટર પર બેસી ગયો.

રાતભર મને ઊંઘ ન આવી. મેં પરિક્રમા નથી લીધી એવું મારે કહી જ દેવું જોઈતું હતું. રાતે પ્લૅટફૉર્મ પર પણ પડી રહેવાત. સવારે ઊઠીને હું નર્મદાતટે ગયો. તે જ ક્ષણે મને ગંડુના શબ્દો યાદ આવ્યા: 'મેં ફકીર હૂં, અપને આપસે ધોખા નહિ કર સકતા.'

હું ફકીર તો નથી, પણ જાતને છેતર્યાનું કોઈ પાપ હોય તો તેનું

પ્રાયશ્ચિત્ત મારે કરવું જ રહ્યું. મેં નિર્ણય કર્યો કે હવે કેન્દ્ર પર જવા માટે અહીંથી નર્મદાતટે પગપાળા જ ચાલ્યો જઈશ.

બધું પથ્થર પર મૂકીને ચાલ્યા જનારને આ ત્રીજા પ્રસંગે પણ મેં જોયો. તે ભરૂચ પાસે ઝડ્યારના કિનારેથી ઊતરીને નદીમાં એકલો ઊભો હતો. નદીના જળમાંથી અંજલિ ભરીને તે બોલ્યો, 'હું મારા નામનો ત્યાગ કરું છું, મારા પરિચયનો ત્યાગ કરું છું, મારા જ્ઞાનનો ત્યાગ કરું છું, તમામ માન્યતાઓનો ત્યાગ કરું છું.' પછી ઢોળાવ ચડીને મંદિર તરફ ચાલ્યો ગયેલો.

'પરકમ્મા લીધી છે?' અનસૂયાજીમાં મળેલો સંન્યાસી ઘણી વાતો કરતો હતો.

'ના. અમે ઉપરવાસ થોડે આગળ નર્મદાકિનારે જ રહીએ છીએ. ત્યાં સુધી નદીકિનારે ચાલતો જઈશ. અર્ધપરિક્રમા પણ નહિ થાય.' મેં કહ્યું.

'તો પછી અહીંથી ચાલતા શા માટે જાઓ છો? નદીકાંઠે ચાલવું જ હોય તોપણ અલીરાજપુર કે ધામ્નોદ સુધી બસમાં જતા રહો તે જ સારું થશે. તમારાથી શૂલપાણની ઝાડી પાર નહિ થાય.' સંન્યાસીએ કહ્યું.

'કેમ?'

'કેમ તે?' પેલાને નવાઈ લાગી, 'ખબર નથી? ઝાડીમાં કાબા સામા મળશે ને લૂંટી લેશે.'

'મારી પાસે લૂંટી લેવા જેવું કશું નથી.' મેં કહ્યું.

'તો માર મારશે.' સંન્યાસી હસ્યો.

'એ અનુભવ બાકી છે. તે પણ ભલે થઈ જતો.' મેં મારો નિર્ણય કહ્યો.

'ભલે, તો તમારી મરજી.' સંન્યાસીએ કહ્યું, 'શૂલપાણ કે હમ્પ્યાર સુધી તો કદાચ હું પણ સાથે આવીશ. બાકી કેટલાય જણ કડીપાણીથી બસ પકડીને ઝાડીવાળી યાત્રા ટૂંકાવે છે.' સંન્યાસી ફરી હસ્યો અને બોલ્યો, 'રોટલો ખૂટે ત્યારે પરકમ્માએ નીકળે એ માણસ ઝાડીમાં ચાલે જ નહિ. બધા આ જાણે છે તોયે પરકમ્માવાસીને લોક સાચવે છે. શ્રદ્ધા ટકી રહી છે.'

મેં મારા નિર્ણયની યોગ્યતા તપાસી જોઈ.

અનસૂયાથી તે અને પેલો સંન્યાસી સાથે જ ચાલ્યા હતા. મેં તેમને ઘણાં સ્થળે, છેક હમ્પ્યાર સુધી સાથે જોયા. પણ ઝાડીમાંથી બહાર નીકળી તે અહીં સુધી આવ્યો ત્યારે સાવ એકલો જ હતો.

' "પ્રિય જિમી,

તને આનંદ થશે કે રાણીગુફા છે. તારા દાદા ત્યાં ગયા જ હશે તે વિશે શંકા નથી. નાનાસાહેબ પણ ત્યાં રહેલા – રાણીગુફામાં તો નહિ, તેની

પાસેની બીજી જગ્યાએ. તારા માટે જે જાણવું મહત્ત્વપૂર્ણ હતું તે મેં તને જણાવ્યું છે અને મને શ્રદ્ધા છે કે આટલું પૂરતું થશે.'

પત્ર પૂરો કરી, કવર બીડીને કડીપાણી જનારા યાત્રાળુને આપતાં મેં કહ્યું, 'આ ટપાલમાં નાખી દેશો ? ટિકિટ પણ તમારે લગાવવી પડશે.' પેલાએ હા કહી એટલે પત્ર સોંપીને પગથિયાં ઊતરી હું નર્મદાના જળમાં જઈને ઊભો.

ઘેરી વનરાજિ, વાંસ અને નાનાંમોટાં વૃક્ષો વચ્ચેથી આ પરમ પારદર્શક જળ વહી રહ્યાં હતાં. બને તેટલો સમય નદીના જળમાં કે જળ પાસે ચલાય તે રીતે કરવાનું મેં મનોમન વિચાર્યું, પ્રણાલિકાગત પરિક્રમાના માર્ગથી આ જુદું હોય તોપણ.

જેમ-જેમ આગળ ચાલતો ગયો તેમ-તેમ વૃક્ષો ઓછાં થતાં ગયાં. ઝાડી કહેવાતા આ પ્રદેશને મેં અરણ્યમય કલ્પેલો; પણ જૂનાં, મોટાં બેએક વૃક્ષો સિવાય ક્યાંય કોઈ છાંયાનું નામોનિશાન નથી. ખુલ્લી ટેકરીઓ અને કાળા-ભૂખરા પથ્થરોના રણ વચ્ચે એકલી-અટૂલી નર્મદા મેવાડના મહેલો છોડીને રણમાં ચાલી જતી મીરાં જેવી સંન્યાસિની ભાસે છે અનેક તીર્થોની સ્વામિની સ્વયં સંન્યાસિની હોય તેમ વહી ચાલી છે.

કોઈ કાળે આ સ્થળે ખરેખર ઝાડી હશે. ક્યારેક આ ટેકરીઓ પર અડાબીડ ઘાસ અને વાંસવનો છવાયેલાં હશે. અહીં આકાશને આંબતાં વૃક્ષો ઊભાં હશે. એક વખત લીલાંછમ વસ્ત્રોમાં ગોપાઈને રહેતી આ ધરા પર આજે વસ્ત્રહીન ટેકરીઓ આકાશ ઓઢીને જાત ઢાંકવા મથતી, સૂર્યના તાપે બળબળતી ઊભી છે. પથ્થરો પર તરણું પણ દેખાતું નથી.

આવતાં થોડાં વર્ષોમાં તો આ સ્થળ પણ અગાધ જળરાશિ તળે ધરબાઈ જશે. પછી નર્મદાને ન ઓળંગવાનો નિર્ણય લઈને નીકળેલા પરિક્રમાવાસીઓ ક્યાં જશે તે હું કલ્પી નથી શકતો. કદાચ ત્યારે હું અહીં નહિ હોઉં.

મેં વિચારધારા રોકી. નર્મદા પર નમીને પાણી પીધું, મોઢું ધોયું અને પાછળ ફરીને કેટલો માર્ગ કપાયો તે જોયું. હમ્પ્યારથી નીકળ્યો તે પ્રસંગ મને યાદ આવ્યો. મને વિદાય કરતાં પહેલાં મહંતે પ્રસાદ, એક લાકડી

અને એક નાનું ફાનસ આપ્યાં. હું નીચે જતો હતો અને પેલો સંન્યાસી મને મળ્યો.

'ચાલીશું ? કે પછી...' મારો જોડીદાર સંન્યાસી આવીને મારી પાસે કાંડાબૂડ પાણીમાં ઊભો રહ્યો. મેં કંઈ જવાબ નહોતો આપ્યો.

'કેમ ? કંઈ વિચારમાં ?' તેણે ફરી પૂછ્યું અને ઉમેર્યું, 'કડીપાણી દૂર નથી. બપોરે અલીરાજપુરની બસ જવાની જ.'

હું ફરી નિરુત્તર રહ્યો.

'ઝાડીમાં તો આમેય કોઈ તીરથ નથી, ખાલી ચાલવાનું જ થશે. તીરથ તો જે છે તે બધાં ઝાડી પાર છે.' તે સ્વગત બોલતો હોય તેમ બોલ્યો અને ફરી કહ્યું, 'તોયે તમારી મરજી.'

'મારી મરજી,' મેં સંન્યાસી તરફ ફરીને કહ્યું, 'ઝાડી પાર જવાની જ છે.' તેણે આશ્ચર્યપૂર્વક મારી સામે જોયું, ભમ્મરો ચડાવી, હાથનાં આંગળાં પ્રશ્નાર્થભાવે મચકોડ્યાં. પછી કહ્યું, 'સારું, તમે નીકળો. હું પણ પાછળ નીકળું.' તે ટેકરી તરફ પાછો ફર્યો.

હવે તે કડીપાણી જવાનો, અલીરાજપુર પહોંચવાનો અને મારી આગળ જઈ ધામ્નોદમાં મને મળવાનો.

તેનો વિચાર કરવાનું છોડીને મેં ચાલવાનું શરૂ કર્યું. નિતાંત સુંદર ખડકો, નાના-નાના ગોળ પથ્થરો, જાડી કાંકરાળી રેતી પર અનંતકાળથી વહી રહેલાં કાંડાબૂડ જળમાં ચાલવાનો આનંદ મારી રગેરગમાં પ્રસરી ગયો. નિર્મળ વહેતાં જળમાં ઉપરવાસથી વહી આવતા કાગળના ડૂચા પ્રત્યે મારું ધ્યાન ખેંચાયું. કોઈએ પાણીમાં ફેંકી દીધેલું બિસ્કીટનું ખાલી ખોખું! નજીક આવતાં હું ક્ષણભર જોઈ રહ્યો, પછી તેને કિનારા પર મૂકીને હું આગળ ચાલ્યો.

ઝાડી પસાર કરતાં બે-અઢી દિવસ થાય છે તેવું મેં મહંત પાસે સાંભળેલું. પેલા સંન્યાસીના ભયનું નિવારણ કરવાના તમામ પ્રયત્નો મહંતે કરેલા : 'ક્યાંક-ક્યાંક લાકડાના વેપારીઓનો પડાવ હોય છે ત્યાં આશરો મળી રહે.' મહંત તાપણી સામે બેઠા-બેઠા બોલતા હતા. મંદિરના ઓટલે નોંધપોથી લખતાં હું સાંભળતો હતો.

'એ તો સમજ્યા,' પેલો સંન્યાસી બોલ્યો, 'પણ કાબા લૂંટી લે. ને તમે કહો છો તેવા વેપારીના દંગા ન હોય તો પાર કેમ થવું?' તેની પોતાની તૈયારી ઝાડી જેટલો ભાગ બસ-રસ્તે પસાર કરી જવાની જ હતી.

'હું અહીં દશ વરસથી બેઠો છું.' મહંતે તાપણી સતેજ કરતાં કહેલું, 'કોઈ પરકમ્માવાસી ઝાડીમાં રહ્યો સાંભળ્યો-દીઠો નથી. કોઈ ને કોઈ આશરો મળી જ જાય.' કહીને તેઓ મૌન સેવી રહ્યા. પછી ઉમેર્યું, 'કંઈ ન મળે તોપણ મારી મા તો સદાય સાથે જ છે. એ તો સદા જાગતી ને જાગતી જ છે.'

મહંતે ઓટલા પર લંબાવતાં છેલ્લે કહેલું, '... કાબા લૂંટે તો લૂંટે. સંન્યાસીને બીક શાની? હું તો એક વાત જાણું : અહીં જે લઈ જાય છે એ પોતે જ આગળ આવીને આપી જાય છે. માએ તમારું તમારા માટે રાખેલું જ છે. આપણને પરખ હોવી જોઈએ.'

મહંતના આ શબ્દો સાંભળતાં જ મને તે રાત્રે ઢેબરાં અલગ કાઢીને મૂકતી સ્ત્રી અને પેલી ગાયવાળી કિશોરી સાંભર્યાં. પણ જ્યાં સુધી નર્મદા સ્વમુખે પોતાની ઓળખ ન આપે ત્યાં સુધી તેના હોવા વિશેનું કોઈ કથન હું માનવાનો નથી.

વિચારમાં ને વિચારમાં હું પાંચેક માઈલ નીકળી આવ્યો હોઈશ. હવે માથા પર નમેલી ઝાડી આવવા માંડી. આરપાર ગળાઈ આવતાં સૂર્યનાં નાનાં-નાનાં ચાંદરણાં બપોર થયાનો સંદેશ આપે છે. મારા પગ સફેદ કરચલીઓવાળા થઈ ગયા છે. નદી વચ્ચે એક પથ્થરની છાટ પર પગ લંબાવીને બેસું છું. થાકેલા પગને પદ્માસનમાં આરામ આપતો આ રમ્ય, નિર્જન સ્થાને અડધો તંદ્રામાં, અડધો ધ્યાનમાં પડી રહું છું.

કેટલો સમય આમ પસાર થયો તે યાદ નથી, પણ હવે ઉતાવળ કરવી રહી. રાત પહેલાં જરા-તરા સૂઈ શકાય એવું સ્થળ શોધવું તો પડશે જ. પણ એવું કોઈ સ્થાન અહીં હશે ?

કઠિયારાનો, લાકડાં ભેગા કરતા મજૂરોનો કે ટ્રેક્ટરનો અવાજ સાંભળવા કાન સતેજ થઈ ગયા છે, પણ અપરિચિત પંખીગાન સિવાયનો કોઈ પણ અવાજ સંભળાતો નથી.

છેક સંધ્યાકાળે કિનારાની ઝાડીમાં એક કેડી નજરે પડી. તે કેડી પર થોડે આગળ જતાં જ એક ખુલ્લા સ્થાનમાં ખાલી ગાડું પડ્યું છે. પાસે જ વાંસની થપ્પીઓ. સવારે ગાડીવાન આવીને વાંસ ભરી જવાનો હશે.

રીંછ આવી ન ચડે તો આવતી કાલની સફર નિરાંતે શરૂ થઈ શકે તેટલો આરામ તો આ ગાડામાં જરૂર મળવાનો. મેં લાલટેન પ્રગટાવીને ગાડા પર ટાંગ્યું, થેલામાંથી પ્રસાદ કાઢ્યો અને થોડું ખાઈ લીધું. હજી દોઢ દિવસ આ ખોરાકને સાચવવો પડશે. ફાનસના પ્રકાશે આકર્ષાયેલાં જીવડાં પણ મારી નિદ્રાને રોકી ન શક્યાં.

સવારે જાગ્યો ત્યારે લાલટેન આપોઆપ બુઝાઈ ગયેલું જાણ્યું. થોડી વાર ગાડાવાળાની રાહ જોઈને હું ફરી આગળ ચાલ્યો. કેડી જાય ત્યાં સુધી કિનારા પર ચાલી શકાશે. પગનાં આંગળાં કળતર કરતાં હતાં. તે સિવાય કોઈ મુશ્કેલી ઊભી થઈ નથી. બે-એક કલાકે હું એક વળાંક પાસે પહોંચ્યો. અહીંથી ફરી નદીમાં ઊતરવાનું થશે. નદીમાં ઊતરતાં મેં મારી ડાયરી અને ફોટા નાની થેલીમાં વીંટીને બાજુ પર મૂક્યાં. પાણી પીવા વાંકો વળું છું તે સાથે જ નદીના જળમાં ઊભેલા બેઉ જણને મેં દીઠા.

'આપી દે.' એક જણ બોલ્યો અને બંને જણે કામઠાં પર તીર ગોઠવ્યાં.

માત્ર લંગોટી, કાળાં શરીર, ચમકતા કાળા વાળ, એવી જ ચમકતી આંખો અને ષયોત દંતપંક્તિ.

'હુકુમ! આપી દે.' બીજો બોલ્યો.

મેં મારો થેલો ખભેથી ઉતારીને તેમની તરફ ફેંક્યો. એક જણે તે ઝીલી લીધો, ફંફોસ્યો અને કમ્મર પર બાંધી લીધો. પછી મારી સામે જોઈ રહ્યો અને ફરી બોલ્યો, 'આપી દે, હુકુમ.'

મારે બધું જ આપી દેવાનું રહે છે એવો હુકમ છે – મારા પર આ કાબાનો અને મને લૂંટવાનો હુકમ કાબાઓ પર કોનો? તેમના સરદારનો? કોઈ રાજાનો? કોઈ લૂંટારુ ટોળકીનો? ના, એવું હોત તો આ કાબાઓ માર્ગો પર નાણાંની કોથળીઓ લૂંટતા હોત. આ સૂમસામ, નિર્જન સ્થળે અકિંચન પદપ્રવાસી, નિષ્કામ પરિક્રમાવાસીને લૂંટીને એમને શું મળવાનું? અને આવી ઠાલી-ઠાલી લૂંટનો હુકમ પણ તેમને કોણ આપવાનું?

આ પ્રદેશમાં વસ્યો ન હોત તો મને ક્યારેય ન સમજાયું હોત કે તેમના પર આવો હુકમ છે આખી એક પરંપરાનો, સદીઓથી ચાલી આવતી પ્રણાલીનો, આ મહાન વિશાળ દેશને એકતાંતણે બાંધી રાખતી ગૌરવશાળી સંસ્કૃતિનો.

કાબાને પૂછો કે આ હુકમ કોનો? તો તેઓ કહેવાના, 'માનો.' એટલે કે આ સદાસ્રોતા, સદાજીવંત, પરમસૌંદર્યમયી નર્મદાનો. એક જળધારા જે ચેતનવંત મનાય છે, જેને આ દેશના હજારો-લાખો માનવીઓ ખરેખરા અર્થમાં માનવદેહધારિણી ગણે છે, જેને સુંદરતમ વનબાળા-સ્વરૂપે નજરે નિહાળ્યાનું કહેનારા અને તેમનું કહેવું અક્ષરશઃ સત્ય માનનારા આ દેશના ખૂણેખૂણે છે – તે નદીનો આ હુકમ. પેઢી-પર-પેઢી પળાતી આવેલી

આજ્ઞા.

મેં ઝભ્ભો ઉતાર્યો. એક પછી એક બધાં વસ્ત્રો ત્યાગીને તેમના તરફ ફેંક્યાં. જરા પણ અચકાયા વગર તેમણે તે લઈ લીધાં. પોતે શા માટે કોઈને લૂંટી રહ્યા છે તેનાથી અજાણ કાબાઓને હાથે નદીની આજ્ઞાનું પાલન થઈ રહ્યું છે.

પરિક્રમાવાસીને લૂંટી એમનાં વસ્ત્રો પણ ઉતારી લો. ભૂખ્યો-તરસ્યો, જીવવા માટે હવાતિયાં મારતો વસ્ત્રવિહીન પ્રવાસી ઝાડી પાર કરીને નગરમાં પહોંચશે ત્યારે તેના અહમ્‌ના ચૂરેચૂરા થઈ ગયા હશે. સંન્યાસ શું છે? ત્યાગ શું છે? જ્ઞાન શું છે? જીવન શું છે? – આવા તમામ પ્રશ્નોના જવાબ તેને મળી ગયા હશે.

આ સ્થળે આ ઘટના કેટલી અજાણી અને નાનકડી છે! અમારા ત્રણ સિવાય આ પૃથ્વી પર કોઈને પણ અત્યારે જે બની રહ્યું છે તેની ખબર નથી. છતાં આ જ નાનકડો બનાવ એક માનવજાતની, એક આખી સંસ્કૃતિની ઓળખ જાળવી રાખવા સમર્થ છે. જગતપટ પર અન્યત્ર ક્યાંય પણ કોઈ એક ઘટનામાં આટલું સામર્થ્ય હોવાનું મારી જાણમાં નથી.

આજે મારો વારો છે. હજારો વર્ષો પૂર્વે આ જ સ્થળે કે આસપાસ મહારથી અર્જુન નતમસ્તક ઊભો હશે – કદાચ આ બે જણના વડવાઓની સામે. રથરહિત, દાસરહિત, ગાંડીવરહિત, વસ્ત્રોરહિત, મહાભારત-વિજયના ગર્વરહિત, શ્રીકૃષ્ણનો પરમમિત્ર, મહાન વિજેતા જ્યારે અહીંથી આગળ ગયો હશે ત્યારે કુરુક્ષેત્ર પર મેળવવાનું બાકી રહી ગયેલું જ્ઞાન પ્રાપ્ત કરતો ગયો હશે.

અત્યારે આ બંને કાબાઓ આ મહાજળપ્રવાહના 'હુકુમ'નું અક્ષરશઃ પાલન કરી રહ્યા છે. તેમનું કાર્ય પૂરું થતાં મારી સામે કંતાનની લંગોટી ફેંકાઈ. પાછળ ફરીને, લંગોટી પહેરીને ફરી જોઉં છું તો પેલા બંને ત્યાં નથી.

છે માત્ર જળપ્રવાહનો રમ્ય નાદ. ઝાડીઓ આરપાર વહેતા પવનનો મંદ, મધુર સ્વર. જનહીન એકાંત અને ગોળ, ભૂખરા-સફેદ પથ્થરોથી છવાયેલો મારો પંથ.

મેં ડાયરી, ફોટા અને બીજા કાગળોવાળી થેલી ઉઠાવી અને આગળ ચાલ્યો. બપોરે વાંસના કૂણા અંકુર, વૃક્ષોનાં પાન, ન જાણે શું-શું ચાવીને મેં શક્તિ ટકાવી રાખવા પ્રયત્ન કર્યો અને નદીજળ વચ્ચે રાતની ઠંડીમાં ઊંચા પથ્થર પર બેસી-સૂઈને જેમ-તેમ રાત ગાળી નાખી.

આજે વહેલી સવારથી તાવ છે. પાણીમાં પગ બોળતાં જ ઠંડીના ઉકરાટા આવે છે. જેમ-તેમ કરીને ચારેક માઈલ ચાલી ગયો. પછી કિનારાની રેતમાં બેસી ગયો. ફરી ઊભા થવાનો મારો પ્રયત્ન સફળ ન થયો. હજી કેટલું ચાલ્યા પછી વસતી આવશે તે ખબર નથી. અંગો જકડાઈ જવા માંડ્યાં છે. આવી હાલતમાં હું ક્યાં સુધી જીવતો રહીશ તેની મને ખબર નથી.

આ ક્ષણે મારે જોરજોરથી ચીસો પાડવી જોઈએ. મોટા અવાજે રડીને મારાં સદ્ગત માતા-પિતાને સાદ પાડવા જોઈએ. આ વિજન તટને માનવસ્વરની તીવ્રતમ ચીસોથી ભરી દેવો જોઈએ; પરંતુ હું આમાંનું કશું જ કરતો નથી.

કશાકની, કોઈકની રાહ જોતો હોઉં તેમ શાંતિથી પડ્યો રહું છું. ધીમે-ધીમે દૃશ્યો ઓઝલ થતાં જાય છે. સમય જાણે કે થંભી ગયો છે... અનાયાસ મારા હોઠ ફફડે છે... નર્મદે હર...!"

## 26

'લે, ખાઈ લે.' કોઈ સાવ નજીકથી બોલ્યું. તાજી મકાઈનો એક ડોડો મારા હાથમાં અપાયો. આંખો ખોલીને મેં ઝાંખાં દશ્યો વચ્ચે તેને જોઈ – ઘાઘરીપોલકું પહેરેલી નાનકડી બાળા. 'લે, ખાઈ લે.' ફરીથી તેણે કહ્યું.

મેં મકાઈનો એક દાણો ઉખેડી મોંમાં મૂકતાં તેને પૂછ્યું, 'તું કોણ છે, મા ?'

ઓળખ પુછાય ત્યારે ઉત્તર આપવાની અમને આજ્ઞા નથી હોતી. પોતાના મનમાં ઊઠેલા કેટલાક પ્રશ્નોના ઉત્તર માનવીને શ્રદ્ધા કે પ્રજ્ઞા થકી જ શોધવાના હોય છે. છતાં ક્યારેક કોઈકની જીદનો સ્વીકાર કરવો પણ ઉચિત હોય છે.

બ્રહ્માંડને બીજે છેડેથી આવતા હોય તેવા ઝાંખા પણ દિશાઓને ભરી દેતા નાદ સમા શબ્દો સમગ્ર વાતાવરણમાં પડઘાયા : '...રે..વા...!'

◻ ◻ ◻